东南亚文化集成

中国—东盟语言文化重点研究基地
广西泰国文化研究中心 成果

语言接触的强度与语言演变
——语言接触下的现代壮语（泰文版）

ความเข้มข้นของการสัมผัสภาษากับการเปลี่ยนแปลงของภาษา
——ภาษาจ้วงปัจจุบันภายใต้ภาวะสัมผัสภาษา

覃秀红 ◎ 著

中国出版集团
世界图书出版公司

图书在版编目（CIP）数据

语言接触的强度与语言演变：语言接触下的现代壮语：泰文 / 覃秀红著. —广州：世界图书出版广东有限公司，2015.6

ISBN 978-7-5100-9785-0

I. ①语… Ⅱ. ①覃… Ⅲ. ①壮语—研究—泰语 Ⅳ. ①H218

中国版本图书馆CIP数据核字（2015）第111933号

语言接触的强度与语言演变——语言接触下的现代壮语

策划编辑：	刘正武
责任编辑：	程　静　李嘉荟
出版发行：	世界图书出版广东有限公司
	（广州市新港西路大江冲25号　邮编：510300）
电　　话：	020-84451969　84453622
	http://www.gdst.com.cn　E-mail: pub@gdst.com.cn
经　　销：	各地新华书店
印　　刷：	虎彩印艺股份有限公司
版　　次：	2015年6月第1版　2015年6月第1次印刷
开　　本：	787mm×1092mm　1/16
字　　数：	200千
印　　张：	14.75
ISBN 978-7-5100-9785-0/H·0958	
定　　价：	45.00元

版权所有　侵权必究

咨询、投稿：020-84453622　gdstchj@126.com

《东南亚文化集成》编委会

校外专家顾问

张玉安 （北京大学东南亚系　教授/博导　马来语言文化专家）

梁敏和 （北京大学东南亚系　教授/博导　印尼语言文化专家）

薄文泽 （北京大学东南亚系　教授/博导　泰国语言文化专家）

钟智翔 （解放军外国语学院亚非系　主任教授/博导　缅甸语言文化专家）

孙衍峰 （解放军外国语学院亚非系　教授/博导　越南语言文化专家）

吴杰伟 （北京大学东南亚系　教授/博导　菲律宾语言文化专家）

杨光远 （云南省东南亚南亚语言文化学院　教授/博导　泰国语言文化专家）

邹怀强 （云南省东南亚南亚研究中心　副主任　缅甸语言文化专家）

校内编委会成员

范宏贵　梁　远　刘志强　黎巧萍　黄伟生　韦长福

李　娜　唐小诗　岑新明　梁茂华　　　　　　（越南语言文化研究）

游辉彩　覃秀红　杨万洁　全　莉　　　　　　（泰国语言文化研究）

卫彦雄　谢　英　　　　　　　　　　　　　　（老挝语言文化研究）

王海玲　韦柳宇　　　　　　　　　　　　　　（柬埔寨语言文化研究）

韩艳妍　陈　程　　　　　　　　　　　　　　（印尼语言文化研究）

欧江玲　朱　君　　　　　　　　　　　　　　（缅甸语言文化研究）

赵　丹　徐明月　　　　　　　　　　　　　　（马来语言文化研究）

总　序

广西民族大学东南亚语言文化学院组建于2014年，2015年1月正式挂牌成立，是广西民族大学最具东南亚特色的学院之一，学院相关专业可追溯至1964年开设的越南语等专业，至今已经拥有50年的办学历史。学院现拥有越南语、老挝语、泰语、柬埔寨语、缅甸语、印度尼西亚语、马来西亚语7个东盟国家语种专业。2001年成为首批国家外语非通用语种本科人才培养基地；2000年获得亚非语言文学学科硕士点；2005年，亚非语言文学成为广西民族大学最早一批自治区级重点学科；2006年获区党委批准为广西促进中国—东盟自由贸易区建设人才小高地——东南亚非通用语种翻译人才培养基地；2008年我校获准设立中央与地方政府共建的中国—东盟国家语言同声传译实验室；2013年获得外国语言文学一级学科博士点；2015年，我们迎来了这个学院第一批来自东盟国家攻读文学学位的博士研究生；2016年，将招收国内博士研究生。

严格意义上说，我们推出《东南亚文化集成》实际上是表明一种积极的态度。因为我们真正意义上的研究工作是近十年来的事情，底子薄，积累少，队伍梯队"青黄不接"，有时候甚至后劲乏力。可喜的是，多年来在北京大学外国语学院和解放军外国语学院等兄弟单位的扶持下，我们取得了一些进步。但前面的路仍然充满不少挑战，希望该丛书的出版，可以与国内外同行交流与切磋。当然，我们更希望这套丛书能够在一定程度上增进中国与东盟国家之间的相互认知与了解。

刘志强
2015年5月15日

序

　　语言接触是人类学、社会语言学、接触语言学以及历史语言学等共同关注的一个领域，自20世纪70年代以来逐渐成为国际语言学界研究的热点，主要研究不同源的、或虽同源但已分化的语言之间相互接触而引发的语言变化规律，尤以美籍波兰裔语言学家、哥伦比亚大学教授Uriel Weinreich的成果和美国密歇根大学语言学系教授Sarah G.Thomason的成果最受瞩目。语言接触引发的语言结构上的趋同和语音对应，使得历史比较语言学、方言分区、语言类型学以及语言习得研究增加了难度，上述研究中都必须充分考虑语言接触的机制，才能得出有效的结论。中国境内，特别是中国西南少数民族地区的语言与汉语接触关系错综复杂，为语言接触研究提供了很好的语料和案例。

　　《语言接触的强度与语言演变——语言接触下的现代壮语》（泰文版）是秀红博士在泰国最高学府——朱拉隆功大学的博士论文基础之上修改完成的。本书以现代壮语的音频材料、文字材料为语料，辅以语言田野调查，旨在探讨语言接触的强度与语言接触引发的语言演变之间的对应关系。语言接触的强度可以从语言借用者的语言态度、语言政策、双语人的数量等方面考核。Thomason认为，接触的强度与语言借用成分的种类和层次有着密切的关系，语言接触的强度越高，语言借用成分的种类越丰富，层次依次递增。本研究中作者发现在借用成分的种类和层次上，汉语基本词和功能词被借入壮语；汉语名词词组、介词短语的一些重要结构特征被借用，与壮语结构特征并存，未导致壮语主要类型的改变；一些新的句式有代替原有句式的趋势；某些词汇产生语言接触引发的语法化；壮语词缀可与汉语借词结合。在音系方面，出现新的音子，但只出现在借词中。结合Thomason提出的借用等级，壮语借用成分的种类和层次介于"强度不高的接触"和"强度较高的接触"之间，但是壮语和汉语接触的实际是"高强度的接触",即在壮语使用者中壮—汉双语人非常普遍;社会因素对借用有极强的促进作用。鉴于此,作者提出:托马森的借用等级并不完全适用于壮语—汉语接触的个案,不同的个案或许可以考虑不同的标准,例如当借用语与被借用语的语音系统相似程度较高时,语音借用的可能性较小;当两种语言在类型学上较接近时,句法结构上的借用程度较低,等。

本书的创新和贡献主要在于:

1. 对现代壮语中因与汉语长期接触而引发的语言演变进行全方位深入研究,包括语音、词法、句法层面。其中环式名词词组结构、环式介词词组结构、语言接触引发的语法化等现象在其他关于壮语的论著中未曾提及。

2. 结合接触语言学理论,对语言事实进行客观分析,增益补充了语言接触的一般理论;运用壮语—汉语接触案例,诠释了Thomason关于接触强度与语言借用成分的种类和层次之间的关系的结论。

3. 有力推动了语言接触视角下中国少数民族语言与汉语接触的相关研究,向国内外学者介绍了壮语—汉语接触状况及接触结果。

4. 壮语—汉语接触个案研究及相关理论探讨,为该领域今后的研究奠定了良好的理论基础,增进了人们对语言历史演变的认识。

秀红博士本身是壮族人,在壮乡长大,壮语是她的母语。在泰国朱拉隆功大学攻读博士学位期间,师从泰国著名的历史语言学家巴妮·昆腊瓦尼教授和泰国皇家学术院委员阿南·刘勒沃腊昆博士,在两位严师的指导下耗时五年才最终完成本论文。在进行论文答辩时,答辩委员对论文给予高度评价,称其为泰国台语族研究、接触语言学研究的一部佳作。

我认识巴妮·昆腊瓦尼教授是在1985年。当时,泰国朱拉隆功大学派巴妮·昆腊瓦尼教授和露莎丽潘两位女教师到我校访问,这恐怕是最早到云南民族学院访问的泰国学者了。学校安排我陪同两位老师调查傣语,工作结束后,我的老师巫凌云教授受学校委派,陪同两位泰国学者到广西民族学院和北京外国语学院作学术访问。作为回访,学校派巫凌云教授和我于1985年6月至9月到朱拉隆功大学文学院进行学术访问。文学院的几位女博士是著名语言学家李方桂先生的学生,有一天中午,几位学生宴请李方桂先生和夫人，同时也把巫教授和我请去作陪，就这样，我们有机会同李方桂先生和夫人在一起进餐、交谈并合影。只可惜，这张十分珍贵的照片被我丢失了。巴妮·昆腊瓦尼教授出身泰国王族世家，哥哥是军队的上将，他们一家对我们非常友好，还请巫凌云教授和我到她家里吃饭，受到她全家人的热情接待。她本人当时任朱拉隆功大学文学院副院长，却从不摆任何架子，她待人真诚、和蔼可亲，踏踏实实、勤勤恳恳地做自己的教学科研工作，她是一位治学严谨的学者。后来，她担任了朱拉隆功大学的科研副校长，工作更忙了，但是，她仍然在从事自己热爱的语言学研究。因此，秀红博士师从这样的好老师，不能不说是非常幸运，无论是为人还是做学问，相信是会得到真传的。

本书的出版，无疑将进一步推动国内外语言接触问题的研究，希望秀红博士再接再厉，更上一层楼。

是为序。

杨光远

2015年5月20日

目 录

บทที่ 1 บทนำ ································· 1

บทที่ 2 ทบทวนวรรณกรรม ······················ 25

บทที่ 3 ประเภทของคำยืมภาษาจีนกลางในภาษาจ้วง ········ 64

บทที่ 4 การเปลี่ยนแปลงด้านคำศัพท์ในภาษาจ้วงที่เกิดจากการยืมภาษาจีนกลาง
·························· 103

บทที่ 5 การเปลี่ยนแปลงด้านเสียงในภาษาจ้วงที่เกิดจากการสัมผัสภาษาจีนกลาง
·························· 121

บทที่ 6 การเปลี่ยนแปลงด้านวากยสัมพันธ์ในภาษาจ้วงที่เกิดจากการสัมผัสภาษาจีนกลาง ·························· 153

บทที่ 7 สรุปผล อภิปรายผล และข้อเสนอแนะ ············ 208

后　记 ································· 223

บทที่ 1

บทนำ

1. ความเป็นมาและความสำคัญของปัญหา

ไม่มีภาษาใดที่พัฒนามาโดยไม่สัมผัสกับภาษาอื่น กล่าวคือ การสัมผัสภาษา (language contact) เป็นปรากฏการณ์ที่พบได้ในทุกภาษา (Thomason, 2001: 8) การสัมผัสภาษาทำให้ภาษาไม่ "บริสุทธิ์" และทำให้ภาษาเปลี่ยนแปลง นักภาษาศาสตร์เรียกการเปลี่ยนแปลงนี้ว่า การเปลี่ยนแปลงของภาษาอันเนื่องจากการสัมผัสภาษา (contact-induced language change) ซึ่งอาจเกิดขึ้นได้ทั้งในระดับเสียง ระดับคำและระดับวากยสัมพันธ์

การศึกษาวิวัฒนาการของภาษามีปัจจัยที่ต้องคำนึงถึงมาก การสัมผัสภาษาเป็นประเด็นหนึ่งที่มองข้ามไม่ได้ในภาษาศาสตร์เชิงประวัติ เพราะว่าความไม่ "บริสุทธิ์" ของภาษาทำให้การสืบสร้างภาษาดั้งเดิมและการจัดกลุ่มภาษาทำได้ยากขึ้น ดังนั้น นักภาษาศาสตร์จึงพยายามศึกษาการสัมผัสภาษากรณีต่างๆ เพื่อค้นหาและสรุปลักษณะร่วมของการเปลี่ยนแปลงด้านภาษาที่เกิดเนื่องจากการสัมผัสภาษา

การศึกษาการสัมผัสภาษาส่วนใหญ่มุ่งศึกษากระบวนการสัมผัสภาษาและผลของการสัมผัสภาษา นักภาษาศาสตร์พบว่า โดยทั่วไป คำจะถูกกระทบได้ง่ายที่สุด รองลงไปคือระบบเสียงและโครงสร้างของคำ ส่วนวากยสัมพันธ์นั้นจะถูกกระทบน้อยที่สุด (McMahon, 1994: 200-224)

ตามการจำแนกภาษาโดยอาศัยความสัมพันธ์ทางเชื้อสายระหว่างภาษาเป็นหลัก ภาษาไทยกับภาษาจ้วง (Zhuang) ต่างก็เป็นภาษาในตระกูลไท (Tai family) ซึ่งผู้

พูดส่วนใหญ่อาศัยอยู่ทางตะวันออกเฉียงใต้ของเอเชียรวมทั้งทางตอนใต้และตะวันตกเฉียงใต้ของประเทศจีนด้วย ภาษาตระกูลไทจึงมีความสัมพันธ์อย่างใกล้ชิดกับภาษาจีนจนเกิดการสัมผัสและมีผลกระทบต่อกันและกัน แต่มีปัจจัยต่างๆ ในบริบทการสัมผัสภาษาต่างกัน ทำให้ภาษาแต่ละภาษาในตระกูลไทได้รับผลกระทบจากภาษาจีนแตกต่างกัน

ภาษาจ้วงเป็นภาษาที่ชนชาติจ้วงใช้พูดกัน ชนชาติจ้วงเป็นชนกลุ่มน้อยที่มีจำนวนประชากรมากที่สุดในบรรดาชนกลุ่มน้อยทั้ง 55 ชนชาติตามการแบ่งอย่างเป็นทางการของรัฐบาลสาธารณรัฐประชาชนจีน ชนชาติจ้วงอาศัยอยู่ภาคใต้และภาคตะวันตกเฉียงใต้ของประเทศจีน โดยเฉพาะอย่างยิ่งในภาคกลางและภาคตะวันตกของเขตปกครองตนเองชนชาติจ้วงกวางสี[①] (Guǎngxī) ภาคตะวันออกเฉียงใต้ของมณฑลยูนหนำ (Yúnnán) และบางเขตของมณฑลกวางตุ้ง (Guǎngdōng) มณฑลหูหนาน (Húnán) และมณฑลกุยจิ๋ว (Guìzhōu) บริเวณที่ติดกับกวางสี

จากแผนที่ภาษาเขตปกครองตนเองชนชาติจ้วงกวางสี จะเห็นว่า ชาวจ้วงอาศัยอยู่ร่วมกับผู้พูดภาษาจีนและชนเผ่าอื่นๆ อีกหลายชนเผ่าอย่างใกล้ชิด ตามสถิติปี พ.ศ. 2548 ประชากรที่พูดภาษาจ้วงมีมากกว่า 17 ล้านคน ในจำนวนนี้ 16.05 ล้านคนอาศัยอยู่ในมณฑลกวางสี (罗黎明，2005:3) แต่ก็เป็นประชากรเพียงร้อยละ 32.6 ของประชากรทั้งหมดในกวางสี ส่วนประชากรอีกร้อยละ 61.46 เป็นชาวฮั่น และร้อยละ 5.94 เป็นชนเผ่าอื่นๆ (广西壮族自治区统计局，2005)

① คำภาษาจีนที่เป็นนามวิสามัญในหนังสือเล่มนี้ ผู้วิจัยจะถอดเสียงจากภาษาจีนกลาง (Mandarin) ตาม "หลักเกณฑ์การทับศัพท์ภาษาจีน" ของราชบัณฑิตยสถาน (2550) แต่คำใดที่คนไทยใช้กันจนคุ้นเคยมาช้านานแล้ว ผู้วิจัยจะใช้ตามที่คนไทยมาแต่เดิมซึ่งอาจเป็นภาษาจีนสำเนียงถิ่นต่างๆ โดยเฉพาะอย่างยิ่ง ภาษาจีนแต้จิ๋ว ภาษาจีนฮกเกี้ยน และภาษาจีนกวางตุ้ง แต่จะระบุเสียงอ่านภาษาจีนกลางด้วยระบบถ่ายถอดเสียงภาษาจีนกลางแบบพินอิน (Hànyǔ Pīnyīn) ไว้ในวงเล็บ

ภาพที่ 1.1 แผนที่ภาษาเขตปกครองตนเองชนชาติจ้วงกวางสี (李荣，熊正辉，张振兴 等，1991)

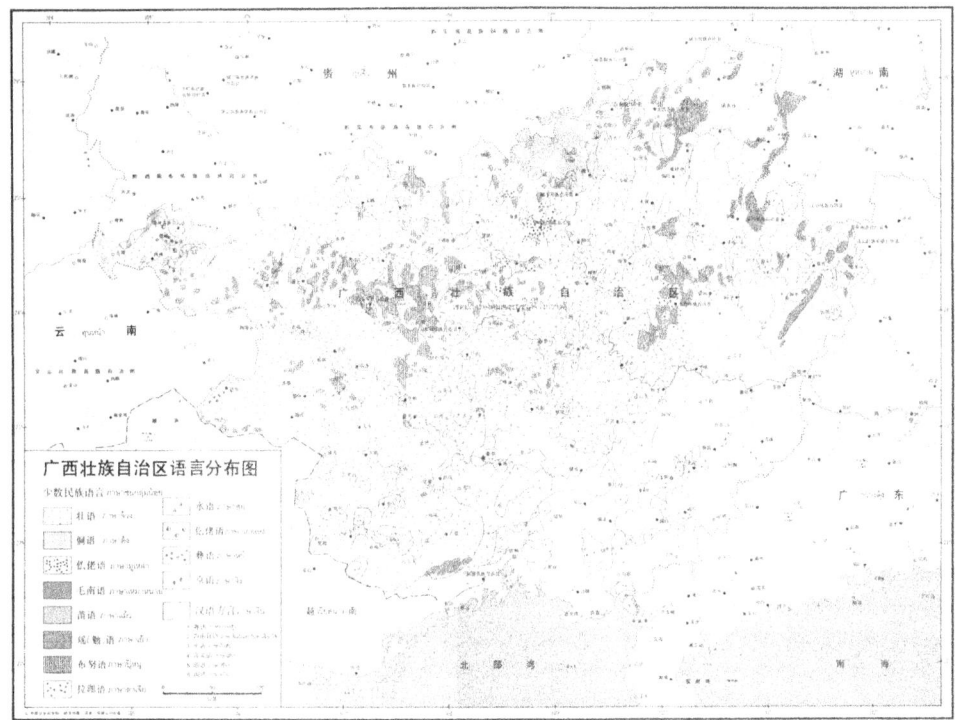

หากพิจารณาจากลักษณะภาษา ภาษาจ้วงแบ่งออกได้เป็น 2 กลุ่มใหญ่ คือภาษาจ้วงเหนือกับภาษาจ้วงใต้ ภาษาจ้วงเหนือจัดอยู่ในภาษาไทกลุ่มเหนือ (Northern Tai) ส่วนภาษาจ้วงใต้จัดอยู่ในภาษาไทกลุ่มกลาง (Central Tai) ลักษณะเด่นของภาษาจ้วงเหนือคือไม่มีพยัญชนะต้นมีลม ส่วนลักษณะเด่นของภาษาจ้วงใต้คือมีพยัญชนะต้นเสียดแทรกและพยัญชนะต้นกักเสียดแทรก ภาษาจ้วงเหนือยังสามารถแบ่งเป็น 8 สาขาตามท้องถิ่นที่พูด ได้แก่ ภาษาหงสุ่ยเหอ (红水河 Hóngshuǐhé) ภาษากุ้ยเป่ย (桂北 Guìběi) ภาษาหลิ่วเจียง (柳江 Liǔjiāng) ภาษาโย่วเจียง (右江 Yòujiāng) ภาษากุ้ยเปียน (桂边 Guìbiān) ภาษาชิวเป่ย (邱北 Qiūběi) และภาษาเหลียนซาน (连山 Liánshān)① ผู้พูดภาษาจ้วงถิ่นเหนือคิดเป็น 70% ของประชากรจ้วงทั้งหมด ส่วนภาษาจ้วงถิ่นใต้

① บางตำรางแบ่งเป็น 7 สาขาโดยไม่ได้แยกภาษาพื้นถิ่นเหลียนซานออกมาเป็นสาขาหนึ่งต่างหาก

สามารถแบ่งเป็น 5 สาขา ได้แก่ ภาษายงหนาน (邕南 Yōngnán) ภาษาจั่วเจียง (左江 Zuǒjiāng) ภาษาเต๋อจิ้ง (德靖 Déjìng) ภาษาเยี่ยนซาน (砚山 Yànshān) และภาษาพื้นถิ่นเหวินหมา (文麻 Wénmá) ภาษาจ้วงแต่ละถิ่นเหล่านี้มีความแตกต่างอย่างชัดเจนด้านเสียง แต่วากยสัมพันธ์กับคำศัพท์ไม่แตกต่างกันมากนัก (覃国生, 1998:180-188)

เมื่อปี พ.ศ. 2500 คณะกรรมการภาษาชนกลุ่มน้อยแห่งกวางสีได้กำหนดให้ภาษาจ้วงถิ่นอู่หมิง (Wǔmíng) ซึ่งจัดอยู่ในภาษาจ้วงถิ่นเหนือเป็น "ภาษาจ้วงมาตรฐาน" เพื่อใช้เป็นตัวแทนภาษาจ้วงทั้งหมด นอกจากนี้ยังได้คิดสร้างระบบเขียนให้แก่ภาษาจ้วงมาตรฐานด้วย โดยประยุกต์ใช้อักษรโรมัน 26 ตัวมาเขียนภาษาจ้วงมาตรฐาน[①] แม้คณะกรรมการภาษาชนกลุ่มน้อยแห่งกวางสีได้ประกาศให้ใช้ภาษาจ้วงมาตรฐานและระบบการเขียนภาษาจ้วงอย่างเป็นทางการตั้งแต่ปี พ.ศ. 2525 แต่ชาวจ้วงส่วนใหญ่ก็ยังคงไม่รู้จักระบบเขียนภาษาจ้วง และไม่ได้พูดภาษาจ้วงมาตรฐานกัน

ภาษาจ้วงมาตรฐานมีลักษณะใกล้ไปทางภาษาประดิษฐ์ (artificial language) คิดขึ้นโดยใช้ภาษาจ้วงถิ่นอู่หมิงเป็นพื้นฐาน แม้กระนั้นภาษาจ้วงมาตรฐานก็มิได้สะท้อนลักษณะที่แท้จริงทั้งหมดของภาษาจ้วงถิ่นอู่หมิง มีการดัดแปลงระบบภาษาจ้วงถิ่นอู่หมิงไปหลายประการ ดังนี้

ด้านระบบเสียง เสียงพยัญชนะต้นควบกล้ำ pl และ ml ในภาษาจ้วงถิ่นอู่หมิงจะปฏิภาคกับเสียง pj และ mj ในภาษาจ้วงถิ่นอื่นๆ ดังนั้น คณะกรรมการภาษาชนกลุ่มน้อยแห่งกวางสีจึงกำหนดให้ภาษาจ้วงมาตรฐานใช้เสียง pj และ mj ไม่ใช้เสียง pl กับ ml ด้านคำศัพท์ ภาษาจ้วงมาตรฐานได้รับคำศัพท์จำนวนหนึ่งที่ใช้กันอย่างแพร่หลายในภาษาจ้วงถิ่นต่างๆ เข้ามาใช้ ทั้งๆ ที่คำบางคำอาจไม่พบในภาษาจ้วงถิ่นอู่หมิง เช่น ภาษาจ้วงมาตรฐานใช้คำว่า faz "ท้องฟ้า" ตามภาษาจ้วงถิ่นใต้ส่วนใหญ่ ทั้งๆ ที่ภาษาจ้วงถิ่นอู่หมิงใช้คำว่า mbwn "ท้องฟ้า" จึงได้รับคำนี้ในระบบคำด้วย ส่วนด้านวากยสัมพันธ์นั้น ภาษาจ้วงถิ่นต่างๆ ไม่แตกต่างกันนัก

---

① ระบบการเขียนภาษาจ้วงแบบดั้งเดิมใช้อักษรจีนและอักษรจีนประยุกต์

หลังจากประกาศใช้ระบบเขียนภาษาจ้วง รัฐบาลกลางจีนและรัฐบาลท้องถิ่นกวางสีได้ทุ่มงบประมาณในการเผยแพร่ภาษาจ้วงมาตรฐานทั้งระบบเขียนและภาษาพูดโดยจัดอบรมให้กับชาวบ้านทั่วไป จัดให้ภาษาจ้วงเป็นวิชาบังคับในโรงเรียน จัดให้มีรายการวิทยุและรายการโทรทัศน์ภาษาจ้วง รวมทั้งออกหนังสือพิมพ์และนิตยสารเป็นภาษาจ้วงมาตรฐาน

โดยเหตุที่ชาวจ้วงตั้งถิ่นฐานอาศัยอยู่ร่วมกับชนเผ่าอื่นๆ นี้ ทำให้ต้องใช้ภาษาจีนเป็นภาษากลางเพื่อติดต่อกับชนเผ่าอื่นๆ ชาวจ้วงจึงต้องเรียนรู้ภาษาจีน ปัจจุบันชาวจ้วงที่ได้รับการศึกษาจึงสามารถพูดภาษาจีนกลางได้ กลายเป็นผู้พูดสองภาษา คือ ภาษาจ้วงกับภาษาจีนกลาง อย่างไรก็ตาม ภาวะสัมผัสภาษาระหว่างภาษาจ้วงกับภาษาจีนอื่นที่ไม่ใช่ภาษาจีนกลางได้เกิดขึ้นก่อนหน้านี้เป็นเวลาช้านานแล้ว ผลกระทบต่อภาษาจ้วงที่เห็นได้ชัดคือ ภาษาจ้วงได้ยืมคำจำนวนมากจากภาษาจีน

ผู้ที่สนใจศึกษาคำยืมจีนในภาษาจ้วงอย่างเป็นระบบเป็นคนแรกคือหลี่ ฟังกุ้ย (李方桂 Lǐ Fānggui) เขาได้บรรยายระบบเสียงของคำยืมจีนในภาษาจ้วงถิ่นหลงโจว (lóngzhōu) ในหนังสือชื่อ "ภาษาถู่อวี่อำเภอหลงโจว" (龙州土语 Lóngzhōu Tǔyǔ, 1940) หลี่ ฟังกุ้ยพบว่า ระบบเสียงภาษาจีนในภาษาถิ่นหลงโจวเป็นระบบที่ซับซ้อน บางคำยืมเข้ามาแต่ช้านานแล้ว แต่บางคำก็เพิ่งยืมเข้ามา บางคำยืมจากภาษาจีนถิ่นกวางตุ้ง บางคำยืมมาจากภาษาจีนถิ่นตะวันตกเฉียงใต้หรือภาษาจีนถิ่นอื่น ต่อมา หลี่ ฟังกุ้ย ได้เขียนหนังสือชื่อ "ภาษาจ้วงอำเภออู่หมิง" (武鸣壮语 Wǔmíng Zhuàngyǔ, 1947: 5) ในหนังสือเล่มนี้หลี่ ฟังกุ้ยได้กล่าวถึงคำยืมจีนในภาษาจ้วงอู่หมิงว่า

ในภาษาจ้วงมีคำยืมภาษาจีนจำนวนมาก มีลักษณะค่อนข้างซับซ้อน คำยืมเหล่านี้ค้นหาที่มาได้ยาก คำยืมภาษาจีนคำหนึ่งมีเสียงหลายแบบ ซึ่งเสียงที่แตกต่างกันนี้อาจบ่งบอกถึงยุคสมัยที่ยืมคำจีนนั้นๆ หรือบอกภาษาถิ่นที่เป็นต้นกำเนิดของคำยืมนั้นๆ

จะเห็นได้ว่า หลี่ ฟังกุ้ยสังเกตเห็นแล้วว่าคำยืมภาษาจีนที่ใช้อยู่ในภาษาจ้วง

ปัจจุบันอาจยืมมาจากภาษาจีนต่างยุคสมัยกัน และยืมมาจากภาษาจีนต่างถิ่นกัน

หลัง พ.ศ. 2500 เป็นต้นมา พบงานวิจัยที่ศึกษายุคสมัยของคำยืมภาษาจีนและระบุภาษาผู้ให้ยืมเป็นจำนวนมาก ได้แก่งานของหวัง จวิน (王均, 1962) จาง จวินหรู (张均如, 1982; 1985; 1988) หลัน ชิ่งหยวน (蓝庆元, 1999; 2001; 2003) และหลี่ เหลียนจิ้น (李连进, 2002) นักวิชาการส่วนใหญ่ที่ผู้วิจัยเอ่ยนามมาข้างต้นเห็นพ้องว่า คำยืมภาษาจีนในภาษาจ้วงสามารถจำแนกเป็นคำยืมเก่ากับคำยืมใหม่ตามลำดับเวลาที่ยืมเข้าโดยพิจารณาจากลักษณะเสียงของคำยืม ระบบเสียงของคำยืมเก่าปฏิภาคกับระบบเสียงภาษาจีนในหนังสือโบราณชื่อ เชียอวิ้น① อย่างเป็นระบบ ประเภทวรรณยุกต์กับเสียงวรรณยุกต์ใกล้เคียงกับภาษาผิงฮั่ว (Píng huà) และภาษาไป๋ (Bái huà) ซึ่งก็คือภาษากวางตุ้ง ส่วนคำยืมใหม่ยืมจากภาษาจีนถิ่นตะวันตกเฉียงใต้ จึงมีเสียงวรรณยุกต์ใกล้เคียงกับภาษาจีนถิ่นตะวันตกเฉียงใต้

งานอื่นๆ ที่ศึกษาวิจัยคำยืมจีนในภาษาจ้วงนอกเหนือจากที่กล่าวมาเป็นงานที่ศึกษาในระดับเสียงกับระดับคำเป็นส่วนใหญ่ เช่น งานศึกษาของอู๋ จงจี้ (吴宗济, 1958) ซึ่งศึกษาระบบเสียงของคำยืมจีนในภาษาจ้วงอู่หมิง งานศึกษาของ Wang Stephen S. (1966) ที่ศึกษาเสียงของคำยืมจีนในภาษาไทกลุ่มเหนือ ซึ่งก็คือภาษาจ้วงเหนือ งานศึกษาของหลิวลี่เจียน (刘力坚, 2005) ที่ศึกษาระบบเสียงของคำยืมจีนในภาษาจ้วงถิ่นเหลียนซาน (连山Liánshān) ส่วนการศึกษาในระดับคำได้แก่ งานศึกษาของหลิว ลี่เจียน (刘力坚, 2006) ซึ่งศึกษาการยืมคำจีนและการผสมผสานเข้าด้วยกัน (integration) ของคำยืมจีนในภาษาจ้วงถิ่นเหลียนซาน (Liánshān) งานศึกษาของถัง หลง (唐龙, 2007) และเซี่ย เอินหลิน (谢恩临, 2007) ซึ่งที่ศึกษาผลการสัมผัสภาษาจ้วง-ภาษาจีนในภาษาจ้วงถิ่นฮั่นต๋า (Hàndá) และภาษาจ้วงถิ่นเซี่ยอ้าว (Xià'ào) ตามลำดับ ส่วนงานศึกษาของเฉา ข่าย (曹凯, 2008) ศึกษาการสัมผัสภาษาจ้วง-ภาษาจีนจากคำยืมจีนที่รวบรวม

① เชียอวิ้น "切韵 QiēYùn" เป็นชื่อหนังสือที่บันทึกเสียงคำจีนสมัยราชวงศ์สุย (隋朝 Suí Cháo) แต่งโดยลู่ฝ่าเหยน (陸法言 Lù Fǎyán)

จากพจนานุกรมจ้วง-จีน (1983)

    ส่วนงานที่ศึกษาการเปลี่ยนแปลงด้านไวยากรณ์ที่เกิดจากการสัมผัสระหว่างภาษาจ้วงกับภาษาจีน คืองานของเจ้า จิง (赵晶, 2008) เจ้า จิงศึกษาการเปลี่ยนแปลงของนามวลีโดยเปรียบเทียบการลำดับคำของนามวลีในภาษาจ้วงและภาษาจีนผิงฮั่วของผู้พูดสองภาษาที่มีอายุต่างกัน ผลการศึกษาพบว่า เวลาพูดภาษาจ้วง กลุ่มผู้บอกภาษาที่มีอายุน้อยกว่าใช้โครงสร้างนามวลีที่ตรงกับภาษาจีนผิงฮั่วมากกว่า และลำดับคำของนามวลีภาษาจ้วงมีแนวโน้มที่จะเปลี่ยนแปลงไปเหมือนลำดับคำแบบภาษาจีนผิงฮั่ว ในขณะที่การลำดับของคำนามวลีภาษาจีนผิงฮั่วของผู้พูดภาษาต่างอายุกันนั้นแตกต่างกันไม่มากนัก แสดงให้เห็นว่า การสัมผัสระหว่างภาษาจ้วงกับภาษาจีนผิงฮั่วนั้น ภาษาจีนผิงฮั่วมีอิทธิพลต่อภาษาจ้วงจนทำให้โครงสร้างนามวลีเกิดการเปลี่ยนแปลง

    งานศึกษาวิจัยต่างๆ ข้างต้น ส่วนใหญ่เป็นการศึกษาภาษาจ้วงถิ่น ส่วนการศึกษาภาษาจ้วงมาตรฐานมีน้อย มีเพียงการศึกษาของอู๋ จงจี้ (吴宗济, 1958) และเฉา ข่าย (曹凯, 2008) เท่านั้น และภาษาจีนที่นำมาเปรียบเทียบกับภาษาจ้วงก็มักเป็นภาษาจีนถิ่น ดังที่อู๋ จงจี้ศึกษาเรื่องเสียงโดยสรุประบบเสียงของคำยืมจีนถิ่นในภาษาจ้วงอู่หมิง และเปรียบเทียบลักษณะของเสียงคำยืมที่ยืมมาจากภาษาจีนกวนฮั่ว (Guān huà) กับคำยืมที่ยืมจากภาษาเยว่อวี่ (Yuè yǔ) ส่วนเฉา ข่าย ศึกษาเรื่องคำยืมที่รวบรวมข้อมูลจากพจนานุกรมจ้วง-จีนซึ่งตีพิมพ์มาตั้งแต่ พ.ศ. 2526 ข้อมูลที่นำมาศึกษาจึงไม่ทันสมัยพอและไม่สามารถสะท้อนภาษาจ้วงปัจจุบันได้อย่างแท้จริง ปัจจุบันยังไม่พบว่ามีงานวิจัยใดที่ศึกษาภาวะสัมผัสภาษาระหว่างภาษาจ้วงมาตรฐานกับภาษาจีนกลาง โดยเก็บข้อมูลจากสื่อสมัยใหม่ และงานวิจัยส่วนมากเน้นศึกษาคำยืมภาษาจีนในภาษาจ้วง โดยจำกัดอยู่เพียงศึกษาหน่วยทางภาษาระดับเสียงและระดับคำเท่านั้น ไม่ได้ศึกษาให้ครอบคลุมไปถึงการเปลี่ยนแปลงที่เกิดขึ้นในระดับวากยสัมพันธ์ ผู้วิจัยจึงคิดว่าควรจะศึกษาการเปลี่ยนแปลงที่เกิดขึ้นในภาษาจ้วงมาตรฐานอันเป็นผลของการสัมผัสภาษาจีนกลางให้ครอบคลุมทั้งการเปลี่ยนแปลงด้านระบบเสียง เช่น การปรับเสียงคำ

ยืมให้เข้ากับระบบเสียงภาษาจ้วง ระดับคำ ได้แก่ การศึกษาโครงสร้างคำ การเปลี่ยนแปลงด้านความหมายของคำยืม และระดับวากยสัมพันธ์ ได้แก่ การศึกษาโครงสร้างวลี และโครงสร้างประโยค โดยรวบรวมข้อมูลจากสิ่งตีพิมพ์ภาษาจ้วงมาตรฐาน และจากรายการวิทยุและรายการโทรทัศน์ที่ออกอากาศเป็นภาษาจ้วงมาตรฐาน

ดังได้กล่าวมาข้างต้นแล้วว่า เหตุที่ชาวจ้วงอาศัยอยู่ร่วมกับชนเผ่าอื่นๆ มาเป็นเวลาช้านาน ทำให้ชาวจ้วงต้องใช้ภาษาจีนเป็นภาษากลางติดต่อสื่อสารกับชาวจีนฮั่น และชนกลุ่มน้อยอื่นของจีน สังคมจ้วงจึงมีผู้พูดสองภาษา (ภาษาจ้วง-ภาษาจีน) จำนวนมาก ส่วนใหญ่ชาวจ้วงจะใช้ภาษาจีนเพื่อประโยชน์ติดต่อค้าขายและติดต่อสัมพันธ์กับชาวฮั่นและชนกลุ่มน้อยอื่น ภาษาจีนที่ใช้เป็นภาษาจีนถิ่น ในเอกสารบันทึกของอำเภออู่หมิง (中国社会科学院民族研究所, 1999: 9) บันทึกไว้ว่า "*ก่อนปี ค.ศ. 1949 ที่นั่น*[①]*แทบไม่มีคนที่พูดภาษาจีนกลางได้เลย*" แต่จากการสำรวจสภาพการใช้ภาษาของกวางสีในปัจจุบัน (袁善来, 2004: 12) พบว่า ประชากรที่พูดภาษาจีนถิ่นตะวันตกเฉียงใต้กับประชากรที่พูดภาษาจีนกลางมีสัดส่วนเป็นร้อยละ 49.87 และร้อยละ 49.70 ตามลำดับ นับว่าต่างกับเมื่อ 50 ปีที่แล้วมาก ส่วนประชากรที่พูดภาษาจ้วงมีสัดส่วนร้อยละ 35.52 สถิตินี้แสดงให้เห็นว่า ประชากรที่พูดภาษาจีนกลางในกวางสีได้ขยายตัวอย่างรวดเร็วภายในระยะเวลาอันสั้น สาเหตุที่ภาษาจีนกลางกลายเป็นภาษาหลักในกวางสี อาจเนื่องมาจากปัจจัยด้านนโยบายภาษาและด้านการศึกษาของรัฐบาลกลางของจีน รัฐบาลจีนให้ความสำคัญกับการใช้ภาษาจีนกลางมาก โดยกำหนดให้ภาษาจีนกลางเป็นภาษาเดียวที่ใช้ในหน่วยงานราชการและในห้องเรียน รายการวิทยุและรายการโทรทัศน์ต้องใช้ภาษาจีนกลางเป็นหลัก บริการสาธารณะต่างๆ ก็ต้องใช้ภาษาจีนกลาง นอกจากนี้ นโยบายเรียนฟรี 9 ปีของรัฐบาลจีนก็ทำให้ชาวจ้วงมีโอกาสได้รับการศึกษาเพิ่มมากขึ้น หนังสือและตำราต่างๆ ที่ใช้ในสถานศึกษาทุกระดับใช้ภาษาจีนกลางเพียงภาษาเดียว สื่อสมัยใหม่ต่างๆ เช่น หนังสือ วิทยุ โทรทัศน์ เป็นต้น ที่ชาวจ้วงสัมผัสอยู่ทุก

[①] หมายถึงอำเภออู่หมิง

วันก็ล้วนแต่เป็นภาษาจีนกลาง ทำให้ผู้พูดสองภาษาภาษาจ้วงและภาษาจีนกลางเพิ่มจำนวนขึ้นมาก จึงคาดว่า ภาษาจ้วงที่ใช้อยู่ในปัจจุบันจึงมีคำยืมจากภาษาจีนกลางอยู่จำนวนมาก และมีการยืมโครงสร้างไวยากรณ์จากภาษาจีนกลางเข้ามาปนด้วย การศึกษาการเปลี่ยนแปลงของภาษาจ้วงอันเนื่องจากภาวะสัมผัสภาษาจ้วงกับภาษาจีนครั้งนี้ ผู้วิจัยจึงจำกัดศึกษาเฉพาะการเปลี่ยนแปลงในภาษาจ้วงมาตรฐานที่เป็นผลมาจากการสัมผัสกับภาษาจีนกลางเท่านั้น ไม่ศึกษาการเปลี่ยนแปลงที่เกิดจากการสัมผัสกับภาษาจีนถิ่น

เพื่อให้สามารถมองเห็นประเด็นการศึกษา ผู้วิจัยได้รวบรวมข้อมูลจากนิตยสารภาษาจ้วง “Sam Nyied Sam”① 6 ฉบับซึ่งออกในปี พ.ศ. 2550 มาศึกษาเบื้องต้น จากการสังเกตพบว่า คำยืมภาษาจีนกลางในภาษาจ้วงมาตรฐานส่วนใหญ่ใช้วิธีทับศัพท์และการยืมคำจากภาษาจีนกลางมาใช้ได้ทำให้ภาษาจ้วงมีคำพ้องความหมายและคำพ้องเสียงเพิ่มขึ้นมาก ซึ่งอาจเป็นคำจ้วงเดิมพ้องกับคำยืมจีนกลาง คำยืมเก่าพ้องกับคำยืมจีนกลาง หรือคำยืมจีนกลางพ้องกันเอง

อนึ่ง คำยืมเก่า หมายถึง คำที่ภาษาจ้วงยืมมาจากภาษาจีนถิ่นอื่นๆ ซึ่งมักเป็นคำยืมที่ยืมเข้าก่อนยุคปัจจุบัน คำยืมเก่าได้ปรับระบบเสียงจนกลมกลืนกับภาษาจ้วงมาตรฐานไปแล้ว ผู้วิจัยจึงถือว่าคำยืมเก่าเป็นส่วนหนึ่งของ “คำจ้วง” คำว่า คำจ้วงนั้น มีความหมายครอบคลุมคำภาษาจ้วงแท้ๆ คำภาษาจ้วงที่ยืมมาจากภาษาไทถิ่นอื่น และคำภาษาจ้วงที่ยืมมาจากภาษาจีนถิ่นซึ่งยืมเข้ามานานแล้ว ดังนั้นในการวิจัยครั้งนี้ ผู้วิจัยจึงได้จำแนกคำที่พบในภาษาจ้วงออกเป็นเพียง 2 ประเภท คือ 1) คำจ้วง กับ 2) คำยืมจีน ซึ่งใช้ในความหมายแคบหมายถึงคำยืมภาษาจีนกลางเท่านั้น ตัวอย่างเช่น คำว่า ci “รถ” เป็นคำยืมเก่าจากภาษาจีนถิ่นที่ใช้กันมานานแล้วในภาษาจ้วง ในการวิจัยครั้งนี้จะถือรวมเป็นคำจ้วง ส่วนคำว่า ceh “รถ” เป็นคำยืมใหม่ที่ยืมทับศัพท์มาจากภาษาจีนกลาง ในการวิจัยครั้งนี้จึงถือว่าเป็นคำยืมจีน ทั้งๆ ที่ทั้งสองคำนี้ยืมทับศัพท์มาจากคำจีน

① “Sam Nyied Sam” เป็นภาษาจ้วง หมายถึง “วันขึ้น 3 ค่ำเดือน 3” ซึ่งเป็นเทศกาลเพลงพื้นบ้านของชนชาติจ้วง

คำเดียวกัน คือ 车 (chē)

จากการเก็บข้อมูลเบื้องต้น ผู้วิจัยสังเกตว่า การยืมคำจีนซึ่งหมายถึงคำภาษาจีนกลางมาใช้ในภาษาจ้วงโดยไม่สลับตำแหน่งของคำจีนซึ่งหมายถึงคำภาษาจีนกลางมาใช้ในภาษาจ้วงภาษาจ้วง ทำให้ภาษาจ้วงมาตรฐานมีคำยืมที่ลำดับคำแบบภาษาจีนอยู่ เช่น

dangznuengx

บรรพบุรุษเดียวกัน-น้อง

(หน่วยขยาย-หน่วยหลัก)

"ลูกพี่ลูกน้อง"

demgyaciz

เพิ่มเติม-มูลค่า

(หน่วยขยาย-หน่วยหลัก)

"มูลค่าเพิ่ม"

การสำรวจข้อมูลเบื้องต้นยังพบว่าภาษาจีนกลางมีอิทธิพลทำให้ภาษาจ้วงมาตรฐานมีการเปลี่ยนแปลงด้านวากยสัมพันธ์ด้วย ตัวอย่างเช่น โครงสร้างนามวลีในตระกูลภาษาไทเป็น "หน่วยหลัก + หน่วยขยาย" แต่ในภาษาจ้วงปัจจุบันพบนามวลีโครงสร้างใหม่ที่ตรงกับโครงสร้างนามวลีของภาษาจีนที่ใช้ "หน่วยขยาย + หน่วยหลัก" ตัวอย่างเช่น

laux baengzyoux

เก่า-เพื่อน

(หน่วยขยาย-หน่วยหลัก)

"เพื่อนเก่า"

ceiq hung diuz dah he

ที่สุด-ใหญ่-สาย-แม่น้ำ-หนึ่ง

(หน่วยขยาย-หน่วยหลัก)

"แม่น้ำที่ใหญ่ที่สุดสายหนึ่ง"

ในบริบทการสัมผัสภาษาทั่วไป วากยสัมพันธ์มักจะถูกกระทบได้ยาก การเปลี่ยนแปลงระดับวากยสัมพันธ์มักจะเกิดขึ้นในสภาวะที่การสัมผัสภาษาที่มีความเข้มข้นมาก จากข้อสังเกตและข้อมูลเบื้องต้น ทำให้ผู้วิจัยสนใจที่จะศึกษาโดยละเอียดจากข้อมูลที่มากกว่าและข้อมูลที่ได้รวบรวมอย่างเป็นระบบว่า กรณีการสัมผัสภาษา ภาษาจ้วงมาตรฐาน-ภาษาจีนกลาง ซึ่งเกิดขึ้นในยุคปัจจุบัน (ไม่เกิน 50 ปี) ภาษาจีนกลางจะมีผลต่อภาษาจ้วงจนทำให้ภาษาจ้วงเกิดการเปลี่ยนแปลงในลักษณะใดบ้าง

ผู้วิจัยมีสมมุติฐานในการวิจัยครั้งนี้ว่า ภาวะสัมผัสภาษาที่ต่างกันอาจมีผลต่อการเปลี่ยนแปลงของภาษาในลักษณะที่ต่างกัน การสัมผัสภาษาระหว่างภาษาจ้วงกับภาษาจีนกลางทำให้ภาษาจ้วงเกิดการเปลี่ยนแปลงทั้งระดับเสียง ระดับคำและระดับวากยสัมพันธ์ ดังนี้

1) ภาวะสัมผัสภาษาจ้วงกับภาษาจีนกลางทำให้ภาษาจ้วงมีหน่วยเสียงย่อยเพิ่มขึ้น มีรูปแบบพยางค์ใหม่เกิดขึ้น เป็นต้น

2) ภาวะสัมผัสภาษาจ้วงกับภาษาจีนกลางทำให้ภาษาจ้วงมีวิธีการสร้างคำแบบใหม่ มีโครงสร้างคำประสมแบบใหม่ เป็นต้น

3) ภาวะสัมผัสภาษาจ้วงกับภาษาจีนกลางทำให้ภาษาจ้วงมีวลีและประโยคที่มีโครงสร้างใหม่

2. วิธีดำเนินการวิจัย

เพื่อให้สอดคล้องกับสมมุติฐานของการวิจัย ผู้วิจัยได้กำหนดรายละเอียดการดำเนินการวิจัยไว้ดังนี้

2.1 ขอบเขตการวิจัย

2.1.1 ศึกษาข้อมูลภาษาจ้วงมาตรฐานทั้งข้อมูลภาษาพูดและภาษาเขียนจาก

สื่อรายการวิทยุ รายการโทรทัศน์ หนังสือพิมพ์ และวารสารที่เผยแพร่ระหว่าง พ.ศ. 2525-2552 ซึ่ง พ.ศ. 2525 เป็นปีที่คณะกรรมการกิจการงานชนเผ่าส่วนน้อยแห่งชาติจีน (Guójiá mínzú shìwù wěiyuánhuì) ได้ประกาศใช้ระบบการเขียนภาษาจ้วงฉบับนี้อย่างเป็นทางการ และในปีเดียวกันนี้ เริ่มมีสิ่งตีพิมพ์ภาษาจ้วงเป็นสื่อสาธารณะ คือ หนังสือพิมพ์ Gvangjsih Minzcuz Bau (banj Sawcuengh)—"หนังสือพิมพ์ชนชาติกวางสีฉบับภาษาจ้วง"

2.1.2 ศึกษาเฉพาะการเปลี่ยนแปลงในภาษาจ้วงที่เป็นผลจากการสัมผัสภาษาจีนกลางเท่านั้น ไม่ศึกษาคำยืมเก่าที่ยืมจากภาษาจีนถิ่น

2.2 ขั้นตอนการดำเนินการวิจัย

2.2.1 ขั้นตอนทบทวนวรรณกรรม

ทบทวนวรรณกรรมต่างๆ ดังต่อไปนี้

1) ทฤษฎีเกี่ยวกับการเปลี่ยนแปลงของภาษา (language change) การสัมผัสภาษา (language contact) การเปลี่ยนแปลงของภาษาอันเนื่องจากการสัมผัสภาษา (contact-induced language Change) การยืมภาษา (language borrowing) ฯลฯ

2) ระบบเสียงของภาษาที่เกี่ยวข้อง ได้แก่ ระบบเสียงภาษาจ้วงมาตรฐาน ระบบเสียงภาษาจีนกลาง ระบบเสียงจีนถิ่นที่พูดอยู่ในชุมชนภาษาจ้วง เป็นต้น

3) งานวิจัย บทความ และเอกสารที่ศึกษาการยืมภาษาจีนในภาษาจ้วง

2.2.2 ขั้นตอนเก็บข้อมูล

ผู้วิจัยจะรวบรวมข้อมูลภาษาจ้วงซึ่งเป็นภาษาเขียนจากสิ่งตีพิมพ์ 2 ประเภท คือ หนังสือพิมพ์ภาษาจ้วงและวารสารภาษาจ้วง ซึ่งปัจจุบันมีเพียงประเภทละ 1 รายชื่อเท่านั้น คือ

หนังสือพิมพ์ Gvangjsih Minzcuz Bau (banj Sawcuengh)—"หนังสือพิมพ์ชนชาติกวางสีฉบับภาษาจ้วง" ซึ่งเป็นหนังสือพิมพ์ภาษาจ้วงฉบับเดียวที่มีอยู่ หนังสือพิมพ์นี้เดิมใช้ชื่อว่า BAU SAWCUENG 'หนังสือพิมพ์ภาษาจ้วง' เริ่มตีพิมพ์ครั้งแรกเมื่อวันที่

1 กรกฎาคม พ.ศ. 2500 แต่หยุดการตีพิมพ์หลังการปฏิวัติวัฒนธรรมครั้งใหญ่เมื่อปลายปี พ.ศ. 2509 และกลับมาตีพิมพ์อีกครั้งวันที่ 1 สิงหาคม 2525 ช่วงแรกตีพิมพ์เป็นหนังสือพิมพ์รายปักษ์ ฉบับหนึ่งมี 4 หน้า มาในปี 2526 เปลี่ยนมาเป็นหนังสือพิมพ์รายสัปดาห์ ฉบับหนึ่งมี 4 หน้าเช่นกัน จนถึงปี 2527 เปลี่ยนชื่อเป็น Gvangjsih Minzcuz Bau (banj Sawcuengh)—"หนังสือพิมพ์ชนชาติกวาวสี ฉบับภาษาจ้วง"

ผู้วิจัยได้เก็บรวบรวมข้อมูลจากหนังสือพิมพ์ Gvangjsih Minzcuz Bau (banj Sawcuengh) ที่ตีพิมพ์ตั้งแต่ปี 2525 ต่อเนื่องกันมาจนถึงปี 2552 รวม 317 เดือน และเลือกเก็บเดือนละ 1 ฉบับเท่านั้น โดยเลือกเก็บจากฉบับแรกของทุกเดือนรวม 317 ฉบับ

นิตยสาร Sam Nyied Sam—"วันขึ้น 3 ค่ำเดือน 3" เป็นนิตยสารเพียงฉบับเดียวที่ตีพิมพ์เป็นภาษาจ้วง เริ่มออกเผยแพร่ตีพิมพ์เมื่อปี พ.ศ. 2529 ช่วงแรกพิมพ์ปีละ 6 ฉบับ ตั้งแต่ปี พ.ศ. 2549 เปลี่ยนเป็นเดือนละ 1 ฉบับ เนื้อหาในนิตยสารนี้แบ่งเป็น 2 ส่วน ส่วนแรกเป็นภาษาจ้วงมาตรฐาน เนื้อหามีทั้งเรื่องสั้น สารคดี นิทานพื้นบ้าน เพลงพื้นบ้าน ฯลฯ ส่วนที่สองเป็นภาษาจีนกลาง เนื้อหาส่วนใหญ่เกี่ยวกับนโยบายภาษาชนกลุ่มน้อย กิจกรรมในวงการภาษาจ้วง บทความวิชาการ และบทเรียนภาษาต่างประเทศ ฯลฯ

การเก็บข้อมูล ผู้วิจัยเก็บเฉพาะคำยืมภาษาจีนกลางที่ปรากฏในเนื้อหาที่เป็นภาษาจ้วงเท่านั้น ไม่เก็บจากบทความภาษาจีน ผู้วิจัยเก็บข้อมูลจากนิตยสารภาษาจ้วงตั้งแต่ พ.ศ. 2529-2552 รวมเป็นเวลา 24 ปี จำนวน 162 ฉบับ

ส่วนข้อมูลภาษาพูดนั้น ผู้วิจัยเก็บข้อมูลจากรายการโทรทัศน์ Cangyij Bauqdauj—"รายงานข่าวภาษาจ้วง" ซึ่งเป็นรายการข่าวภาษาจ้วงของสถานีโทรทัศน์แห่งกวางสี ออกอากาศครั้งแรกเมื่อเดือนมิถุนายน พ.ศ. 2552 เป็นรายการข่าวประจำวันจันทร์ถึงศุกร์ งดออกอากาศวันเสาร์และวันอาทิตย์ รายการยาวประมาณ 10 นาที ผู้วิจัยจะเลือกเก็บเฉพาะรายการของวันที่ 1 และวันที่ 16 ของทุกเดือนเท่านั้น หากวันที่ 1 และวันที่ 15 เป็นวันเสาร์หรือวันอาทิตย์ที่ไม่จัดรายการ ผู้วิจัยจะเก็บรายการที่ออก

อากาศในวันจันทร์ถัดไปแทน รวมเป็นเดือนละ 2 วัน เก็บข้อมูลตั้งแต่เดือนมิถุนายน พ.ศ. 2551 – ธันวาคม พ.ศ. 2552 รวมเป็นจำนวน 38 ตอน

การรวบรวมข้อมูล ผู้วิจัยได้ใช้ทั้งเกณฑ์ด้านเสียงและเกณฑ์ด้านความหมายในการพิจารณาและพิสูจน์คำยืมภาษาจีนในภาษาจ้วง เมื่อพบข้อมูลที่ต้องการก็บันทึกลงในบัตรคำเพื่อรอจำแนกและวิเคราะห์ข้อมูลในขั้นต่อไป

การวิจัยครั้งนี้ ผู้วิจัยได้ใช้จำนวนครั้งที่ปรากฏเป็นเกณฑ์ในการตัดสินว่าคำจีนคำใดคำหนึ่งได้ยืมเข้าใช้ในภาษาจ้วงแล้ว โดยถือว่าคำที่ปรากฏในเอกสารที่รวบรวมตั้งแต่ 3 ครั้งขึ้นไปเป็นคำยืม ไม่ใช่การสลับภาษา การปรากฏทั้ง 3 ครั้งนั้น ต้องไม่ใช่การปรากฏในบทความเดียวกัน ยกเว้นคำที่เป็นชื่อเฉพาะซึ่งผู้วิจัยจะเก็บทุกคำเพื่อนำมาสรุประบบเสียงของคำยืมทับศัพท์

2.2.3 ขั้นตอนจำแนกและวิเคราะห์ข้อมูล

1) จำแนกข้อมูลที่รวบรวมมาว่า เป็นข้อมูลที่แสดงการเปลี่ยนแปลงด้านเสียง ด้านศัพท์ หรือด้านวากยสัมพันธ์ โดยใช้คำยืมทับศัพท์กับชื่อเฉพาะที่ทับศัพท์เป็นข้อมูลด้านเสียง ใช้คำยืมประเภทอื่นๆ เป็นข้อมูลด้านศัพท์ ส่วนโครงสร้างวลีหรือประโยคที่ไม่ตรงกับโครงสร้างภาษาไทอื่นๆ ถือเป็นข้อมูลด้านวากยสัมพันธ์ แต่สำนวนจีน (Chinese Idiom) ที่ยืมแปลด้วยโครงสร้างประโยคพิเศษนั้นจะไม่ถือว่าเป็นรูปประโยคใหม่ที่เกิดขึ้นในภาษาจ้วง เพราะถือว่าโครงสร้างของสำนวนเป็นโครงสร้างพิเศษ ไม่ใช่ภาษาที่ใช้ปรกติ

2) วิเคราะห์ข้อมูลเกี่ยวกับการเปลี่ยนแปลงด้านเสียงโดยสรุประบบเสียงของคำยืมและแบบแผนการปรับเสียงคำยืมภาษาจีนกลางมาเป็นภาษาจ้วงมาตรฐาน การวิเคราะห์ในขั้นตอนนี้ได้ใช้ข้อมูลคำยืมภาษาจีนกลางในภาษาจ้วงประเภทที่เป็นคำยืมแบบทับศัพท์

3) วิเคราะห์ข้อมูลด้านคำศัพท์ คือชนิดของคำทางไวยากรณ์ วงศัพท์ โครงสร้างคำ และศึกษาการกลายความหมายของคำยืม

4) วิเคราะห์ข้อมูลด้านวากยสัมพันธ์ ได้แก่ โครงสร้างวลีและโครงสร้างประโยค

2.2.4 ขั้นตอนสรุปและอภิปรายผลการวิจัย

2.2.5 ขั้นตอนเขียนรายงานการวิจัย

2.3 หลักเกณฑ์ในการพิจารณาและพิสูจน์ข้อมูล

ในการวิจัยครั้งนี้ ผู้วิจัยรวบรวมข้อมูลจากหนังสือพิมพ์ นิตยสารและรายการข่าวภาษาจ้วงดังที่ได้กล่าวมาแล้ว การศึกษาด้านคำกับวากยสัมพันธ์ ผู้วิจัยได้รวบรวมข้อมูลตัวอย่างจากลายลักษณ์อักษรเป็นหลัก ซึ่งก็คือหนังสือพิมพ์และนิตยสารภาษาจ้วง

หลักการพิมพ์ของภาษาจ้วงแบบเว้นวรรคระหว่างคำทำให้แยกแยะคำกับวลีออกจากกันได้ง่าย ดังตัวอย่างการพิมพ์ภาษาจ้วงในย่อหน้าต่อไปนี้

Gaijgwz gaihfang cib seiq bi daeuj, guek raeuz minzcuz gunghcoz youq genzsez miz Cunghgoz dwzswz seveicujyi saehnieb ndawde gaihdoz baenaj.

(1993-1899-1)

จากตัวอย่างข้างต้น คำว่า “seveicujyi (สังคมนิยม)” แม้จะมี 4 พยางค์ คือ se vei cuj yiแต่ก็ถือว่าเป็นคำ 1 คำเนื่องจากพิมพ์ติดกัน ส่วน “yendaiva gensez (การสร้างความทันสมัย)” ถือว่าเป็นวลีเนื่องจากมีการเว้นวรรคระหว่างคำ

การคัดเลือกคำยืมที่ยืมจากภาษาจีนกลางออกจากคำยืมจีนเก่าที่ยืมจากภาษาจีนถิ่นอื่นๆ นั้น มีอยู่ 2 เกณฑ์ คือ เกณฑ์ด้านเสียงกับเกณฑ์ด้านความหมาย

2.3.1 เกณฑ์ด้านเสียง

1) คำยืมแบบทับศัพท์

คำยืมภาษาจีนกลางแบบทับศัพท์มีรูปแบบการปรับเสียงที่แตกต่างจากคำยืมจากภาษาจีนถิ่นอื่นๆ ซึ่ง Gvangjsih Bouxcuengh Swcigih Saujsu Minzcuz Veijyenzvei Yenzgiusiz (ฝ่ายวิจัยคณะกรรมการภาษาและอักษรชนกลุ่มน้อยแห่งกวางสี) ได้กำหนดไว้ในหนังสือ VAHCUENGH SINHSWZ SUZYIJ VEIBENH

(รวบรวมศัพท์ใหม่ศัพท์วิชาการภาษาจ้วง) เป็น “ตารางถอดเสียงคำยืมจีนใหม่” นั่นก็หมายความว่า คำยืมประเภทที่ยืมแบบทับศัพท์จากภาษาจีนกลางจะต้องทับศัพท์ตามรูปแบบการปรับเสียงตามที่ได้กำหนดไว้ ดังนั้นในการรวบรวมข้อมูล ผู้วิจัยจะถือว่าคำยืมทับศัพท์ที่มีรูปแบบการปรับเสียงตรงกับรูปแบบที่ฝ่ายวิจัยคณะกรรมการภาษาและอักษรชนกลุ่มน้อยแห่งกวางสีกำหนดไว้เป็นคำยืมจากภาษาจีนกลาง ตัวอย่างเช่น

ก. goenghai ［koŋ^{24} hai^{24}］ “เปิดเผย” 公开 ［kuŋ^{55} khai^{55}］

ข. gunghminz［kuŋ^{33} min^{31}］ “ราษฎร” 公民 ［kuŋ^{55} min^{35}］

ค. gunghswh ［kuŋ^{33} θɯ^{33}］ “บริษัท” 公司 ［kuŋ^{55} ɕɨ^{55}］

พยางค์แรกของคำทั้ง 3 คำข้างต้นนี้ทับศัพท์มาจากภาษาจีนคำเดียวกัน คือ คำว่า 公 ［kuŋ^{55}］ คำ ก. ทับศัพท์เป็น goeng ［koŋ^{24}］ ในขณะที่คำ ข. กับคำ ค. ทับศัพท์เป็น gungh ［kuŋ^{33}］ ซึ่งตรงกับที่ฝ่ายวิจัยคณะกรรมการภาษาและอักษรชนกลุ่มน้อยแห่งกวางสีกำหนดไว้ในหนังสือ “รวบรวมศัพท์ใหม่ศัพท์วิชาการภาษาจ้วง” คือกำหนดให้

เสียงพยัญชนะต้นของคำยืมภาษาจีนกลาง［k］เมื่อทับศัพท์เป็นระบบเขียนภาษาจ้วงใช้ g กำหนดให้ออกเสียงเป็น ［k］ เหมือนภาษาจีนกลาง

เสียงสระและพยัญชนะท้ายของคำยืมภาษาจีนกลาง［uŋ］เมื่อทับศัพท์เป็นระบบเขียนภาษาจ้วงใช้ ung กำหนดให้ออกเสียงเป็น ［uŋ］ เหมือนภาษาจีนกลาง

วรรณยุกต์ของคำยืมภาษาจีนกลาง［55］เมื่อทับศัพท์เป็นระบบเขียนภาษาจ้วงใช้ h เป็นเครื่องหมายวรรณยุกต์ กำหนดให้ออกเสียงเป็น ［33］

ดังนั้น公［kuŋ^{55}］ ในภาษาจีนกลางจึงควรถอดเสียงเป็น ［kuŋ^{33}］ และทับศัพท์เป็น gungh ในภาษาจ้วงมาตรฐาน แสดงให้เห็นว่า เฉพาะคำ ข. และคำ ค. เท่านั้นที่ถอดเสียงตามเกณฑ์ที่ฝ่ายวิจัยคณะกรรมการภาษาและอักษรชนกลุ่มน้อยแห่งกวางสีกำหนดไว้ คำ ข. และ คำ ค. จึงควรพิจารณาให้เป็นคำยืมจากภาษาจีนกลาง ส่วนคำ ก. ถอดเสียงออกมาไม่เป็นไปตามเกณฑ์ ควรพิจารณาให้เป็นคำที่ยืมมาจากภาษาจีนถิ่น

พยางค์ที่สองของคำ ก. 开 [khai^{55}] ก็เช่นกัน ไม่ได้ถอดเสียงออกมาตามเกณฑ์ที่ฝ่ายวิจัยคณะกรรมการภาษาและอักษรชนกลุ่มน้อยแห่งกวางสีกำหนด คือ ถอดเสียงเป็น [hai^{24}] และทับศัพท์เป็น hai ในขณะที่ภาษาจีนกลางออกเสียงว่า [khai^{55}] หากถ่ายถอดเสียงตามกำหนดต้องเป็น [kai^{33}] ดังนั้น คำ ก. goenghai "เปิดเผย" จึงตัดสินได้แน่นอนว่าไม่ใช่คำยืมจีนกลาง และไม่อยู่ในขอบเขตของการศึกษาครั้งนี้ ส่วนพยางค์ที่ 2 ของ คำ ข. กับคำ ค. ยังคงถ่ายถอดเสียงตามรูปแบบที่ฝ่ายวิจัยคณะกรรมการภาษาและอักษรชนกลุ่มน้อยแห่งกวางสีกำหนดไว้ จึงตัดสินได้แน่นอนว่าเป็นคำที่ยืมภาษาจีนกลาง คำทั้ง 2 คำนี้เป็นคำนี้อยู่ในขอบเขตการวิจัย และผู้วิจัยได้รวบรวมไว้เพื่อศึกษาในขั้นตอนการวิเคราะห์ต่อไป

2) คำยืมแบบผสม

นอกจากคำยืมแบบทับศัพท์แล้ว ผู้วิจัยได้สังเกตพบว่าภาษาจ้วงยังมีคำยืมจากภาษาจีนกลางที่องค์ประกอบส่วนหนึ่งเป็นคำทับศัพท์ และองค์ประกอบอีกส่วนหนึ่งเป็นคำยืมแบบแปล ผู้วิจัยเรียกคำยืมประเภทนี้ว่า "คำยืมผสม

กรณีคำยืมผสม ยังคงสามารถสังเกตได้ชัดเจนว่าเป็นคำที่ยืมมาจากภาษาจีนกลางก็โดยอาศัยวิธีสังเกตจากการถ่ายถอดเสียงและการทับศัพท์เอาจากองค์ประกอบส่วนที่ทับศัพท์ โดยอาศัยเกณฑ์เดียวกับที่ใช้พิจารณาคำยืมแบบทับศัพท์ ส่วนองค์ประกอบอีกองค์ประกอบหนึ่งจัดว่าเป็นคำจ้วง ซึ่งอาจเป็นคำจ้วงแท้ๆ หรือคำยืมจีนถิ่นที่ยืมเข้ามาในภาษาจ้วงนานแล้วจนจัดเป็นคำจ้วงไปแล้วก็ได้

ก. ตัวอย่างคำยืมภาษาจีนกลางที่นำคำทับศัพท์จีนกลางมาผสมกับคำจ้วงแท้ๆ

guh'anq [ku:^{33} a:n^{35}] "ก่อคดี" 作案 (ɕuo^{51} an^{51})

(ทำ – คดี) (ก่อ – คดี) (1995-5-10)

คำ guh "ทำ" เป็นคำจ้วงแท้ๆ ใช้แปลคำภาษาจีนกลางว่า 作 (ɕuo^{51}) "ก่อ" รวมกับคำ anq "คดี" เป็นคำทับศัพท์จากภาษาจีนกลางว่า 案 (an^{51}) ที่ถ่ายถอดเสียงและทับศัพท์เป็น anq [a:n^{35}] กลายเป็นคำยืมผสม guh'anq [ku:^{33} a:n^{35}] แม้ว่าคำนี้จะ

มีเพียงพยางค์หลังเพียงพยางค์เดียวที่ยืมมาจากภาษาจีนกลาง แต่ก็ถือว่าทั้งคำเป็นคำยืมผสมที่ยืมมาจากคำภาษาจีนกลางว่า 作案 (ɕuo⁵¹ an⁵¹) "ก่อ – คดี"

ข. ตัวอย่างคำยืมภาษาจีนกลางที่นำคำทับศัพท์จีนกลางมาผสมกับคำจ้วงที่เป็นคำจีนถิ่นซึ่งยืมมาใช้นานแล้ว

cifeiq [ci:^{24} fei^{35}] "ค่าโดยสารรถ" 车费 [tʂə^{55} fei^{51}]

(รถ-ค่า) (รถ- ค่า) (2003-1-15)

พยางค์แรกของคำนี้ [ci:^{24}] เป็นคำยืมจีนเก่ามาจากคำว่า 车 [tʂə^{55}] แปลว่า "รถ" เป็นคำที่มีใช้อยู่แล้วในภาษาจ้วงก่อนที่ภาษาจ้วงจะยืมคำภาษาจีนกลางเข้ามาใช้ ดังนั้น ci จึงจัดเป็น "คำจ้วง" ไปแล้ว จึงไม่ได้ทับศัพท์ตามรูปแบบที่ฝ่ายวิจัยคณะกรรมการภาษาและอักษรชนกลุ่มน้อยแห่งกวางสีกำหนดไว้ แต่พยางค์ที่สองปรับตามรูปแบบที่กำหนด ดังนี้

พยัญชนะ [f] ถ่ายถอดเสียงเป็น [f] ทับศัพท์เป็น f

สระและพยัญชนะท้าย [ei] ถ่ายถอดเสียงเป็น [ei] ทับศัพท์เป็น ei

วรรณยุกต์ [51] ถ่ายถอดเสียงเป็น [35] มี q เป็นเครื่องหมายวรรณยุกต์

แม้ว่ามีเพียงพยางค์ที่สองเท่านั้นที่ทับศัพท์โดยปรับเสียงตามรูปแบบที่ฝ่ายวิจัยคณะกรรมการภาษาและอักษรชนกลุ่มน้อยแห่งกวางสีกำหนด แต่ก็ถือว่าคำ cifeiq [ci:24 fei35] ทั้งคำ เป็นคำที่ยืมมาจากจีนกลาง

2.3.2 เกณฑ์ด้านความหมาย

คำยืมภาษาจีนกลางที่ปรากฏในภาษาจ้วงปัจจุบัน นอกจากคำยืมแบบทับศัพท์และคำยืมผสมซึ่งสามารถสังเกตได้จากเสียงของคำยืมตามที่ได้กล่าวมาแล้วในข้อ ๑.๕.๒.๑ แล้ว ผู้วิจัยยังพบยืมความหมาย (semantic borrowing) และยืมความคิด (concept borrowing) มาจากภาษาจีนกลางด้วย กล่าวคือ ภาษาจ้วงในฐานะภาษาผู้รับยืมเฉพาะความคิดของคำจากภาษาจีนกลางโดยไม่รับรูปทั้งรูปเขียนและเสียงมาด้วย แต่นำคำที่มีความหมายเดียวกับคำในภาษาจีนกลางในฐานะผู้ให้มาประกอบกัน

ตามตัวอย่างคำในภาษาผู้ให้นั้น ดังนั้นจึงจำเป็นต้องมีเกณฑ์การพิจารณาความหมายของคำยืมเพื่อตัดสินว่าคำคำนั้นเป็นคำยืมจากภาษาจีนกลางหรือไม่ ดังนี้

1) หากคำที่ถูกยืมนั้นเป็นคำที่เกิดใหม่ในภาษาจีนกลาง หรือมีความหมายใหม่เกิดขึ้นภายในช่วงเวลาที่อยู่ในขอบเขตการวิจัยครั้งนี้ จะถือว่าคำยืมคำนั้นเป็นคำยืมภาษาจีนกลาง หรือมีความหมายใหม่ที่ยืมจากภาษาจีนกลาง การพิจารณาว่าคำคำหนึ่งในภาษาจีนกลางเป็นคำที่เกิดใหม่หรือมีความหมายใหม่หรือไม่อย่างไรนั้น ผู้วิจัยอาศัยพจนานุกรมศัพท์ใหม่ภาษาจีน (新华新词语词典) และประวัติศาสตร์สังคมจีนประกอบการพิจารณา ตัวอย่างเช่น

    roengzhaij   <   下海（xiàahǎi）

    (ลง – ทะเล)   (ลง – ทะเล)

    (แปล–ทับศัพท์)

ในภาษาจีน เดิมคำว่า 下海（xiàahǎi）หมายถึง "ออกทะเล" ต่อมาเมื่อทศวรรษที่ 1990 คำนี้ใช้หมายถึงลาออกจากราชการหรือรัฐวิสาหกิจไปประกอบธุรกิจส่วนตัว (商务印书馆, 2003: 353) คำผสมนี้ได้ยืมเข้าในภาษาจ้วงโดยคำแรกใช้วิธียืมแบบแปล คำที่สองใช้วิธียืมแบบทับศัพท์ซึ่งได้ปรับเสียงตามรูปแบบการปรับเสียงของคำยืมภาษาจีนกลางตามรูปแบบที่ฝ่ายวิจัยคณะกรรมการภาษาและอักษรชนกลุ่มน้อยแห่งกวางสีกำหนดไว้ ดังนั้น คำว่า roengzhaij หากมีความหมายว่า "ลงทะเล" ถือว่าเป็นคำภาษาจ้วง แต่หากภาษาจ้วงใช้ในความหมายว่า "ลาออกจากราชการหรือรัฐวิสาหกิจไปประกอบธุรกิจส่วนตัว" ก็ถือว่าเป็นคำยืมจากภาษาจีนกลาง

2) บริบททางสังคมในช่วงระยะเวลา 50 ปีที่ผ่านมาซึ่งเป็นช่วงเวลาเดียวกับที่ผู้วิจัยเลือกเก็บข้อมูลภาษาจ้วงเพื่อใช้ในการการวิจัยนี้ ประเทศจีนกำลังอยู่ช่วงเริ่มเปิดประเทศสู่โลกภายนอกและปฏิวัติความรู้และวิทยาการเพื่อพัฒนาประเทศ ชาวจ้วงซึ่งเดิมอยู่สังคมการเกษตร ได้เริ่มเรียนรู้วิทยาการแบบตะวันตกในด้านการเมือง การศึกษา วิทยาศาสตร์เทคโนโลยี การบริหาร ธุรกิจการค้า ฯลฯ ดังนั้น คำศัพท์ในภาษาจ้วงที่เกี่ยว

กับการเมือง การศึกษา วิทยาศาสตร์เทคโนโลยี การบริหาร ธุรกิจการค้า ฯลฯ ซึ่งเกิดขึ้นในระยะ 50 ปีมานี้ ผู้วิจัยจึงจัดให้เป็นคำยืมจากภาษาจีน ตัวอย่างเช่น

    hohfanhmaenz [ho:^{33} fa:n^{33} man^{31}] "ครัวเรือนที่มีสินทรัพย์หมื่นหยวนขึ้นไป"
(ครัวเรือน-หมื่น-หยวน)   (1988-4-10)
        ↑
    万元户 (wànyuánhù)
(หมื่น-หยวน-ครัวเรือน)

    คำว่า 万元户 ในภาษาจีนกลางเป็นคำที่ยืมเข้ามาในภาษาจ้วงปัจจุบันพร้อมกับระบบการเช่าที่ดินทำมาหากินของกสิกรและการประกอบธุรกิจส่วนตัวในระยะต้นของการปฏิวัติและเปิดประเทศ คำคำนี้ยืมเข้ามาใช้ในภาษาจ้วงด้วยวิธีแปลจากคำภาษาจีนกลางที่เกิดขึ้นใหม่ในภาษาจีนกลาง ผู้วิจัยจึงถือว่าคำคำนี้เป็นคำยืมจากภาษาจีนกลางตามเกณฑ์ความหมาย

    ด้วยเกณฑ์ทางเสียงและเกณฑ์ทางความหมาย จะสามารถรวบรวมคำยืมภาษาจีนกลางได้ไม่ว่าจะเป็นคำยืมแบบทับศัพท์ คำยืมผสม และคำยืมแบบแปล คำยืมต่างๆ เหล่านี้ผู้วิจัยได้นำมาวิเคราะห์ลักษณะทางเสียงและลักษณะโครงสร้างภายในคำต่อไป

    ส่วนข้อมูลด้านวากยสัมพันธ์นั้น ผู้วิจัยได้พิสูจน์การเปลี่ยนแปลงของภาษาจ้วงปัจจุบันโดยเปรียบเทียบกับภาษาในตระกูลไทอื่นๆ โครงสร้างใดที่ไม่พบในภาษาไทอื่นๆ และตรงกับโครงสร้างของภาษาจีนกลาง จะสันนิษฐานว่าโครงสร้างนั้นเป็นโครงสร้างใหม่ในภาษาจ้วงปัจจุบันที่รับมาจากภาษาจีนกลาง เช่น ประโยคบอกความเปรียบเทียบ ภาษาตระกูลไทมีโครงสร้างประโยคบอกความเปรียบเทียบเดิมเป็น "คำคุณศัพท์ + ตัวบ่งชี้ + สิ่งถูกเปรียบ" ดังนี้

    ภาษาไทย   วันนี้ร้อนกว่าเมื่อวาน
    ภาษาไทใต้คง   man^2 xak^7 si^1 kau^6 เขาขยันกว่าฉัน
        (เขา   ขยัน กว่า ฉัน)

ภาษาปู้ยี (Bùyī) kun² te¹ çau⁶ kwa⁵ tçɔŋ⁵ muɯŋ² กระโปรงเขาสวยกว่าของคุณ
(กระโปรง เขา สวย กว่า ของ คุณ)

ในภาษาจ้วง นอกจากพบโครงสร้าง "คำคุณศัพท์ + ตัวบ่งชี้ + สิ่งถูกเปรียบ" เช่นเดียวกับภาษาไทอื่นๆ แล้ว ยังพบโครงสร้าง "ตัวบ่งชี้ + สิ่งถูกเปรียบ + คำคุณศัพท์" ซึ่งตรงกับโครงสร้างภาษาจีนกลางด้วย นอกจากนี้ ประโยคบอกความเปรียบเทียบในภาษาจ้วงปัจจุบันยังใช้คำบุพบท bij ซึ่งเป็นที่คำยืมจากภาษาจีนกลางว่า 比 (bǐ) มาใช้เป็นตัวบ่งชี้ด้วย ดังนั้น โครงสร้าง "ตัวบ่งชี้ bij + สิ่งถูกเปรียบ + คำคุณศัพท์" ในภาษาจ้วงปัจจุบันจึงจัดเป็นโครงสร้างใหม่ที่เกิดขึ้นเพราะภาวะสัมผัสภาษาจ้วงกับภาษาจีนกลาง

2.4 คำนิยามที่เกี่ยวข้อง

การสัมผัสภาษา (language contact) หมายถึง ปรากฏการณ์ทางภาษาที่เกิดจากผู้พูดภาษาคนหนึ่งสามารถพูดได้มากกว่า 1 ภาษา และใช้ภาษาเหล่านั้นสลับกันไปมาได้

บริบทการสัมผัสภาษา หมายถึง สิ่งแวดล้อมทางสังคมที่มีการสัมผัสภาษา ในงานวิจัยครั้งนี้ บริบทการสัมผัสภาษาที่ผู้วิจัยต้องการศึกษา หมายรวมถึง ผู้พูดภาษาซึ่งได้แก่ประชากรจีนที่พูดสองภาษา คือ ภาษาจ้วงกับภาษาจีนกลาง รวมทั้งความสัมพันธ์ระหว่างสองชนชาติ ได้แก่ การไปมาหาสู่กัน ที่ตั้งทางภูมิศาสตร์ เศรษฐกิจ นโยบายการศึกษา นโยบายภาษา เป็นต้น

การเปลี่ยนแปลงของภาษาอันเกิดจากการสัมผัสภาษา (contact-induced language change) หมายถึง การเปลี่ยนแปลงด้านภาษาที่อาจไม่เกิดขึ้นหากไม่ได้อยู่ในสภาวะสัมผัสภาษา การเปลี่ยนแปลงด้านภาษาอาจเป็นผลจากการนำหน่วยภาษาจากภาษาผู้ให้ยืมมาใช้โดยตรง และการเปลี่ยนแปลงทางอ้อมอันเป็นผลต่อเนื่องมากจากการยืมโดยตรงซึ่งเกิดขึ้นก่อน หน่วยภาษาที่ยืมหรือนำเข้ามานี้อาจเป็นคำ เป็นโครงสร้าง หรือทั้งคำและโครงสร้างก็ได้ ในขณะนำเข้า อาจมีการปรับโครงสร้างของภาษาผู้ให้ยืมหรือไม่ก็ได้ (Thomason, 2001: 61-63)

การยืมภาษา (linguistic borrowing) หมายถึง การที่ภาษาหนึ่งรับเอาลักษณะ ใดก็ตามจากอีกภาษาหนึ่งเข้ามาใช้ จนกลายเป็นลักษณะของตนเอง ลักษณะทาง ภาษาที่ยืมได้นั้น อาจเป็นอะไรก็ได้ ไม่ว่าจะเป็นเสียง พยัญชนะ สระ วรรณยุกต์ ทำนอง เสียง เสียงเน้นหนัก คำทุกประเภท โดยเฉพาะอย่างยิ่งคำหลัก เช่น นาม กริยา และ ลักษณะทางไวยากรณ์ เช่น การแสดงพหูพจน์ การก และหน่วยสร้าง (construction) ต่างๆ เช่น ประโยคกรรมวาจก เป็นต้น (อมรา ประสิทธิ์รัฐสินธุ์, 2548: 98)

การยืมแบบทับศัพท์ (Loan words) หมายถึง การยืมคำจากภาษาจีน กลางมาใช้ในภาษาจ้วงโดยการถอดเสียงภาษาจีนกลางด้วยตัวอักษรจ้วง และการถอด เสียงนั้นจะคงลักษณะทางเสียงให้ใกล้เคียงกับศัพท์เดิมในภาษาจีนกลางให้มากที่สุด การถ่ายถอดเสียงและทับศัพท์จากภาษาจีนกลางเป็นภาษาจ้วงนั้น ใช้เกณฑ์ที่ฝ่ายวิจัย คณะกรรมการภาษาและอักษรชนกลุ่มน้อยแห่งกวางสี (Gvangjsih Bouxcuengh Swcigih Saujsu Minzcuz Veijyenzvei Yenzgiusiz) กำหนดไว้ในหนังสือชื่อ "รวบรวม ศัพท์ใหม่ศัพท์วิชาการภาษาจ้วง" (VAHCUENGH SINHSWZ SUZYIJ VEIBENH) ใน หนังสือดังกล่าวได้แสดง "ตารางถ่ายถอดเสียงคำยืมจีนใหม่" ไว้

การยืมแบบผสม (Loan blends) หมายถึง การนำคำยืมทับศัพท์ภาษาจีน กลางมาผสมกับคำจ้วง และใช้เป็นคำคำเดียวในภาษาจ้วงปัจจุบัน

การยืมแบบแปล (Loan translation) หมายถึง การยืมคำโดยนำคำหรือ หน่วยคำในภาษาจ้วงมาแปลคำหรือหน่วยคำจากภาษาจีนกลางในลักษณะแปลคำต่อ คำหรือหน่วยต่อหน่วย ซึ่งอาจมีการสับเปลี่ยนตำแหน่งก่อนหลังของคำหรือหน่วยคำ หรือไม่ก็ได้

การยืมความหมาย (semantic borrowing) หรือการยืมความคิด (concept borrowing) หมายถึง การที่ภาษาผู้รับยืมเฉพาะความคิดของคำโดยไม่รับรูปไม่ว่าจะ เป็นรูปเขียนหรือเสียงมาด้วย หรือภาษาผู้รับสร้างคำลอกเลียนแบบคำในภาษาผู้ให้ โดยนำคำที่มีความหมายเดียวกับคำในภาษาผู้ให้มาประกอบกันตามตัวอย่างคำใน

ภาษาผู้ให้นั้น (วัลยา ช้างขวัญยืน และคณะ, 2553: 105)

คำจ้วง หมายถึง คำที่มีอยู่แล้วในภาษาจ้วงก่อนที่ภาษาจ้วงปัจจุบันจะยืมคำจากภาษาจีนกลางเข้ามาใช้ คำที่มีอยู่แล้วในภาษาจ้วงอาจเป็นคำจ้วงแท้ๆ ซึ่งเป็นคำร่วมเชื้อสายกับคำไทอื่น คำที่ภาษาจ้วงยืมในลักษณะทับศัพท์แบบเก่ามาจากภาษาจีนถิ่น ซึ่งได้ก็กลายเป็นคำจ้วงไปแล้ว

ภาษาจ้วง หมายถึง ภาษาจ้วงมาตรฐานซึ่งมีพื้นฐานมาจากภาษาจ้วงถิ่นอู่หมิง

ภาษาจีน หมายถึง ภาษาจีนกลาง

นามวลี หมายถึง กลุ่มคำซึ่งมีคำนามเป็นส่วนประกอบสำคัญ เรียกว่าหน่วยหลัก และมีส่วนประกอบอื่นๆ ขยายหน่วยหลัก เรียกว่าหน่วยขยาย (นววรรณ พันธุเมธา, 2551:145)

กริยาวลี หมายถึง กลุ่มคำซึ่งประกอบด้วยหน่วยหลักคือคำกริยาและหน่วยขยายซึ่งประกอบด้วยคำหรือประโยค (นววรรณ พันธุเมธา, 2551:154)

บุพบทวลี หมายถึง กลุ่มคำที่ประกอบด้วยคำบุพบทกับนามวลี ซึ่งทำหน้าที่ขยายกริยาเพื่อบอกเวลา สถานที่ เครื่องมือ เหตุผล วัตถุประสงค์ ผู้กระทำ ผู้ถูกกระทำ เป็นต้น

2.5 เครื่องหมายและคำย่อที่ใช้ในหนังสือเล่มนี้

2.5.1 คำย่อ

ก.	ย่อมาจาก	คำกริยา	น.	ย่อมาจาก	คำนาม
คุณ.	ย่อมาจาก	คำคุณศัพท์	สน.	ย่อมาจาก	คำสรรพนาม
จน.	ย่อมาจาก	คำบอกจำนวน	ชก.	ย่อมาจาก	คำช่วยกริยา
ลน.	ย่อมาจาก	คำลักษณนาม	สัน.	ย่อมาจาก	คำสันธาน
กว.	ย่อมาจาก	กริยาวลี	นว.	ย่อมาจาก	นามวลี
ปว.	ย่อมาจาก	ปริมาณวลี	บว.	ย่อมาจาก	บุพบทวลี
นล.	ย่อมาจาก	หน่วยหลัก	นข.	ย่อมาจาก	หน่วยขยาย

2.5.2 การอ้างอิงตัวอย่าง

(2007-4-20) หมายถึงอ้างอิงจากนิตยสารภาษาจ้วง Sam Nyied Sam -- "วันขึ้น 3 ค่ำเดือน 3" ตัวเลขทั้ง 3 ส่วนนี้หมายถึงปี เดือนที่พิมพ์ และเลขหน้าที่อ้างอิงตามลำดับ

(1992-1864-4) หมายถึงอ้างอิงจากหนังสือพิมพ์ Gvangjsih Minzcuz Bau (banj Sawcuengh) -- "หนังสือพิมพ์ชนชาติกวางสีฉบับภาษาจ้วง" ตัวเลขทั้ง 3 ส่วนนี้หมายถึงปีที่ ฉบับที่พิมพ์ และเลขหน้าที่อ้างอิงตามลำดับ

(TV 2007-4-15) หมายถึงอ้างอิงจากรายการโทรทัศน์ Cangyij Bauqdauj -- "รายงานข่าวภาษาจ้วง" ตัวเลขทั้ง 3 ส่วนนี้หมายถึงปี เดือน และวันที่ออกรายการตามลำดับ

บทที่ 2

ทบทวนวรรณกรรม

ในบทนี้ ผู้วิจัยจะกล่าวถึงทฤษฎีที่จะใช้ในการวิเคราะห์ข้อมูลและทบทวนงานวิจัยที่เกี่ยวกับการยืมภาษาจีนในภาษาจ้วง

ส่วนที่ 1 เป็นทฤษฎีที่เกี่ยวกับการเปลี่ยนแปลงของภาษา (language change) การสัมผัสภาษา (language contact) และการเปลี่ยนแปลงของภาษาอันเนื่องจากการสัมผัสภาษา (contact-induced language contact) และการยืมภาษา

ในส่วนที่ 2 ผู้วิจัยจะกล่าวถึงระบบเสียงของภาษาที่เกี่ยวข้อง ได้แก่ ระบบเสียงภาษาจ้วง ระบบเสียงภาษาจีนกลางและระบบเสียงของภาษาจีนถิ่นที่เกี่ยวข้อง พร้อมอธิบายวิธีการถ่ายถอดเสียงภาษาต่างๆที่ปรากฏในงานวิจัยนี้

นอกจากนี้ การทบทวนงานวิจัยที่เกี่ยวกับการยืมภาษาจีนในภาษาจ้วง สามารถนำมาเป็นแนวทางในการศึกษาภาษาจ้วงกับภาษาจีน หรือสามารถพบเห็นมุมมองใหม่ในการศึกษาภาษาจ้วงกับภาษาจีน ผู้วิจัยจึงได้ทบทวนงานวิจัยที่ศึกษาภาษาจีนในภาษาจ้วงไว้ในส่วนที่ 3

1. ทฤษฎีที่เกี่ยวข้อง

ในการศึกษาการเปลี่ยนแปลงที่เกิดจากการสัมผัสภาษา จำเป็นจะต้องทำความเข้าใจกับทฤษฎีต่างๆ ที่เกี่ยวข้อง ได้แก่ การเปลี่ยนแปลงของภาษา การสัมผัสภาษา การเปลี่ยนแปลงของภาษาอันเนื่องจากการสัมผัสภาษา และการยืมภาษา ดังนี้

1.1 การเปลี่ยนแปลงของภาษา

การเปลี่ยนแปลงของภาษา (language change) หมายถึง การที่หน่วยภาษา

แปรเปลี่ยนไปตามกาลเวลา ภาษาทุกภาษาย่อมมีการเปลี่ยนแปลงหากภาษานั้นยังมีคนใช้อยู่ ดังที่ Ferdinand de Saussure (1983: 77) ตั้งข้อสังเกตเกี่ยวกับการเปลี่ยนแปลงของภาษาไว้ว่า "เวลาเปลี่ยนแปลงทุกสิ่งทุกอย่าง ไม่มีเหตุผลอธิบายได้ว่าทำไมภาษาจึงจะหลุดรอดไปจากกฎอันเป็นสากลข้อนี้ได้"

ปัจจัยที่นำไปสู่การเปลี่ยนแปลงของภาษามีดังนี้ (ปราณี กุลละวณิชย์, 2534: 380-399)

1) ความสมมาตรของภาษา (symmetry)

ภาษามีหลักการที่จะต้องดำรงความสมมาตรในทุกระดับของภาษาไว้ ทั้งความสมมาตรในระบบเสียง ระบบคำ และระบบไวยากรณ์ หากมีการเปลี่ยนแปลงเกิดขึ้นจนทำให้ระบบภายในของภาษาสูญเสียความสมมาตรไป ลักษณะสมมาตรในภาษาก็จะผลักดันให้เกิดการเปลี่ยนแปลงต่อเนื่อง ซึ่งจะทำให้เกิดผลในลัษณะสมมาตรขึ้นใหม่

2) ลักษณะประหยัดของภาษา (economy)

กล่าวคือ โดยทั่วไป ภาษาจะไม่อนุญาตให้มีรูป 2 รูปที่มีความหมายเหมือนกันทุกประการ เมื่อมีการยืมคำเข้ามาใช้ในภาษาใดภาษาหนึ่ง และคำคำนั้นมีความหมายเหมือนกับคำที่มีอยู่ในภาษาเดิม คำที่มีอยู่เดิมหรือคำที่ยืมเข้ามาจะต้องมีการเปลี่ยนแปลงด้านความหมาย เพื่อให้ทั้งคู่คงอยู่ในภาษาได้

3) ความแตกต่างของภาษาที่มีอยู่ในสังคม

ผู้พูดภาษาที่อยู่ในชุมชนเดียวกันมักมีความแตกต่างกันในเรื่องอายุ เพศ การศึกษา อาชีพ เป็นต้น ความแตกต่างเหล่านี้มักแสดงออกในภาษาที่ใช้ และความแตกต่างในภาษาที่ใช้นี่เอง อาจมีผลสุดท้ายที่ทำให้เกิดการเปลี่ยนแปลงในภาษาได้

4) สภาพทางจิตวิทยาของผู้พูดภาษา

สังคมประกอบด้วยชนชั้นหลายชนชั้น ลักษณะความต้องการเปลี่ยนแปลงไปสู่ชนชั้นที่สูงกว่า หรือความภาคภูมิใจที่จะอยู่ในชนชั้นของตน เป็นสภาพทางจิตวิทยา และสภาพทางจิตวิทยาจะแสดงออกในการใช้ภาษา เช่นความนิยมในการใช้เสียงบาง

เสียงเพื่อแสดงว่าตนอยู่ในกลุ่มคนที่ตนนิยมหรือการที่ขัดขืนไม่ยอมออกเสียงบางเสียงตามคนส่วนมากในสังคมเพื่อรักษาศักดิ์ศรีชนชั้นของตน

5) ความเจริญก้าวหน้าทางวิทยาการ

เมื่อวิทยาการต่างๆ เจริญก้าวหน้า มีความคิดและสิ่งประดิษฐ์ใหม่ๆ เกิดขึ้นในสังคม มนุษย์จึงต้องการคำศัพท์เพิ่มขึ้นเพื่อใช้เรียกความคิดหรือสิ่งต่างๆ เหล่านั้น คำที่เกิดใหม่นี้อาจยืมมาจากภาษาอื่น หรือเกิดจากการนำคำเดิมในภาษามาผสมกัน หรือสร้างขึ้นใหม่ด้วยกลวิธีอื่นๆ เมื่อวัตถุอย่างหนึ่งมีการดัดแปลงไปตามความเจริญทางวิทยาการ แต่คำที่ใช้เรียกวัตถุนั้นไม่เปลี่ยน ดังนั้น ในเวลาที่ต่างกัน คำคำเดียวกันก็แทนของ 2 สิ่งที่ไม่เหมือนกัน หรืออาจพูดได้ว่าความหมายของคำได้เปลี่ยนแปลงไป

6) ลักษณะการออกเสียงของผู้พูดภาษา

การออกเสียงแต่เพียงย่นย่อและการออกเสียงไม่ชัดเพื่อให้ออกเสียงได้สะดวก เพราะผู้พูดเห็นว่าอาจไม่เป็นปัญหาในการฟังมากนัก และผู้ฟังสามารถตีความตามบริบทได้ ผลทำให้ผู้พูดขาดความระมัดระวังในการออกเสียงมากขึ้น ทำให้เกิดการเปลี่ยนแปลงในภาษาได้

ตามปัจจัยดังกล่าวข้างต้น ปัจจัยที่ 1) กับปัจจัยที่ 2) เป็นปัจจัยที่เกี่ยวกับตัวภาษาเอง ส่วนปัจจัยที่ 3) – 6) เป็นปัจจัยที่ไม่เกี่ยวกับภาษา แต่จะทำให้เกิดแรงผลักดันที่อาจแสดงออกในทางภาษา

เมื่อปัจจัยหนึ่งหรือหลายปัจจัยดังกล่าวมากระตุ้น ก็จะเกิดกลไกที่ทำให้ภาษาเปลี่ยนแปลง ความสัมพันธ์ของปัจจัย กลไก และการเปลี่ยนแปลงในภาษาสามารถสรุปได้ดังนี้ (ปราณี กุลละวณิชย์, 2534: 380-399)

ภาพที่ 2.1 ความสัมพันธ์ของปัจจัย กลไก และการเปลี่ยนแปลงในภาษา

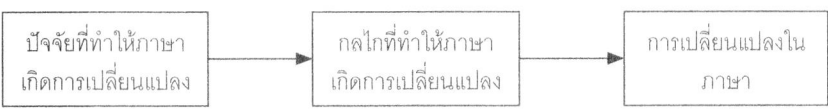

กลไกที่ทำให้ภาษาเปลี่ยนแปลงนั้น อาจกล่าวได้ว่ามีอยู่ 3 แบบ คือ

1) การกลายเสียง (Sound Change) การกลายเสียงเป็นขบวนการตามธรรมชาติที่เกิดขึ้นได้ในทุกภาษาตราบที่ยังมีภาษาพูดอยู่ การกลายเสียงมีหลายแบบ หากจำแนกจากแง่ของการเปล่งเสียง (articulation) ได้แก่ การกลมกลืนเสียง (assimilation) การผลักเสียง (dissimilation) การสับที่เสียง (metathesis) การสูญเสียง (sound loss) การแทรกเสียง (epenthesis) การติดเสียง (contamination) เป็นต้น

2) การเทียบแบบภาษา (analogy) หมายถึง ผู้ใช้ภาษาใช้ความรู้ที่มีอยู่แล้ว เป็นแนวเทียบสำหรับเรียนรู้สิ่งใหม่ๆ ซึ่งยังไม่มีผู้สอน โดยยึดเอาลักษณะที่ตนคุ้นเคย หรือเป็นลักษณะที่เกิดขึ้นบ่อยๆ มาเป็นแนวเทียบเพื่อเปลี่ยนคำอื่นๆ ให้เป็นไปตามทำนองเดียวกันกับคำที่ถือเป็นแนวเทียบหรือแบบ

3) การยืมภาษาอื่น (borrowing) ความจำเป็นในการพูดถึงความคิดหรือสิ่งของใหม่ หรือความนิยมในการพูดภาษาต่างประเทศ จะทำให้เกิดการยืมภาษาขึ้น การยืมภาษาเป็นหลักฐานที่ยืนยันได้ว่ามีการสัมผัสภาษาเกิดขึ้นแน่นอน ความเข้มข้นของการสัมผัสภาษา (intensity of contact) ที่ต่างกัน อาจเกิดระดับการยืม (borrowing scale) ที่ต่างกัน ดังจะกล่าวถึงในต่อไป

1.2 การสัมผัสภาษา

การสัมผัสภาษา (language contact) หมายถึง ปรากฏการณ์ที่คนใดคนหนึ่งพูดได้สองภาษาหรือหลายภาษาและสามารถใช้ภาษาเหล่านั้นสลับกันไปมาได้ ทำให้ภาษาหลายภาษามีอิทธิพลซึ่งกันและกัน จุดที่มีการสัมผัสภาษาก็คือในตัวผู้รู้หลายภาษานั่นเอง (อมรา ประสิทธิ์รัฐสินธุ์, 2548: 92)

การสัมผัสภาษาจะก่อให้เกิดกลไกสำคัญทางภาษาหลายประการ ได้แก่ การปนภาษา (language mixing) การสลับภาษา (language switching) การยืมภาษา (linguistic borrowing) การแทรกแซงภาษา(linguistic interference) เป็นต้น (อมรา ประสิทธิ์รัฐสินธุ์, 2548: 92) แต่ละกลไกล้วนแล้วแต่มีบทบาทสำคัญในภาวะสัมผัสภาษา ดังนี้

การปนภาษา (language mixing) หมายถึง การใช้คำหรือสำนวนของภาษาหนึ่งในปริบทของอีกภาษาหนึ่ง แต่หากผู้พูดใช้ภาษามากกว่า 1 ภาษาสลับกันไปมาในระดับประโยคหรือยาวกว่าประโยค เรียกว่า การสลับภาษา (language switching) (อมรา ประสิทธิ์รัฐสินธุ์, 2548: 94-97) การปนภาษากับการสลับภาษามักจะเกิดขึ้นในสถานการณ์ที่มีการสัมผัสภาษาของผู้พูดสองภาษาหรือผู้พูดหลายภาษา

การยืมภาษา (linguistic borrowing) หมายถึง การที่ภาษาหนึ่งรับเอาลักษณะใดก็ตามจากอีกภาษาหนึ่งเข้ามาใช้ จนกลายเป็นลักษณะของตนเอง ลักษณะทางภาษาที่ยืมได้มีทุกอย่างตั้งแต่ เสียง พยัญชนะ สระ วรรณยุกต์ ทำนองเสียง เสียงเน้นหนัก คำทุกประเภท โดยเฉพาะคำหลัก เช่น คำนาม คำกริยา ฯลฯ และลักษณะทางไวยากรณ์ เช่น การแสดงพหูพจน์ การก และหน่วยสร้างต่างๆ เช่น ประโยคกรรมวาจก เป็นต้น การยืมภาษาเป็นหลักฐานที่ยืนยันได้ว่ามีการสัมผัสภาษาเกิดขึ้นแน่นอน (อมรา ประสิทธิ์รัฐสินธุ์, 2548: 98)

โดยทั่วไป ในภาวะสัมผัสภาษา สิ่งที่ถูกยืมเป็นอันดับแรกมักจะเป็นคำ เมื่อการยืมเกิดขึ้น โดยเฉพาะเกิดการยืมคำเป็นจำนวนมาก ย่อมนำไปสู่การเปลี่ยนแปลงขึ้นในภาษาแม่ของผู้พูด เช่น หากผู้พูดพยายามเลียนแบบการออกเสียงคำในภาษาผู้ให้ยืมโดยไม่ปรับเสียงหรือโครงสร้างของคำให้เข้ากับภาษาผู้ยืม ก็จะนำไปสู่การนำหน่วยเสียงใหม่เข้ามาใช้ในภาษาผู้ยืมในที่สุด และหากระยะเวลาการสัมผัสภาษานานพอ มีการสัมผัสภาษาในระดับที่สูงมากหรือมีแรงผลักดันทางวัฒนธรรม (culture pressure) ที่เพียงพอ ก็จะเกิดการยืมโครงสร้างขึ้นได้ (Thomason & Kaufman, 1988: 37) ซึ่งอาจมีผลทำให้เกิดการเปลี่ยนแปลงในระบบไวยากรณ์ของภาษาแม่ก็ได้

การแทรกแซงภาษา (linguistic interference) หมายถึง กลไกที่ผู้พูดนำเอาลักษณะของภาษาหนึ่งไปใช้ในการพูดอีกภาษาหนึ่ง ทำให้เกิดภาษา 2 ภาษาหรือมากกว่าเกิดมีอิทธิพลต่อกันและกัน ซึ่งส่วนใหญ่เป็นการนำลักษณะภาษาแม่ไปใช้ในภาษาที่ผู้พูดเรียนรู้ทีหลัง กลไกนี้สามารถนำไปสู่การเปลี่ยนแปลงของภาษาได้ คือ เมื่อ

ลักษณะต่างๆ ของภาษาที่อยู่ในภาวะสัมผัสภาษามีอิทธิพลต่อกัน ย่อมทำให้เกิดการเบี่ยงเบนจากรูปปกติของภาษาที่มาสัมผัสกันในผู้พูดสองภาษาหรือหลายภาษา

Weinreich (1968: 1) กล่าวไว้ว่า "ระบบภาษามีความต่างกันยิ่งมากเท่าไรปัญหาและขอบเขตที่อาจเกิดการแทรกแซงก็ยิ่งมากเท่านั้น แต่กลไกการแทรกแซงจะเหมือนๆ กัน ซึ่งจะต่างกันที่ปริมาณการแทรกแซง" การแทรกแซงภาษาสามารถเกิดขึ้นได้ในทั้งทางเสียง ทางไวยากรณ์ และทางคำศัพท์ ซึ่งโดยทั่วไปมักจะเริ่มต้นที่การแทรกแซงทางเสียงและไวยากรณ์ หรือบางครั้งก็รวมเรื่องของหน่วยคำด้วย ส่วนเรื่องคำจะเกิดขึ้นทีหลัง (Thomason & Kaufman, 1988: 39)

นอกจากนี้ Hoffmann (1991:103) ยังได้เสนอกลไกการสร้างคำเฉพาะบุคคล (individual creation) ขึ้นมา ซึ่งเป็นกลไกที่มักเกิดขึ้นในภาษาของเด็กที่มีภาวะทวิภาษา การสร้างคำใหม่คือการนำคำจากภาษาหนึ่งมารวมกับคำในอีกภาษาหนึ่งทำให้เกิดคำใหม่ขึ้นในภาษา Hoffmann กล่าวว่า คำใหม่ที่เกิดจากกลไกการสร้างคำในลักษณะนี้ไม่ใช่ผลจากการแทรกแซงภาษาหรือการยืมภาษาแต่อย่างใด จึงได้แยกเป็นอีกกลไกหนึ่ง

กรณีบทบาทของปัจจัยทางภาษาและปัจจัยทางสังคมที่มีผลต่อการแทรกแซงภาษานั้น Thomason (1988: 35) เห็นว่า ปัจจัยทางสังคมมีบทบาทมากกว่าปัจจัยทางภาษา:

"สิ่งสำคัญที่กำหนดผลการสัมผัสภาษาคือประวัติทางภาษาศาสตร์สังคมของผู้พูด ไม่ใช่โครงสร้างภาษา ปัจจัยภาษาล้วนๆ ก็อาจมีผล แต่ไม่ใช่ปัจจัยสำคัญ ......เพราะว่าการแทรกแซงภาษาขึ้นอยู่กับปัจัยทางสังคมก่อน ไม่ใช่ปัจจัยทางภาษา ทิศทางการสัมผัสและประเภทของลักษณะที่โอนจากภาษาหนึ่งไปอีกภาษาหนึ่งก็เช่นกัน"

Thomason (1988) ได้ยกตัวอย่างจำนวนมากเพื่อยืนยันว่า ปัจจัยสำคัญที่มีผลต่อการสัมผัสภาษาคือ ระยะเวลาการสัมผัส (length of contact time) และความถนัดในทั้งสองภาษาของผู้พูด (degree of bilingualism by target language speakers)

และกล่าวว่า หากมีความกดดันทางวัฒนธรรม (culture pressure) ที่เพียงพอ ทุกสิ่งทุกอย่างภายในภาษาก็สามารถเกิดขึ้นได้ นั่นก็หมายความว่า เพียงแค่บริบทการสัมผัสภาษาเท่านั้นก็สามารถกำหนดผลการสัมผัสภาษาได้ ดังนั้น Thomason (1988) จึงปฏิเสธบทบาทของปัจจัยด้านภาษา

แต่การศึกษาของ Sankoff (2001) แสดงให้เห็นว่า ปัจจัยที่มีผลต่อการสัมผัสภาษามีทั้งปัจจัยทางภาษาและปัจจัยทางสังคม โครงสร้างภาษานั้นมีผลต่อการสัมผัสภาษาเช่นกันอย่างปฏิเสธไม่ได้ จากการศึกษาการสัมผัสระหว่างภาษาจีนกับภาษาไทของ เฉิน เป่าย่า (陈保亚, 1996) ก็แสดงแล้วว่า ปัจจัยด้านสังคมมีผลต่อความเข้มข้นของการสัมผัสและทิศทางของการแทรกแซงและการยืม ส่วนปัจจัยด้านโครงสร้างภาษามีผลทำให้เกิดการแทรกแซงและการยืมง่ายขึ้นจนในที่สุดภาษามีความเหมือนมากขึ้น

กลไกทางภาษาที่เกิดจากการสัมผัสภาษาดังกล่าวข้างต้นอาจนำไปสู่การเปลี่ยนแปลงภาษาได้ ซึ่งมีทั้งการเปลี่ยนแปลงด้านเสียง วากยสัมพันธ์ ความหมาย คำ เป็นต้น โดยทั่วไประดับคำจะถูกกระทบได้ง่าย รองลงมาก็คือระบบเสียง โครงสร้างของคำ และในที่สุด แม้ระดับวากยสัมพันธ์ก็จะถูกกระทบด้วย (McMahon,1994: 200-224) ซึ่งการเปลี่ยนแปลงในลักษณะนี้เรียกว่า การเปลี่ยนแปลงของภาษาอันเกิดจากการสัมผัสภาษา (contact-induced language change) ซึ่งจะกล่าวในหัวข้อต่อไป

1.3 **การเปลี่ยนแปลงของภาษาอันเกิดจากการสัมผัสภาษา** (contact-induced language Change)

สำหรับการเปลี่ยนแปลงของภาษาที่เกิดจากการสัมผัส (contact-induced language change) Thomason (2001, 61-63) มีคำนิยามกว้างๆ ว่า “หากการเปลี่ยนแปลงด้านภาษาประการใดที่ไม่อาจเกิดขึ้นหากไม่อยู่ในภาวะสัมผัสภาษา การเปลี่ยนแปลงนั้นเป็นผลอันเนื่องจากการสัมผัสภาษาไม่มากก็น้อย” คำนิยามนี้รวมถึงการเปลี่ยนแปลงใน 2 ด้าน ต่อไปนี้

1) การนำเข้าจากภาษาผู้ให้ยืมโดยตรง อาจเป็นคำ เป็นโครงสร้าง หรือทั้งคำและ

โครงสร้างก็ได้ ในขณะที่นำเข้า อาจมีการปรับโครงสร้างของภาษาผู้ให้ยืมหรือไม่ก็ได้

ตัวอย่างเช่น การยืมคำภาษาต่างประเทศเข้ามาใช้ในภาษาไทย การยืมทับศัพท์ภาษาอังกฤษได้เพิ่มเสียงพยัญชนะต้นควบกล้ำซึ่งไม่มีในภาษาไทย เช่น ดร๊าฟต์ ฟรี บรอนซ์ เป็นต้น

2) การเปลี่ยนแปลงทางอ้อมอันเป็นผลต่อเนื่องมาจากการนำเข้าโดยตรงที่เกิดขึ้นก่อน

ตัวอย่างเช่น ภาษา R ได้ยืมลักษณะ F จากภาษา S แล้วต่อมา F ได้กลายเป็น F1, F2, Fn (F>F1>F2>Fn) ในกรณีแบบนี้ ถือว่า F เป็นการเปลี่ยนแปลงโดยตรงในประเภทที่ 1 ส่วน F1, F2, Fn เป็นการเปลี่ยนแปลงทางอ้อมซึ่งเป็นผลต่อเนื่องจากการนำเข้า F จึงถือเป็นผลจากการสัมผัสภาษาด้วย แม้ว่าการกลายเป็น F1, F2, Fn อาจเกิดจากการผลักดันของโครงสร้างภายในของภาษาก็ตาม

Thomason (2000:311-327, 2001:93-95) ได้สรุปเงื่อนไข (requirements) เกี่ยวกับการเปลี่ยนแปลงที่เกิดขึ้นจากการสัมผัสภาษา ดังต่อไปนี้ (X หมายถึงภาษาผู้ยืม (receiving language) ส่วน Y หมายถึงภาษาผู้ให้ยืม (donor language))

1) มีการสัมผัสอย่างใกล้ชิดพอที่จะก่อให้เกิดการเปลี่ยนแปลงในระดับโครงสร้าง

2) พบลักษณะร่วมหลายประการในภาษา X และภาษา Y – โดยทฤษฎีแล้ว จะพบลักษณะต่างๆ ในระดับย่อยของระบบไวยากรณ์

3) ยืนยันได้ว่าลักษณะร่วมนั้นๆ ไม่เคยปรากฏในภาษา X ก่อนที่ภาษา X สัมผัสกับภาษา Y

4) ยืนยันได้ว่าลักษณะร่วมนั้นๆ มีอยู่ในภาษา Y ก่อนที่ภาษา X สัมผัสกับภาษา Y

ด้วยวิธีเปรียบเทียบเชิงประวัติ หากสามารถยืนยันได้ว่า ลักษณะร่วม F ที่พบในทั้งภาษา X และ ภาษา Y นั้น ไม่พบในภาษาดั้งเดิมของภาษา X แต่พบในภาษาดั้งเดิมของภาษา Y ก็สามารถกล่าวได้ว่า ลักษณะ F ในภาษา X ได้รับมาจากภาษา Y

เงื่อนไขสี่ประการดังกล่าวสามารถนำมาใช้เป็นเกณฑ์ในการตัดสินว่า

ปรากฏการณ์การเปลี่ยนแปลงภาษานั้นๆ เป็นการเปลี่ยนแปลงที่เกิดจากการสัมผัสภาษาหรือไม่ ลักษณะร่วมในภาษาจ้วงและภาษาจีนกลาง หากเป็นลักษณะที่ภาษาจีนกลางมีอยู่แล้วในภาษาก่อนที่สองภาษาสัมผัสกันอย่างใกล้ชิด และเป็นลักษณะภาษาที่ไม่พบในภาษาจ้วงหรือภาษาไทถิ่นอื่นๆ มาก่อน ก็จะสามารถกล่าวได้ว่า ลักษณะภาษานั้นๆ ในภาษาจ้วงได้รับมาจากภาษาจีนกลางอันเนื่องจากการสัมผัสภาษาระหว่างภาษาจ้วงกับภาษาจีนกลาง

ในกรณีการสัมผัสภาษา ปัจจัยที่มีผลต่อการเปลี่ยนแปลงของภาษาผู้ยืม (effects on the recipient-language structure) มีทั้งปัจจัยทางภาษา (linguistic factors) และปัจจัยทางสังคม (social factors) ดังนี้ (Thomason, 2001: 76-77)

ก. ปัจจัยทางภาษา (linguistic factors) ได้แก่ ลักษณะแปลกเด่นสากล (universal markedness) ระดับของการที่ลักษณะใหม่ที่เข้ามาปนกับระบบภาษาผู้ยืม (degree to which features are integrated into the linguistic system) ความห่างด้านแบบลักษณ์ภาษาระหว่างภาษาผู้ยืมกับภาษาผู้ให้ยืม (typological distance between source and recipient languages) ภายใต้สถานการณ์สัมผัสที่มีปัจจัยทางสังคมเท่าเทียมกัน ปัจจัยทางภาษาเหล่านี้มีค่ายิ่งในการคาดการณ์ระดับและประเภทการแทรกแซง แต่ปัจจัยทางภาษาไม่สามารถอธิบายว่าเพราะเหตุใดศัพท์พื้นฐานโดยเฉพาะศัพท์หลักของภาษา (core vocabulary) จึงถูกยืมน้อยมาก

1) ลักษณะแปลกเด่นสากล

ลักษณะแปลกเด่นสากลมีความสำคัญมากที่สุดในกรณีการแทรกแซงที่เกิดจากการเปลี่ยนภาษา (shift-induced interference) ลักษณะแปลกเด่นใน TL (target language = ภาษาผู้ยืม) ซึ่งเรียนรู้ได้ยาก จะไม่ค่อยได้รับการเรียนรู้จากชุมชน การสับเปลี่ยนภาษา ไม่ค่อยปรากฏใน TL นอกจากนั้น ลักษณะแปลกเด่นของภาษา OL (original language = ภาษาผู้ให้ยืม) ผู้พูดที่เพิ่งเรียนรู้ภาษา OL ก็เรียนรู้และเลียนแบบได้ยากเช่นกัน ลักษณะแปลกเด่นของภาษาจึงมีผลต่อการแทรกแซงภาษาได้ยาก แต่ใน

กรณีการยืมภาษา ลักษณะโดดเด่นจะมีบทบาทน้อยมาก เมื่อผู้ยืมได้เรียนรู้และสามารถพูดภาษาผู้ให้ยืมได้อย่างคล่องแล้ว จึงไม่มีปัญหาการเรียนรู้เข้ามาเกี่ยวข้อง กลุ่มคนเหล่านี้จึงสามารถยืมลักษณะโดดเด่นของภาษาผู้ให้ยืมได้ง่ายเหมือนการยืมลักษณะอื่นๆ ของภาษา

2) ความมากน้อยของลักษณะใหม่ที่เข้ามาปนกับระบบภาษาผู้ยืม

ลักษณะภาษาที่มีความอิสระน้อยและเข้ากับภาษาผู้ยืมได้ยากกว่า จึงไม่ค่อยเกิดการยืมหรือการแทรกแซงภาษา

3) ความห่างด้านแบบลักษณ์ภาษาระหว่างภาษาผู้ยืมกับภาษาผู้ให้ยืม

หากภาษา 2 ภาษาที่อยู่ในภาวะสัมผัสภาษามีแบบลักษณ์ที่มีความคล้ายคลึงกันสูง ลักษณะแปลกเด่นและลักษณะที่เข้ากันได้ยากก็สามารถย้ายโอนจากภาษาหนึ่งไปสู่อีกภาษาหนึ่งเช่นกัน

ข. ปัจจัยทางสังคม (social factors) ได้แก่ ความเข้มข้นของการสัมผัส (intensity of contact) ภาวะการเรียนรู้อย่างไม่สมบูรณ์แบบ (presence vs. absence of imperfect learning) และทัศนคติของผู้พูด (speakers' attitude)

1) ความเข้มข้นของการสัมผัส

เมื่อการสัมผัสยิ่งเข้มข้นขึ้น ประเภทลักษณะที่แทรกแซงก็ยิ่งมากขึ้น ความเข้มข้นสามารถพิจารณาได้จาก 3 ประการ คือ ระยะเวลาการสัมผัส จำนวนประชากร และฐานะทางเศรษฐกิจสังคมของชุมชน

ระยะเวลาการสัมผัส

ในกรณีการยืม ภาษา 2 ภาษาที่สัมผัสกันยิ่งนาน โอกาสที่ผู้พูดภาษาหนึ่งหรือทั้ง 2 ภาษากลายเป็นผู้พูดสองภาษา (bilingual) ก็ยิ่งมาก ผู้พูดสามารถพูดภาษาผู้ให้ยืมได้คล่องยิ่งขึ้น การแทรกแซงทางโครงสร้างก็จะกว้างขวางยิ่งขึ้น

จำนวนประชากร

หากภาษา 2 ภาษาที่สัมผัสกันนั้นมีผู้พูดจำนวนไม่เท่ากัน ภาษาที่มีผู้พูดจำนวน

น้อยกว่ามักจะได้รับลักษณะภาษาจากอีกภาษาหนึ่ง ส่วนกรณีที่ภาษา 2 ภาษาที่สัมผัสกันนั้นมีผู้พูดจำนวนเท่าๆ กันมักมีความเป็นไปได้น้อยกว่าว่าภาษาหนึ่งจะรับลักษณะทางภาษาจากอีกภาษาหนึ่ง

ฐานะทางเศรษฐกิจสังคมของชุมชน

ชุมชนภาษาที่มีฐานะเศรษฐกิจสังคมยิ่งสูง ยิ่งมีความเป็นไปได้ที่ชุมชนภาษาที่มีฐานะต่ำกว่าจะได้รับลักษณะภาษาจากภาษาของชุมชนที่มีฐานะสูงกว่า

2) การเรียนรู้ภาษาของผู้พูด

หากการเรียนรู้ภาษายังไม่สมบูรณ์แบบ ข้อผิดพลาดของผู้พูดก็จะแพร่ขยายไปยังสังคมของภาษายืมเข้า แต่หากผู้พูดเป็นผู้พูดสองภาษาแล้ว และกลมกลืนเข้าสังคมของภาษายืมเข้าอย่างดีแล้ว การแทรกแซงต่อภาษายืมเข้าก็จะน้อยมากหรือว่าไม่มี

3) ทัศนคติของผู้พูด

ทัศนคติของผู้พูดอาจเป็นปัจจัยที่ผลักดันให้เกิดการเปลี่ยนแปลงหรือปัจจัยที่ทำให้ไม่เกิดการเปลี่ยนแปลงก็ได้ นอกจากนี้ศักดิ์ศรี (prestige) ของภาษาก็เป็นปัจจัยที่มีผลต่อทิศทางการยืมภาษาและลักษณะที่ถูกยืม ผู้พูดมักยืมจากภาษาที่มีศักดิ์ศรีมากกว่า ลักษณะใดๆ ของภาษาที่ถูกมองว่าเป็นลักษณะที่ใช้แล้วดูมีศักดิ์ศรี ลักษณะของภาษานั้นก็จะถูกยืมเข้ามาใช้

ในกรณีสัมผัสภาษา ผลโดยตรงที่มีต่อโครงสร้างภาษาผู้ยืม คือ เกิดการเปลี่ยนแปลงในระดับที่ต่างกันหรือในรูปแบบต่างๆ กัน การเปลี่ยนแปลงที่พบบ่อยมีดังนี้ (Thomason, 2001: 85-91; 吴福祥, 2007)

การเพิ่มลักษณะภาษา (addition of features)

หมายถึงภาษาผู้รับได้เพิ่มลักษณะใหม่ขึ้นโดยการสัมผัสภาษา ลักษณะใหม่ที่เพิ่มขึ้นง่ายที่สุดคือคำยืม (รวมทั้งคำบอกเนื้อความและคำไวยากรณ์)

การสูญลักษณะภาษา (loss of features)

หมายถึง ลักษณะเดิมในภาษาได้สูญหายไปเนื่องจากเกิดการสัมผัสภาษา โดย

ไม่มีลักษณะแทรกแซงใดๆ มาแทนที่ลักษณะที่หายไป

การแทนที่ลักษณะภาษา (replacement of features)

หมายถึง ลักษณะเดิมของภาษาผู้ยืมถูกแทนที่ด้วยลักษณะใหม่ที่รับจากภาษาอื่น ซึ่งมักเป็นการเปลี่ยนแปลงด้านลำดับคำและด้านไวยากรณ์

การคงลักษณะไว้ (retention)

หมายถึง ภาษาหนึ่งได้คงลักษณะที่อาจสูญไปนั้นไว้เนื่องจากได้สัมผัสกับภาษาอื่น กล่าวคือ ลักษณะ F ในภาษา A อาจสูญไปภายใต้แรงผลักดันของโครงสร้างภาษาและวิวัฒนาการของภาษาเอง และขณะนี้ ลักษณะ F ก็ได้สูญไปจากภาษาอื่นในตระกูลเดียวกันแล้ว แต่เนื่องจากภาษา B ซึ่งได้สัมผัสกับภาษา A อย่างใกล้ชิดนั้นมีลักษณะที่สอดคล้องกับลักษณะ F จึงยังผลให้ลักษณะ F ยังคงไว้ได้ในภาษา A

Thomason (2001:70-71) ได้เสนอความสัมพันธ์ระหว่างประเภทและระดับภาษาที่ถูกยืม (borrowing scale) กับความเข้มข้นของการสัมผัสภาษา (intensity of contact) ไว้ 4 ระดับ ประเภทและระดับภาษาที่ถูกยืมนั้นให้พิจารณาจากศัพท์ (lexicon) และโครงสร้าง (structure) ระดับของภาษาที่ถูกยืมขึ้นอยู่กับความเข้มข้นของภาวะการสัมผัสภาษา และยกระดับขึ้นตามการเพิ่มระดับของความเข้มข้น ดังรายละเอียดในตารางที่ 2.1

ตารางที่ 2.1 ระดับการยืมภาษาของ Thomason (Thomason, 2001:70-71)

ความเข้มข้นของการสัมผัสภาษา	ประเภทและระดับภาษาที่ถูกยืม
การสัมผัสภาษาระดับทั่วไป: ผู้ยืมไม่จำเป็นต้องพูดภาษาผู้ให้ยืมได้คล่อง และ/หรือมีจำนวนผู้พูดสองภาษาไม่มากนักในสังคมภาษาผู้ยืม	ไม่พบการยืมคำศัพท์พื้นฐาน **คำศัพท์**: พบเพียงคำบอกเนื้อความ ส่วนใหญ่เป็นคำนาม แต่ก็พบคำกริยา คำคุณศัพท์ และคำกริยาวิเศษณ์ด้วย **โครงสร้าง**: ไม่พบ

ความเข้มข้นของการสัมผัสภาษา	ประเภทและระดับภาษาที่ถูกยืม
การสัมผัสภาษาระดับเข้มข้นขึ้น: ผู้ยืมต้องเป็นผู้พูดสองภาษาที่พูดได้ค่อนข้างคล่อง แต่อาจเป็นเพียงกลุ่มน้อยในสังคมภาษาผู้ยืม	มีการยืมคำไวยากรณ์และการยืมโครงสร้างเล็กน้อย **คำศัพท์**: คำไวยากรณ์และคำบอกเนื้อความ ยังคงไม่พบการยืมคำศัพท์พื้นฐาน **โครงสร้าง**: พบการยืมโครงสร้างน้อย ไม่พบลักษณะภาษาที่อาจเปลี่ยนแปลงรูปแบบโครงสร้างของภาษาผู้ยืม ลักษณะของหน่วยเสียงใหม่พบในคำยืมเท่านั้น พบโครงสร้างวากยสัมพันธ์ใหม่ ลำดับคำที่แต่ก่อนใช้น้อยกลับพบความถี่ในการใช้เพิ่มมากขึ้น
การสัมผัสภาษาระดับค่อนข้างเข้มข้น มีจำนวนผู้พูดสองภาษาเพิ่มมากขึ้น ซึ่งมีทัศนคติและปัจจัยอื่นๆ ทางสังคมเอื้อต่อการยืมภาษา	คำที่ยืม พบทั้งคำศัพท์พื้นฐานและคำที่ไม่ใช่คำศัพท์พื้นฐาน พบการยืมโครงสร้างในระดับปานกลาง **คำศัพท์**: คำไวยากรณ์ถูกยืมมากขึ้น ศัพท์พื้นฐานที่พบในทุกภาษาก็อาจถูกยืมด้วย แม้แต่คำสรรพนามและคำบอกจำนวนนับที่เป็นเลขจำนวนน้อยซึ่งเป็นรายการปิด รวมทั้งหน่วยคำเติมก็อาจถูกยืมได้เช่นเดียวกับที่ยืมคำนาม คำกริยา และคำคุณศัพท์ **โครงสร้าง**: ลักษณะโครงสร้างที่มีเอกลักษณ์ถูกยืมมากขึ้น แต่ไม่ได้ทำให้แบบลักษณ์ภาษาหลักของภาษาผู้ยืมเกิดการเปลี่ยนแปลง

ความเข้มข้นของการสัมผัสภาษา	ประเภทและระดับภาษาที่ถูกยืม
	ด้านเสียง มีผลกระทบกับหน่วยเสียงในระบบเดิม หน่วยเสียงบางหน่วยที่ไม่มีในภาษาผู้ให้ยืมหายไป หน่วยเสียงใหม่หรือสัทสัมพันธลักษณ์ใหม่ เช่น การเน้นหนักพบมากขึ้นในคำศัพท์เดิมของภาษาผู้ยืมด้วย เงื่อนไขโครงสร้างพยางค์หายไปหรือเพิ่มมากขึ้น ด้านหน่วยคำ หน่วยคำเติมที่ถูกยืมเข้ามาอาจเติมกับคำศัพท์เดิมในภาษาผู้ยืมได้ โดยเฉพาะหากหน่วยคำเติมเหล่านี้เข้ากับที่มีอยู่ก่อนแล้วได้อย่างดีในด้านแบบลักษณ์ภาษา ด้านวากยสัมพันธ์ ลักษณะเช่นการลำดับคำ (เช่น SVO เริ่มจะแทนที่ SOV หรือกลับกัน) และวากยสัมพันธ์การเชื่อมความและการซ้อนความ (เช่น การเพิ่มหรือลดการใช้หน่วยสร้างร่วมแทนที่จะใช้หน่วยสร้างไร้คำเชื่อม)
การสัมผัสภาษาระดับเข้มข้น :ผู้พูดสองภาษามีจำนวนมาก ทำให้เกิดปัจจัยทางสังคมเอื้อให้เกิดการยืมอย่างเต็มที่	มีการยืมคำเป็นจำนวนมาก ไม่มีข้อจำกัดด้านการยืมคำ มีการยืมโครงสร้างอย่างหนัก **คำศัพท์**: มีการยืมเป็นจำนวนมาก **โครงสร้าง**: ทุกอย่างถูกยืมเข้า รวมทั้งการยืมโครงสร้างที่มีผลต่อการเปลี่ยนแปลงด้านแบบลักษณ์ภาษาของภาษาผู้ยืม

ความเข้มข้นของ การสัมผัสภาษา	ประเภทและระดับภาษาที่ถูกยืม
	ด้านเสียง พบลักษณะเสียงของภาษาผู้ถูกยืมกับคำศัพท์เดิมของภาษาผู้ให้ยืม และพบกฎการแปรหน่วยเสียงกับคำทุกชนิด ด้านหน่วยคำ พบการเปลี่ยนแปลงที่กระทบต่อแบบลักษณ์ภาษา เช่น ลักษณะภาษารูปคำติดต่อเข้าไปแทนที่ลักษณะภาษาวิภัตติปัจจัยหรือกลับกัน หากภาษาผู้ยืมกับภาษาผู้ให้ยืมมีหน่วยคำต่างประเภทกัน ประเภทของหน่วยคำในภาษาผู้ยืมอาจเพิ่มจำนวนขึ้นหรือลดจำนวนลงตามภาษาผู้ให้ยืมทั้งหมดก็ได้ ด้านวากยสัมพันธ์ เกิดการเปลี่ยนแปลงอย่างกว้างขวาง เช่น ลักษณะการลำดับคำ คุณานุประโยค การปฏิเสธ การเชื่อมความ การซ้อนความ การเปรียบเทียบ และการบอกจำนวน

หากความเข้มข้นของการสัมผัสยิ่งสูงเท่าใด ประเภทและระดับของหน่วยภาษาที่ถูกยืมก็มากขึ้นและสูงขึ้นเท่านั้น ระดับการยืมยกระดับขึ้นเป็นขั้นๆ ตามความเข้มข้นของการสัมผัส จนในที่สุด ทุกส่วนของระบบภาษาก็อาจยืมกันได้ อนึ่ง ตารางที่ 2.1 สามารถอธิบายได้ว่า หากภาษาใดภาษาหนึ่งมีการยืมหน่วยภาษาในระดับที่ 4 แล้ว ก็มักจะพบการยืมหน่วยภาษาในระดับที่ 1-3 ด้วย แต่หากภาษาใดภาษาหนึ่งพบการยืมหน่วยภาษาในระดับที่ 3 จะยังไม่พบการยืมหน่วยภาษาในระดับที่ 4 ก็ได้ กล่าวอีกนัยหนึ่ง หากพบว่ามีการยืมโครงสร้างแล้ว ก็ต้องมีการยืมคำศัพท์เกิดขึ้นอยู่แล้ว แต่หากพบ

การยืมคำศัพท์ อาจจะยังไม่พบการยืมโครงสร้าง

การศึกษากลไกการเปลี่ยนแปลงที่เกิดจากการสัมผัสภาษา จะช่วยทำให้เข้าใจว่าการเปลี่ยนแปลงเกิดจากการสัมผัสภาษาอย่างไร Thomason ได้สรุปกลไกการเปลี่ยนแปลงที่เกิดจากการสัมผัสภาษาไว้ 7 กลไก ดังต่อไปนี้ (Thomason, 2001; 2003)

1) การสลับรหัสภาษา (code-switching)

การสลับรหัสภาษา หมายถึงคนคนเดียวกันใช้ภาษามากกว่าหนึ่งภาษาในการสนทนาเดียวกัน ซึ่งคู่สนทนาก็สามารถพูดได้มากกว่าหนึ่งภาษาเช่นกัน กลไกการสลับรหัสภาษาเป็นช่องทางสำคัญของการยืมคำจากภาษาอื่น

2) การเลือกใช้ภาษา (code-alternation)

การเลือกใช้ภาษา หมายถึงคนคนเดียวกันใช้ภาษาต่างกันเมื่อพูดกับบุคคลต่างบุคคลกันซึ่งคู่สนทนามักเป็นผู้พูดภาษาเดียว (monolingual) กลไกนี้จะก่อให้เกิดการแทรกแซงระดับโครงสร้าง ซึ่งต่างกันการสลับรหัสภาษาที่ก่อให้เกิดการแทรกแซงระดับคำ

3) ความคุ้นเคยโดยไม่โต้แย้ง (passive familiarity)

ความคุ้นเคยโดยไม่โต้แย้ง หมายถึง ผู้พูดรับลักษณะภาษาจากอีกภาษาหนึ่งที่ตนคุ้นเคยเข้ามาแต่ไม่เคยริเริ่มใช้ก่อน กลไกนี้มักจะเกิดขึ้นระหว่างภาษา 2 ภาษาหรือภาษาถิ่น 2 ถิ่นที่มีระบบภาษาคล้ายคลึงกันมาก กลไกนี้เป็นช่องทางสำคัญที่ก่อให้เกิดลักษณะการแทรกแซงเข้าสู่ระบบภาษา ลักษณะแทรกแซงนั้น อาจเป็นคำก็ได้

4) การต่อรอง (negotiation)

การต่อรอง หมายถึง ผู้พูดที่พูดภาษา A เป็นภาษาแม่ได้เปลี่ยนโมเดลภาษาของตนเพื่อให้ใกล้ชิดกับอีกโมเดลหนึ่ง โดยที่ผู้พูดเชื่อว่าโมเดลใหม่ที่ตนใช้นั้นเป็นโมเดลของภาษา B กลไกนี้อาจเกิดขึ้นโดยที่ผู้พูดไม่ได้ตั้งใจ ในกรณีนี้ หากเปลี่ยนผู้พูดเป็นผู้พูดสองภาษาแบบสมบูรณ์ การเปลี่ยนแปลงจะทำให้ภาษา A กับภาษา B คล้ายคลึงกันมากยิ่งขึ้น ในที่สุดโมเดลภาษาของทั้งสองจะเกิดการบรรจบกัน (convergence) ซึ่งพบ

บ่อยในกรณีการยืม แต่หากผู้เปลี่ยนเป็นผู้พูดสองภาษาไม่สมบูรณ์แบบ การเปลี่ยนแปลงที่เกิดขึ้นอาจไม่สอดคล้องกับโครงสร้างภาษา B ซึ่งมักพบบ่อยในกรณีการแทรกแซงภาษา

5) วิธีการเรียนรู้ภาษาที่สอง (second-language acquisition strategies)

วิธีการเรียนรู้ภาษาที่สอง หมายถึงกลวิธีที่ผู้พูดภาษาใช้ในการเรียนรู้ภาษาที่สอง ซึ่งเป็นกลไกสำคัญในกรณีการแทรกแซงภาษา

6) การรับรู้ภาษาที่หนึ่ง (first-language acquisition effects)

การรับรู้ภาษาที่หนึ่ง หมายถึงผู้พูดที่มีภาษาแม่เป็นสองภาษา เวลารับรู้สองภาษาพร้อมๆ กัน อาจนำลักษณะของสองภาษามาใช้ปนๆ กันจนทำให้ทั้งสองภาษาเกิดโครงสร้างใหม่

7) การตัดสินใจโดยจงใจ (deliberate decision)

การตัดสินใจโดยจงใจ หมายถึงผู้พูดภาษา (โดยเฉพาะผู้พูดสองภาษา) เปลี่ยนลักษณะภาษาโดยจงใจหรือมีวัตถุประสงค์ ที่พบบ่อยๆ คือ ชุมชนภาษาใดชุมชนหนึ่งซึ่งมักเป็นชุมชนภาษาที่ค่อยข้างเล็ก เปลี่ยนภาษาถิ่นของตนเพื่อให้ภาษาถิ่นของตนแตกต่างกับภาษาถิ่นของชุมชนที่อยู่ใกล้เคียงให้มากยิ่งขึ้น อีกกรณีหนึ่งคือ ชุมชนภาษาบางชุมชนเบี่ยงเบนภาษาของตนให้กลายเป็นภาษาที่คนนอกชุมชนเข้าใจยากเพื่อไม่ให้ชุมชนอื่นนำภาษาของตนไปใช้

1.4 การยืมภาษา

การยืมภาษา (linguistic borrowing) หมายถึง การที่ภาษาหนึ่งรับเอาลักษณะใดก็ตามจากอีกภาษาหนึ่งเข้ามาใช้ จนกลายเป็นลักษณะของตนเอง ลักษณะทางภาษาที่ยืมได้มีทุกอย่างตั้งแต่เสียง พยัญชนะ สระ วรรณยุกต์ ทำนองเสียง เสียงเน้นหนัก คำทุกประเภท โดยเฉพาะคำหลัก เช่น นาม กริยา และลักษณะทางไวยากรณ์ เช่น การแสดงพหูพจน์ การก และหน่วยสร้างต่างๆ เช่น ประโยคกรรมวาจก เป็นต้น (อมรา ประสิทธิ์รัฐสินธุ์, 2548: 98)

การยืมคำในสถานการณ์สัมผัสภาษา อาจเนื่องจากสาเหตุทางสังคมดังนี้ (McMahon, 1994: 200-203)

1) การแพร่กระจายของวัฒนธรรม

เมื่อผู้พูดภาษารับความคิดใหม่หรือสิ่งของใหม่จากอีกวัฒนธรรมหนึ่ง ก็จะรับเอาคำที่เรียกความคิดใหม่หรือสิ่งของใหม่นั้นมาด้วย เพราะว่า "การใช้สัญลักษณ์ที่อยู่แล้วย่อมประหยัดกว่าการประดิษฐ์สิ่งใหม่ ผู้พูดภาษาน้อยคนที่เป็นศิลปิน" (Weinreich, 1968: 57) Bloomfield (1985: 461) เรียกการยืมแบบนี้ว่า การยืมอันเนื่องมาจากวัฒนธรรม (cultural borrowing) ในช่วงเวลาที่ต่างกัน การแพร่กระจายของวัฒนธรรมอาจจะทำให้เกิดการยืมคำในวงศัพท์ที่แตกต่างกันไป

2) เรื่องศักดิ์ศรีของภาษาในสังคม

ในชุมชนใดชุมชนหนึ่ง เมื่อภาษา 2 ภาษาที่สัมผัสกันอาจมีฐานะไม่เท่ากันในชุมชนที่พูดกัน ภาษาที่มีศักดิ์ศรีมากกว่ามักถูกยืมเข้ามาในภาษาที่มีศักดิ์ศรีน้อยกว่า และคำยืมมักอยู่ในวงศัพท์ที่ผู้พูดภาษาที่มีศักดิ์ศรีมากกว่ามีอิทธิพลสูงสุด อย่างไรก็ตาม พบว่าภาษาที่มีศักดิ์ศรีมากกว่ายืมคำจากภาษาที่มีศักดิ์ศรีน้อยกว่าเช่นกัน แต่มักจะเป็นคำที่มีความหมายทางลบ

นอกจากนี้ Weinreich (1968: 56-61) ยังได้กล่าวถึงสาเหตุด้านภาษาที่เกี่ยวกับการยืมคำที่นอกเหนือจาก 2 สาเหตุดังกล่าวว่า ความถี่ในการใช้คำ คำพ้องเสียง และคำพ้องความหมาย ก็ทำให้เกิดการยืมได้ กล่าวคือ คำที่ถูกใช้บ่อยมักจดจำได้ง่ายและจำได้นานกว่าคำที่มีความถี่การใช้ต่ำซึ่งมักจำได้ไม่นาน ลืมง่าย มักถูกแทนที่ด้วยคำยืม บางครั้งก็ยืมคำเพื่อหลีกเลี่ยงความสับสนที่เกิดจากการพ้องเสียง เพื่อหลีกเลี่ยงคำหยาบ หรือเพื่อเพิ่มความสุภาพ ส่วนสาเหตุจากผู้พูดภาษาเองนั้น อาจเกี่ยวกับความถนัด ความคุ้นเคยและความตระหนักของผู้พูด

ผลจากการยืมคำที่เกิดขึ้นกับภาษาผู้ยืม ได้แก่ การสูญศัพท์ การเพิ่มศัพท์ ความหมายของคำเก่าเปลี่ยนไป เป็นต้น

การสูญศัพท์

การสูญศัพท์ คือ การที่คำศัพท์ในภาษาผู้ยืมสูญหายไปเพราะถูกแทนที่ด้วยคำยืมจากภาษาอื่น เช่นในภาษา Yaqui คำเรียกญาติดั้งเดิมสูญหายเพราะถูกคำยืมจากภาษาสเปนแทนที่จนหมด ยกเว้นคำว่า ʔae (แม่) ซึ่งเป็นคำที่ถูกใช้ในความถี่สูง (Spicer 1943 cited in Weinreich, 1968: 57)

การเพิ่มศัพท์

การเพิ่มคำศัพท์ที่เนื่องจากการยืมนั้น ทำได้ 3 ลักษณะ คือ การทับศัพท์ การแปลศัพท์ และการยืมความหมาย

การทับศัพท์ เป็นวิธีการยืมคำจากภาษาหนึ่งเข้าไปใช้ในอีกภาษาหนึ่งโดยตรง คือพยายามรักษาเสียงเดิมของคำไว้แต่ก็ต้องมีการปรับเสียงคำยืมให้เข้ากับระบบเสียงและโครงสร้างหน่วยคำของภาษาผู้ยืม อย่างน้อยก็ในช่วงแรกของการสัมผัสภาษา เช่น คำยืมทับศัพท์จากภาษาอังกฤษในภาษาไทย ทีม เมล์ โบนัส เครดิต เป็นต้น

การแปลศัพท์ หมายถึง การยืมความหมายของอีกภาษาหนึ่งมาใช้โดยแปลความหมายของศัพท์คำต่อคำ ซึ่งคำยืมในลักษณะนี้มักเป็นคำประสมหรือสำนวนการพูด เช่น คำว่า จุดยืน และ แกะดำ ในภาษาไทยยืมมาจากคำว่า stand point, black sheep ตามลำดับ

การยืมความหมาย เป็นการยืมความหมายซึ่งเดิมไม่มีใช้อยู่ในภาษา และสร้างคำขึ้นมาใหม่เพื่อใช้กับความหมายที่ยืมมา ซึ่งส่วนใหญ่เป็นศัพท์เฉพาะด้านในวงการต่างๆ เช่น คำว่า รัฐธรรมนูญ ประชาธิปไตย ธนาคาร ฯลฯ ในภาษาไทย

ความหมายคำเก่าเปลี่ยนไป

กรณีที่ภาษาหนึ่งมีคำใช้อยู่แล้ว แต่ก็ยังยืมคำจากภาษาอื่นเข้ามาใช้อีก จะทำให้เกิดการเปลี่ยนแปลงกับความหมายของคำเดิมในภาษาผู้ยืมหรือกับความหมายของคำที่ยืมเข้ามา

ประเภทของคำที่ถูกยืมนั้น นักภาษาศาสตร์เห็นว่า ลักษณะภาษาที่มีลักษณะ

ไวยากรณ์มากกว่า จะถูกยืมจากภาษาหนึ่งไปยังอีกภาษาหนึ่งได้ยากกว่า (Field, 2002:35) Haugen (1950: 224) ได้เสนอลำดับการยืมคำประเภทต่างๆ หลังจากที่เขาได้ศึกษาข้อมูลภาษานอรเวย์ (Norwegian) และภาษาสวีเดน (Swedish) ในสหรัฐอเมริกาแล้ว ดังนี้

Nouns > verbs > adjectives > adverbs, prepositions, interjections

แต่ผลการศึกษาคำยืมภาษาอังกฤษในภาษา Hindi ได้ลำดับการยืมคำที่ต่างกัน (Singh 1981 cited in Field, 2002) ดังนี้

Nouns > adjectives > verbs > prepositions

ประเภทของคำที่ถูกยืมและลำดับการยืมนั้นจึงไม่เท่ากันในแต่ละภาษา ความแตกต่างอยู่ที่ลักษณะของภาษาและสังคมที่เกิดการสัมผัสภาษา

แนวคิดและทฤษฎีเกี่ยวกับการสัมผัสภาษาและการเปลี่ยนแปลงภาษาอันเกิดจากการสัมผัสภาษาที่กล่าวมาข้างต้น จะเป็นแนวทางในการวิเคราะห์และตีความเกี่ยวกับการเปลี่ยนแปลงของภาษาในกรณีภาษาจ้วงมาตรฐานสัมผัสกับภาษาจีนกลางซึ่งเป็นประเด็นสำคัญที่จะศึกษาในงานวิจัยนี้

2. ระบบเสียงของภาษาที่เกี่ยวข้อง

2.1 ระบบเสียงภาษาจ้วงมาตรฐาน

ระบบเสียงภาษาจ้วงมาตรฐานที่อธิบายไว้ในหนังสือเล่มนี้ ผู้วิจัยอธิบายตามการวิเคราะห์ของฉิน กว๋อเซิง (覃国生, 1998) ดังนี้

2.1.1 หน่วยเสียงพยัญชนะ

ก) หน่วยเสียงพยัญชนะต้นเดี่ยว

หน่วยเสียงพยัญชนะต้นเดี่ยวในภาษาจ้วงมาตรฐานมี 18 หน่วย ดังแสดงในตารางที่ 2.2

ตารางที่ 2.2 ตารางแสดงพยัญชนะต้นเดี่ยวในภาษาจ้วงมาตรฐาน

		ริมฝีปากทั้งคู่	ริมฝีปากฟัน	ปุ่มเหงือก	เพดานแข็ง	เพดานอ่อน	เส้นเสียง
ระเบิด	ไม่ก้อง	p		t		k	ʔ
	ก้อง	b		d			
เสียดแทรก	ไม่ก้อง		f	θ	ç		h
	ก้อง					ɣ	
นาสิก		m		n	ɲ	ŋ	
ข้างลิ้น				l			
กึ่งสระ		w			j		

ข) หน่วยเสียงพยัญชนะต้นประสม

ภาษาจ้วงมาตรฐานมีหน่วยเสียงพยัญชนะต้นประสม 5 หน่วย ได้แก่ /pj, mj, kj, kv, ŋv/

ค) หน่วยเสียงพยัญชนะท้าย

หน่วยเสียงพยัญชนะท้ายในภาษาจ้วงมาตรฐานมี 6 หน่วย ได้แก่ /m, n, ŋ, p, t, k/

2.1.2 หน่วยเสียงสระ

ก) หน่วยเสียงสระเดี่ยว

หน่วยเสียงสระเดี่ยวในภาษาจ้วงมาตรฐานมี 6 หน่วย ดังนี้ /i:, e:, a:, o:, u:, ɯ:/

ในพยางค์เปิด สระเดี่ยวในภาษาจ้วงมาตรฐานปรากฏเป็นสระเสียงยาวทั้งหมด แต่ในพยางค์ปิด สระเดี่ยวส่วนใหญ่ในภาษาจ้วงจะมีคู่ตรงข้ามเสียงสั้นและเสียงยาว ยกเว้นสระ พยางค์ปิดที่มีเสียง /e/ เป็นสระ และพยางค์ที่ใช้สระ /ɯ/ และมีเสียง /ŋ/ หรือ

/k/ เป็นเสียงพยัญชนะท้าย เป็น /ɯŋ/ และ /ɯk/ ตามลำดับ ทำให้ในพยางค์ปิด ภาษา จ้วงมาตรฐานมีหน่วยเสียงสระเดี่ยวเพิ่มขึ้นเป็น 11 หน่วย ได้แก่ /i-i:, e:, a-a:, o-o:, u-ɯ:, ɯ-ɯ:/ ดังตารางที่ 2.3 ต่อไปนี้

ตารางที่ 2.3 ตารางแสดงสระเดี่ยวที่มีเสียงพยัญชนะท้ายในภาษาจ้วงมาตรฐาน

สระ พยัญชนะท้าย	i		e		a		o		u		ɯ	
	เสียงยาว	เสียงสั้น	เสียงยาว	เสียงสั้น	เสียงยาว	เสียงสั้น	เสียงยาว	เสียงสั้น	เสียงยาว	เสียงสั้น	เสียงยาว	เสียงสั้น
-m	i:m	im	e:m		a:m	am	o:m	om	u:m	um		
-n	i:n	in	e:n		a:n	an	o:n	on	u:n	un	ɯ:n	ɯn
-ŋ	i:ŋ	iŋ	e:ŋ		a:ŋ	aŋ	o:ŋ	oŋ	u:ŋ	uŋ		ɯŋ
-p	i:p	ip	e:p		a:p	ap	o:p	op	u:p	up		
-t	i:t	it	e:t		a:t	at	o:t	ot	u:t	ut	ɯ:t	ɯt
-k	i:k	ik	e:k		a:k	ak	o:k	ok	u:k	uk		ɯk

ข) หน่วยเสียงสระประสม

หน่วยเสียงสระประสมในภาษาจ้วงมาตรฐาน มีทั้งสระประสมเสียงสั้น สระประสมเสียงยาว และสระประสมที่มีคู่เสียงสั้น-ยาว รวม 12 หน่วย ดังรายละเอียดในตารางที่ 2.4 ต่อไปนี้

ตารางที่ 2.4 ตารางแสดงสระประสมในภาษาจ้วงมาตรฐาน

	i		e		a		o		u		ɯ	
	เสียงยาว	เสียงสั้น	เสียงยาว	เสียงสั้น	เสียงยาว	เสียงสั้น	เสียงยาว	เสียงสั้น	เสียงยาว	เสียงสั้น	เสียงยาว	เสียงสั้น
-i		—	ei		a:i	ai	o:i		u:i	—	ɯ:i	—
-u	i:u		e:u		a:u	au		ou				
-ɯ						aɯ						

2.1.3 หน่วยเสียงวรรณยุกต์

หน่วยเสียงวรรณยุกต์ในภาษาจ้วงมาตรฐานมี 6 หน่วย ได้แก่ /24, 31, 35, 33, 55, 42/ ดังที่แสดงในตารางที่ 2.5

ตารางที่ 2.5 ตารางแสดงหน่วยเสียงวรรณยุกต์ในภาษาจ้วงมาตรฐาน

	A	B	C	DL	DS
1	$ha:^{24}$ (ขา) $fa:^{24}$ (ฝา) $pja:^{24}$ (ปลา) $da:u^{24}$ (ดาว)	θei^{35} (สี่) γai^{35} (ไข่) $ba:^{35}$ (บ่า) kau^{35} (เก่า)	$ha:^{55}$ (ห้า) hao^{55} (ให้) dai^{55} (ได้) kau^{55} (เก้า)	$ka:t^{35}$ (ขาด) $ca:p^{35}$ (หาบ) $\gamma a:k^{35}$ (ตาก) $pa:k^{35}$ (ปาก)	γok^{55} (หก) γak^{55} (หัก) $\c{c}at^{55}$ (เจ็ด) kop^{55} (กบ)
2	$na:^{31}$ (นา) lum^{31} (ลม)	$po:^{33}$ (พ่อ) ham^{33} (ค่ำ)	$nu:\partial\eta^{42}$ (น้อง) γam^{42} (น้ำ)	$l\text{ɯ}:\partial t^{33}$ (เลือด) $ca:p^{33}$ (คาบ)	γok^{33} (นก) mot^{33} (มด)

หมายเหตุ: วรรณยุกต์ A, B, C คือวรรณยุกต์ของคำเป็น (พยางค์เป็น)
วรรณยุกต์ A ปฏิภาคกับคำไทยที่ไม่ใช้รูปเครื่องหมายวรรณยุกต์
วรรณยุกต์ B ปฏิภาคกับคำไทยที่ใช้รูปเครื่องหมายวรรณยุกต์เอก
วรรณยุกต์ C ปฏิภาคกับคำไทยที่ใช้รูปเครื่องหมายวรรณยุกต์โท
วรรณยุกต์ DL คือวรรณยุกต์ของคำตายที่มีสระเสียงยาว
วรรณยุกต์ DS คือวรรณยุกต์ของคำตายที่มีสระเสียงสั้น
1 คือ คำหรือพยางค์ที่ในภาษาไทดั้งเดิมมีพยัญชนะต้นเป็นเสียงไม่ก้อง
2 คือ คำหรือพยางค์ที่ในภาษาไทดั้งเดิมมีพยัญชนะต้นเป็นเสียงก้อง

2.2 การถ่ายถอดภาษาจ้วงด้วยระบบอักษรโรมัน

2.2.1 พยัญชนะ

การถ่ายถอดพยัญชนะในภาษาจ้วงมาตรฐานด้วยอักษรโรมันปรากฏในตารางที่ 2.6 ต่อไปนี้

ตารางที่ 2.6 ตารางแสดงการถ่ายถอดเสียงพยัญชนะในภาษาจ้วงเป็นอักษรโรมัน

อักษรโรมันภาษาจ้วง	เทียบสัทอักษรสากล	อักษรโรมันภาษาจ้วง	เทียบสัทอักษรสากล
b	p	y	j
mb	b	ny	ø
m		g	k
f		ng	ŋ
v		r	ɣ
d	t	by	
nd	d	gy	
n		my	
s	T	h	
l		gv	
c	ç	ngv	ŋv
		-	ʔ

2.2.2 สระ

ในระบบถ่ายถอดเสียงสระภาษาจ้วงมาตรฐานมาเป็นอักษรโรมันนั้น เมื่อสัญลักษณ์แทนเสียงสระอยู่ตามลำพัง ได้แก่ สัญลักษณ์ a, o, i, e, u, w แสดงว่าเป็นสระเดี่ยวเสียงยาว เสียงสั้นของสระเดี่ยว a, o และสระประสม au แสดงด้วยอักษร e ที่เพิ่มเข้าไปข้างท้าย a และ o เป็น ae, oe และ aeu ตามลำดับ ที่พิเศษคือ สระประสม ai เมื่อถ่ายถอดเป็นอักษรโรมันใช้ ae เช่นเดียวกับสระเสียงสั้น a ทำให้ในระบบอักษรโรมันสัญลักษณ์ ae แทนค่า 2 อย่าง คือ แทนสระเดี่ยวเสียงสั้น a และแทนสระประสม ai ส่วนสระประสมอื่นๆ แทนด้วยอักษรโรมัน 2 ตัวเขียนอยู่ด้วยกัน มีทั้งที่แทนสระประสมเสียงสั้นและสระประสมเสียงยาว ดังปรากฏรายละเอียดในตารางที่ 2.7

ตารางที่ 2.7 ตารางแสดงการถ่ายถอดเสียงสระในภาษาจ้วงมาตรฐานเป็นอักษรโรมัน

อักษรโรมันภาษาจ้วง	เทียบสัทอักษรสากล	อักษรโรมันภาษาจ้วง	เทียบสัทอักษรสากล
a	a:	ae	a
o	o:	oe	o

บทที่ 2

อักษรโรมันภาษาจ้วง	เทียบสัทอักษรสากล	อักษรโรมันภาษาจ้วง	เทียบสัทอักษรสากล
i	i:	e	e:
u	u:	w	ɯ:
ai	a:i	ae	ai
ei	ei	oi	o:i
ui	u:i	wi	ɯ:i
au	a:u	aeu	au
eu	e:u	ou	ou
-	-	aw	aɯ

2.2.3 สระกับพยัญชนะท้าย

สระทั้งหมดในภาษาจ้วงที่มีเสียงพยัญชนะท้ายตามมาเป็นสระเดี่ยว ดังได้กล่าวมาแล้วว่า หน่วยเสียงสระเดี่ยวในภาษาจ้วงที่เกิดในพยางค์เปิดมี 6 หน่วย ล้วนแต่เป็นสระเสียงยาว หากแทนด้วยระบบอักษรโรมันจะแทนด้วยสัญลักษณ์ a, o, i, e, u, w แต่ในพยางค์ปิด สระเดี่ยวมีมากกว่าในพยางค์เปิดเกือบเท่าตัว เพราะมีทั้งสระเสียงสั้นและสระเสียงยาว ยกเว้นสระ /ɯ:/ ซึ่งแทนด้วยอักษรโรมันเป็น e แม้ปรากฏในพยางค์ปิด ก็ยังคงปรากฏเป็นสระเสียงยาว ไม่มีที่เป็นสระเสียงสั้น ส่วนที่เหลือมีคู่สั้นยาวรวม 5 คู่ดังนี้ /i-i:, a-a:, o-o:, u-u:, ɯ-ɯ:/ ในระบบอักษรโรมัน พยางค์ปิดที่เป็นสระเสียงสั้นแสดงด้วยสัญลักษณ์ที่แตกต่างกัน 2 อย่าง คือ

ก) สั้นเสียงสั้น /a/ และ /o/ ของพยางค์ปิด ใช้วิธีเขียนอักษร e เพิ่มท้ายอักษร a และ o เพื่อแสดงว่าเป็นสระ**เสียงสั้น** ได้แก่

สระเสียงสั้น   aem, aen, aeng, oem, oen, oeng, aep, aet, aek, oep, oet, oek

เทียบกับสระเสียงยาว   am, an, ang, om, on, ong, ap, at, ak, op, ot, ok

ข) ในทางตรงข้าม สระ i, u, w ของพยางค์ปิด ใช้วิธีเขียนอักษร e เพิ่มท้ายอักษร i, u และ w เพื่อแสดงว่าเป็นสระ **เสียงยาว** ได้แก่

สระเสียงยาว im, in, ing, um, un, ung, wn, wng, ip, it, ik, up, ut, uk, wt, wk

เทียบกับสระเสียงสั้น iem, ien, ieng, uem, uen, ueng, wen, weng, iep, iet, iek, uep, uet, uek, wet, wek

ส่วน ep, et, ek เป็นสระเสียงยาวเสมอ ไม่มีคู่เทียบเสียงสั้น

สัญลักษณ์ -b, -d, -g แสดงเสียงพยัญชนะท้ายเหมือนกับ -p, -t, -k ตามลำดับ แต่แทนค่าเสียงวรรณยุกต์ที่แตกต่างกัน (ดู 2.2.4)

สระกับพยัญชนะท้ายทั้งหมดในภาษาจ้วงปรากฏในตารางที่ 2.8

ตารางที่ 2.8 ตารางแสดงการถ่ายถอดเสียงสระกับพยัญชนะท้ายในภาษาจ้วงมาตรฐานเป็นอักษรโรมัน

อักษรโรมัน	เทียบสัทอักษรสากล	อักษรโรมัน		เทียบสัทอักษรสากล
am	a:m	aem	สัญลักษณ์ e แทนสระเสียงสั้น	am
an	a:n	aen		an
ang	a:ŋ	aeng		aŋ
om	o:m	oem		om
on	o:n	oen		on
ong	o:ŋ	oeng		oŋ
ap/ab	a:p	aep/aeb		ap
at/ad	a:t	aet/aed		at
ak/ag	a:k	aek/aeg		ak
op/ob	o:p	oep/oeb		op
ot/od	o:t	oet/oed		ot
ok/og	o:k	oek/oeg		ok

<table>
<tr><th>อักษรโรมัน</th><th>เทียบสัทอักษรสากล</th><th colspan="2">อักษรโรมัน</th><th>เทียบสัทอักษรสากล</th></tr>
<tr><td>im</td><td>im</td><td>iem</td><td rowspan="16">สัญลักษณ์ e แทนสระเสียงยาว</td><td>i:m</td></tr>
<tr><td>in</td><td>in</td><td>ien</td><td>i:n</td></tr>
<tr><td>ing</td><td>iŋ</td><td>ieng</td><td>i:ŋ</td></tr>
<tr><td>um</td><td>um</td><td>uem</td><td>u:m</td></tr>
<tr><td>un</td><td>un</td><td>uen</td><td>u:n</td></tr>
<tr><td>ung</td><td>uŋ</td><td>ueng</td><td>u:ŋ</td></tr>
<tr><td>wn</td><td>ɯn</td><td>wen</td><td>ɯ:n</td></tr>
<tr><td>wng</td><td>ɯŋ</td><td>weng</td><td>ɯ:ŋ</td></tr>
<tr><td>ip/ib</td><td>ip</td><td>iep/ieb</td><td>i:p</td></tr>
<tr><td>it/id</td><td>it</td><td>iet/ied</td><td>i:t</td></tr>
<tr><td>ik/ug</td><td>ik</td><td>iek/ieg</td><td>i:k</td></tr>
<tr><td>up/ub</td><td>up</td><td>uep/ueb</td><td>u:p</td></tr>
<tr><td>ut/ud</td><td>ut</td><td>uet/ued</td><td>u:t</td></tr>
<tr><td>uk/uk</td><td>uk</td><td>uek/ueg</td><td>u:k</td></tr>
<tr><td>wt/wd</td><td>ɯt</td><td>wet/wed</td><td>ɯ:t</td></tr>
<tr><td>wk/wg</td><td>ɯk</td><td>wek/weg</td><td>ɯ:k</td></tr>
<tr><td>em</td><td>e:m</td><td colspan="2">-</td><td>-</td></tr>
<tr><td>ep/ed</td><td>e:p</td><td colspan="2">-</td><td>-</td></tr>
<tr><td>et/ed</td><td>e:t</td><td colspan="2">-</td><td>-</td></tr>
<tr><td>ek/eg</td><td>e:k</td><td colspan="2">-</td><td>-</td></tr>
</table>

2.2.4 วรรณยุกต์

ก) วรรณยุกต์ของพยางค์เป็น

วรรณยุกต์ของพยางค์เป็นในภาษาจ้วงมี 6 วรรณยุกต์ แทนด้วยอักษรโรมัน 5 ตัว มีตำแหน่งอยู่ท้ายพยางค์ เฉพาะวรรณยุกต์ 24 ไม่มีสัญลักษณ์แสดง ดูตารางที่ 2.9

ตารางที่ 2.9 ตารางแสดงอักษรโรมันแทนเสียงวรรณยุกต์ของพยางค์เป็นในภาษาจ้วงมาตรฐาน

สัญลักษณ์	ค่าของเสียง
ไม่มีสัญลักษณ์	24
j	55
q	35
z	31
x	42
h	33

ข) วรรณยุกต์ของพยางค์ตาย

วรรณยุกต์ของพยางค์ตายในภาษาจ้วงมาตรฐานมีเพียง 3 วรรณยุกต์ และมีเสียงซ้ำกับวรรณยุกต์พยางค์เปิด ได้แก่วรรณยุกต์ 35, 55 และ 33

พยางค์ตายที่มีพยัญชนะท้ายเป็นอักษร -p, -t, -k หากสระเป็นเสียงยาว แสดงเสียงวรรณยุกต์เป็น 35 แต่หากสระเป็นเสียงสั้น แสดงเสียงวรรณยุกต์เป็น 55

พยางค์ตายที่มีพยัญชนะท้ายเป็นอักษร -b, -d, -g แสดงว่าเสียงวรรณยุกต์เป็น 33 ไม่ว่าสระจะเป็นเสียงสั้นหรือเสียงยาว

2.3 ระบบเสียงภาษาจีนกลางปัจจุบัน (黄伯荣,廖旭东,2007)

ภาษาจีนกลางมีหน่วยเสียงพยัญชนะต้น 21 หน่วย ดังนี้

ตารางที่ 2.10 ตารางแสดงพยัญชนะต้นภาษาจีนกลาง

		ริมฝีปาก	ริมฝีปาก-ฟัน	ปลายลิ้น	ปุ่มเหงือก	ปลายลิ้นม้วน	เพดานแข็ง	เพดานอ่อน
กัก	ไม่มีลม	p			t			k
	มีลม	ph			th			kh
กักเสียดแทรก	ไม่มีลม				ts	tʂ	tɕ	
	มีลม				tsh	tʂh	tɕh	

		ริมฝีปาก	ริมฝีปาก-ฟัน	ปลายลิ้น	ปุ่มเหงือก	ปลายลิ้นม้วน	เพดานแข็ง	เพดานอ่อน
เสียดแทรก	ไม่ก้อง		f	s		ʂ	ɕ	x
	ก้อง					ʐ		
นาสิก		m			n			
ข้างลิ้น					l			

หน่วยเสียงสระเดี่ยวมี 10 หน่วย คือ /ɑ/, /i/, /ə/, /ɨ/, /u/, /y/, /o/, /ɔ /, /ɛ/, /ɚ/ ส่วนสระประสมมี 13 เสียง สระประสมทั้ง 13 หน่วยปรากฏในตารางที่ 2.11

ตารางที่ 2.11 ตารางแสดงสระประสมภาษาจีนกลาง

สระหลัง / สระหน้า	-i	-u	-a	-ɛ	-o
i		iau iou	ia	iɛ	
y				yɛ	
u	uai uei		ua		uo
e	ei				
a	ai	au			
o		ou			

พยัญชนะท้าย 2 หน่วยเสียง คือ /-n, -ŋ/ สามารถใช้ตามหลังเสียงสระได้ดังนี้

ตารางที่ 2.12 ตารางแสดงสระผสมพยัญชนะท้ายในภาษาจีนกลาง

-n	an	ən	in	iɛn	uan	uən	yan	yn
-ŋ	aŋ	əŋ	iŋ	iɑŋ	uɑŋ	uəŋ	uŋ	yŋ

ภาษาจีนกลางมีหน่วยเสียงวรรณยุกต์ 4 หน่วย คือ ยินผิง (Yīnpíng) มีค่า/55/ หยังผิง (Yángpíng) มีค่า /35/ สั่งเซิง (Shǎngshēng) มีค่า /214/ และ ชวี่เซิง (Qùshēng) มีค่า /51/

ในงานวิจัยนี้ ผู้วิจัยจะระบุภาษาจีนกลางเป็นอักษรจีนตามด้วยวงเล็บบอกเสียงอ่าน Hanyu Pinyin โดย Hanyu Pinyin ซึ่งปรากฏรายละเอียดในหัวข้อต่อไป

2.4 การถ่ายถอดภาษาจีนกลางด้วยระบบอักษรโรมัน

2.4.1 พยัญชนะ

พยัญชนะในภาษาจีนกลางมี 22 หน่วย มีเพียงเสียงพยัญชนะนาสิกเกิดที่เพดานอ่อน /-ŋ/ ซึ่งในระบบอักษรโรมันแทนด้วย -ng เท่านั้น ที่ปรากฏในตำแหน่งต้นพยางค์ไม่ได้ พยัญชนะที่ปรากฏในตำแหน่งต้นพยางค์ได้มีจำนวน 21 หน่วย ปรากฏในตารางที่ 2.13 โดยเทียบกับสัทอักษรสากล

ตารางที่ 2.13 ตารางแสดงพยัญชนะต้นในภาษาจีนกลางเทียบในระบบอักษรโรมันเทียบกับสัทอักษรสากล

HANYU PINYIN	เทียบสัทอักษรสากล	HANYU PINYIN	เทียบสัทอักษรสากล
b	p	q	tɕh
p	ph	x	ɕ
m	m	z	ts
f	f	c	tsh
d	t	s	s
t	th	zh	tʂ
n	n	ch	tʂh
l	l	sh	ʂ
g	k	r	ʐ
k	kh	y	j
h	x	w	w
j	tɕ		

2.4.2 สระและสระกับเสียงพยัญชนะท้าย

สระเดียว สระผสม และสระที่มีเสียงพยัญชนะท้ายในภาษาจีนกลางเมื่อถ่ายถอดเป็นภาษาจีนกลาง ปรากฏในตารางที่ 2.14 ดังนี้

บทที่ 2

ตารางที่ 2.14 ตารางแสดงสระและสระกับเสียงพยัญชนะท้ายในภาษาจีนกลางใน
ระบบอักษรโรมันเทียบกับสัทอักษรสากล

HANYU PINYIN	เทียบสัทอักษรสากล	HANYU PINYIN	เทียบสัทอักษรสากล
a	ɑ	i	i
e	ə	u	u
o	o	ü	y
ai	ai	ie	iɛ
ei	ei	iong	yuŋ
ao	au	iou	iou
ou	ou	ua	ua
an	an	uo	u
en	ən	uai	uai
in	in	ui (uei)	uei
ang	aŋ	uan	uan
eng	əŋ	uang	uaŋ
ong	uŋ	un (uen)	uən
ing	iŋ	ueng	uəŋ
ia	ia	üe	yɛ
iao	iau	üan	yɛn
ian	iɛn	ün	yn
iang	iaŋ		

2.4.3 วรรณยุกต์

ในระบบอักษรโรมันใช้เครื่องหมาย 4 เครื่องหมาย เขียนบนสระเพื่อแสดงหน่วยเสียงวรรณยุกต์หลักในภาษาจีนกลางดังตารางที่ 2.15 ส่วนพยางค์ที่ไม่มีเครื่องหมายวรรณยุกต์แสดงว่าเป็นพยางค์ที่ออกเสียงเบา

ตารางที่ 2.15 ตารางแสดงวรรณยุกต์ภาษาจีนกลางในระบบอักษรโรมัน

เครื่องหมายวรรณยุกต์	ค่าของเสียง	เครื่องหมายวรรณยุกต์	ค่าของเสียง
ˉ	55	ˊ	35
ˇ	214	ˋ	51

3. งานศึกษาวิจัยด้านการยืมภาษาจีนในภาษาจ้วง

ผู้วิจัยได้สำรวจงานวิจัย บทความ และเอกสารที่ศึกษาภาษาจีนในภาษาจ้วงเพื่อประโยชน์ 2 ประการดังนี้

1) เพื่อเป็นแนวทางในการศึกษาวิเคราะห์ข้อมูลในการวิจัยครั้งนี้

2) เพื่อให้เกิดมุมมองหรือประเด็นการศึกษาที่น่าสนใจ ดังรายละเอียดต่อไปนี้

อู๋ จงจี้ (吴宗济, 1958) ได้สรุประบบเสียงของคำยืมจีนในภาษาจ้วงอู่หมิง และเปรียบเทียบลักษณะของเสียงคำยืมที่ยืมมาจากภาษาจีนกวน (Guānhuà) กับคำยืมที่ยืมจากภาษาเยว่ (Yuèyǔ)① ผู้วิจัยพบว่า เสียงของคำยืมจีนในภาษาจ้วงถูกปรับให้สอดคล้องกับตามระบบเสียงของภาษาจ้วง หากเป็นเสียงพยัญชนะ เสียงสระและวรรณยุกต์ที่เหมือนกันกับภาษาจ้วง ก็จะใช้เสียงนั้นๆ ในภาษาจ้วง หากไม่มีเสียงที่เหมือนกัน ก็จะปรับเปลี่ยนเป็นเสียงที่ใกล้เคียงกัน ไม่ได้สร้างอักษรแทนเสียงพยัญชนะสระหรือวรรณยุกต์ใหม่ขึ้นมาเพื่อถ่ายถอดเสียง ซึ่งเป็นสภาพภาษาเมื่อ 50 ปีก่อนและเป็นการศึกษาภาษาจ้วงด้านเสียงโดยอาศัยข้อมูลลายลักษณ์ ผู้วิจัยคิดว่าการเก็บข้อมูลจากข้อมูลเสียง อาจทำให้พบเห็นการเปลี่ยนแปลงในระดับเสียงของภาษาจ้วงอันเกิดจากการยืมภาษาจีนกลางภายใต้ภาวะสัมผัสภาษาจ้วงกับภาษาจีนได้ถูกต้องชัดเจนขึ้น

Wang Stephen S. (1966) ศึกษาเสียงของคำยืมจีนในภาษาไทกลุ่มเหนือ (Northern Tai) ซึ่งก็คือภาษาจ้วงเหนือ โดยสรุปแบบแผนการดัดแปลงเสียงวรรณยุกต์

① ภาษาเยว่ (粤语 Yuèyǔ) เป็นชื่อทางการของภาษาจีนกวางตุ้ง (Cantonese) บางทีก็เรียกว่าภาษาจีนไป๋ (白话 Báihuà) ทั้งสองชื่อหลังเป็นชื่อที่ใช้ในภาษาพูด

เสียงพยัญชนะต้น เสียงสระ และเสียงพยัญชนะท้ายของคำยืมจีนในภาษาจ้วงเหนือ Wang Stephen S.พบว่า หากพิจารณาจากแบบแผนการดังแปรงเสียงของคำยืมแล้ว สามารถมองเห็นว่าคำยืมจีนในภาษาจ้วงสามารถจำแนกเป็น 3 กลุ่ม ซึ่งเมื่อเทียบกับระบบเสียงของภาษาจีนในแต่ละยุคแล้ว สันนิษฐานว่าคำยืม 3 กลุ่มนี้มีลักษณะเสียงที่ต่างกันอาจเนื่องจากว่าเป็นคำยืมที่ยืมเข้าต่างยุคต่างสมัยกัน ความแตกต่างของเสียงภาษาจีนแต่ละยุคทำให้เสียงของคำยืมภาษาจีนในภาษาจ้วงแต่ละยุคแตกต่างไปด้วย แสดงว่าระบบเสียงของคำยืมในยุคหนึ่งมีความสัมพันธ์กับระบบเสียงของภาษาผู้ให้ยืมในยุคนั้นๆ อย่างใกล้ชิด

จาง จวินหรู (张均如, 1982) มุ่งศึกษาเสียงของคำยืมจีนในภาษาจ้วงเพื่อระบุภาษาผู้ให้ยืม โดยเปรียบเทียบวิเคราะห์ข้อแตกต่างระหว่างภาษาจีนผิง (平话 pínghuà) โบราณกับภาษาจีนกวางตุ้งในด้านเสียงพยัญชนะ เสียงสระและเสียงวรรณยุกต์ พร้อมทั้งศึกษาเปรียบเทียบระบบเสียงคำยืมเก่าในภาษาจ้วง 10 อำเภอที่ใช้ในภาคกลางและภาคใต้ของกวางสี จึงได้ข้อสรุปว่าคำยืมเก่าในภาษาจ้วงไม่ได้มาจากภาษากวางตุ้ง แต่มาจากภาษาจีนผิงโบราณที่เคยใช้กันแพร่หลายอยู่ในภาคกลางและภาคใต้ของกวางสี ซึ่งเป็นภาษาแม่โดยตรงของภาษาจีนผิงฮั่วกวางสีปัจจุบัน ส่วนคำยืมใหม่นั้น จาง จวินหรู (张均如, 1985) พบว่า ภาษาจ้วงถิ่นที่รับคำยืมสมัยใหม่ตามระบบเสียงคำยืมเก่านั้นน้อยลงทุกเรื่อยๆ และระบบเสียงคำยืมเก่าเองก็เกิดการเปลี่ยนแปลงไปบ้างแล้ว ซึ่งทั้งนี้เป็นผลจากอิทธิพลของภาษาจีนไป๋ (白话báihuà) กับภาษาจีนถิ่นตะวันตกเฉียงใต้

งานศึกษาดังกล่าวข้างต้นทำให้ทราบว่า คำภาษาจีนที่ยืมเข้ามาต่างยุคต่างสมัยกันหรือที่ยืมเข้าจากภาษาจีนต่างถิ่นที่ต่างกัน ย่อมมีลักษณะที่ต่างกัน คำยืมภาษาจีนที่ภาษาจ้วงยืมจากภาษาจีนยุคเดียวกัน มักมีลักษณะเสียงที่เหมือนกันจนสามารถสรุปเป็นแบบแผนได้ และกรณีคำยืมภาษาจีนกลางในภาษาจ้วงปัจจุบัน ก็น่าจะมีแบบแผนที่แน่นอน และภาษาจีนกลางยุคปัจจุบันก็อาจมีผลทำให้คำยืมในปัจจุบันมีระบบเสียงที่แตกต่างจากคำยืมยุคอื่นๆ ซึ่งอาจมีผลทำให้ระบบเสียงภาษาจ้วงเกิดการเปลี่ยนแปลง

หลิว ลี่เจียน (刘力坚, 2005) ศึกษาคำยืมจีนในภาษาจ้วงถิ่นเหลียนซาน (Lianshan Zhuang Language) โดยมุ่งเน้นศึกษาอิทธิพลของคำยืมจีนที่มีต่อระบบเสียงภาษาจ้วงและหน้าที่ของคำยืมจีนในระบบคำของภาษาจ้วง ในการวิเคราะห์ผลกระทบที่มีต่อระบบคำภาษาจ้วงนั้น หลิว ลี่เจียนเน้นศึกษารูปแบบการประสมคำของคำยืมกับคำจ้วงและโครงสร้างของคำประสมที่ประกอบด้วยคำยืมกับคำจ้วง ผลการศึกษาแสดงให้เห็นว่า การยืมคำจีนส่งผลให้ภาษาจ้วงถิ่นเหลียนซานมีหน่วยเสียงเพิ่มขึ้นทั้งเสียงสระและพยัญชนะ หลิว ลี่เจียนยังพบด้วยว่า คำยืมอาจยืมมาทั้งคำแบบทับศัพท์ หรืออาจยืมแปลผสมทับศัพท์ก็ได้ ซึ่งก็หมายความว่าคำยืมสามารถแสดงบทบาททำหน้าที่เป็นคำมูลประสมกับคำจ้วงเดิมเพื่อสร้างคำใหม่ขึ้นได้ ส่วนรูปแบบการประสมคำ ก็พบว่าคำยืมสามารถถูกนำมาใช้ประสมคำได้ในทุกรูปแบบที่ภาษาจ้วงเดิมมีอยู่ ไม่ว่าคำประสมแบบนาม-คุณศัพท์ แบบนาม-นาม แบบกริยา-กริยา แบบนาม-กริยา หรือแบบกริยา-กรรม เป็นต้น และรูปแบบที่ต่างกัน พบสัดส่วนระหว่างการลำดับคำแบบเดิมกับการลำดับคำแบบใหม่ที่แตกต่างกัน เช่น คำประสมแบบนาม-คุณศัพท์ พบใช้โครงสร้างใหม่บ้าง แต่คำประสมแบบนาม-นาม และแบบกริยา-กริยา ไม่พบโครงสร้างใหม่เลย ยังคงต้องลำดับคำตามการลำดับคำแบบภาษาจ้วง ส่วนเรื่องการผสมผสานเข้าด้วยกัน (integration) ของคำยืมจีนกับคำภาษาจ้วงในภาษาจ้วงถิ่นเหลียนซาน (Liánshān) หลิว ลี่เจียน (刘力坚, 2006) ได้วิเคราะห์จากความสัมพันธ์ทางความหมายของคำที่นำมาผสมกัน ผู้เขียนพบว่า คำยืมจีนได้ซึมซาบเข้าภาษาจ้วงและมีความสัมพันธ์ด้านความหมายกับคำจ้วงในหลากหลายรูปแบบ ทำให้คลังคำภาษาจ้วงสมบูรณ์และสมดุลยิ่งขึ้นจนกลายเป็นส่วนประกอบที่ขาดเสียมิได้ในภาษาจ้วง

ถัง หลง (唐龙, 2007) มุ่งวิเคราะห์ระบบคำของภาษาจ้วง เพื่อศึกษาอิทธิพลของภาษาจีนที่มีต่อภาษาจ้วงในระดับคำ ถัง หลงเก็บข้อมูลภาคสนามจากหมู่บ้านฮั่นต๋า (Hàndá) ตำบลไป๋จิ่ง (Báijǐng) อำเภอกต้าฮั่ว (Dàhuà) มณฑลกวางสี โดยใช้รายการคำศัพท์สำหรับสำรวจภาษาจ้วงถิ่นที่ ฉินกว๋อเซิง ได้เรียบเรียงไว้เป็นหลัก และผู้เขียนเอง

ก็ได้เพิ่มเติมรายการคำศัพท์เข้าไปอีก รวมเป็น 6964 รายการ จากการสำรวจข้อมูล พบว่ามีคำยืมภาษาจีนที่มีพยางค์เดียว 829 คำ โดยส่วนใหญ่เป็นคำยืมเก่า คำยืมใหม่พบเพียง 71 คำ ส่วนคำยืมผสม พบว่ามีคำที่ประกอบด้วยคำจีนล้วน 899 คำ คำที่ประกอบด้วยคำจีนกับคำจ้วงมี 1175 คำ บางคำประกอบขึ้นตามการลำดับคำของภาษาจ้วง บางคำประกอบขึ้นตามการลำดับคำของภาษาจีน ซึ่งผู้เขียนวิเคราะห์ว่า การที่คำจีนผสมกับคำจ้วงเป็นจำนวนมากนั้น แสดงว่าภาษาจีนได้ซึมซาบกลมกลืนกับภาษาจ้วงอย่างลึกซึ้งแล้ว และในขณะเดียวกันก็ทำให้คำสองพยางค์หรือคำมากพยางค์ในภาษาจ้วงเพิ่มมากขึ้น

เฉา ข่าย (曹凯, 2008) ศึกษาคำยืมในภาษาจ้วงโดยรวบรวมข้อมูลจากพจนานุกรมจ้วง-จีน (壮汉词汇) ที่ตีพิมพ์เมื่อปี ค.ศ. 1983 ผลการวิเคราะห์พบว่า โครงสร้างคำยืมที่เป็นคำประสม มีทั้งคำจ้วงประสมกับคำยืม คำยืมประสมกับคำยืม ซึ่งมีทั้งการลำดับคำแบบภาษาจีน และการลำดับคำแบบภาษาจ้วง หากดูจากเสียงของคำยืมแล้ว สามารถสืบสาวถึงภาษาต้นกำเนิดของคำยืมได้ ซึ่งในยุคสมัยที่ต่างกัน ภาษาจ้วงได้ยืมคำจากภาษาจีนถิ่นที่ต่างกัน

ส่วนภาษาจีนที่ยืมเข้าภาษาจ้วงได้เกิดการเปลี่ยนแปลงทั้งระดับเสียง และระดับคำ โดยด้านเสียงพบว่า คำยืมจีนถูกดัดแปลงเสียงให้เข้ากับระบบเสียงภาษาจ้วงอย่างเป็นแบบแผน การเปลี่ยนแปลงระดับคำพบว่ามีการเปลี่ยนแปลงทั้งด้านความหมายของคำ หน้าที่ทางไวยากรณ์ของคำและโครงสร้างคำ แต่อย่างไรก็ตาม จากการสำรวจโครงสร้างคำประสมที่มีหน่วยหลักกับหน่วยขาย พบว่า โครงสร้าง “หน่วยหลัก + หน่วยขยาย” ซึ่งเป็นโครงสร้างเดิมของภาษาจ้วงก็ยังเป็นส่วนใหญ่ แม้หน่วยหลักและหน่วยขยายล้วนเป็นคำยืมจีนก็ตาม และโครงสร้าง “หน่วยขยาย + หน่วยหลัก” ซึ่งเป็นโครงสร้างแบบภาษาจีนพบน้อยมาก และมักจะพบในคำยืมใหม่ และยังไม่พบคำประสมที่ประกอบด้วยจ้วงล้วนใช้โครงสร้างแบบใหม่นี้ ทั้งนี้แสดงว่าโครงสร้างภาษาจ้วงเดิมแบบหน่วยขยายอยู่หลังหน่วยหลักก็ยังมั่นคงเหนียวแน่นอยู่ สามารถดัดแปลง

คำยืมจีนให้เข้ากับโครงสร้างจ้วงได้ เนื่องจากงานวิจัยนี้รวบรวมข้อมูลจากพจนานุกรม การวิเคราะห์จึงจำกัดอยู่เพียงระดับคำ ไม่สามารถวิเคราะห์ลักษณะภาษาในระดับวากยสัมพันธ์ที่เหนือกว่าระดับคำได้ ซึ่งส่วนนี้เป็นประเด็นที่ผู้วิจัยจะศึกษาเช่นกัน

ในการศึกษาโครงสร้างคำของภาษาจ้วงเหนือของ Somsonge Burusphat & Qin Xiaohang พบว่าคำยืมจีนในภาษาจ้วงมีวิธีการยืม 3 วิธีด้วยกัน คือ ก) การทับศัพท์ ข) การทับศัพท์ผสมกับการแปล โดยหากเป็นคำกริยามักคงการลำดับคำแบบภาษาจีนไว้ ส่วนหน่วยขยายของคำนามมักถูกปรับให้เป็นการลำดับแบบจ้วง ค) คำนาม/คำลักษณนาม + คำทับศัพท์ คำยืมภาษาจีนในภาษาจ้วงสามารถจำแนกเป็น 2 ประเภท โดยอาศัยยุคการยืมและลักษณะการออกเสียง

งานวิจัยที่ศึกษาคำยืม โดยเฉพาะวิธีการยืมและโครงสร้างคำยืมดังกล่าวข้างต้น อาจเป็นแนวทางในการศึกษาวิเคราะห์คำยืมภาษาจีนกลางในภาษาจ้วงและเป็นประโยชน์ต่อการการวิจัยครั้งนี้ ซึ่งผู้วิจัยก็สนใจที่จะศึกษาโครงสร้างของคำยืมว่ามีวิธีการประกอบคำอย่างไรบ้าง ได้นำโครงสร้างคำประสมแบบจีนเข้ามาใช้ในการสร้างคำใหม่หรือไม่อย่างไร

ในการศึกษาอิทธิพลที่มีต่อกันระหว่างภาษาจีนถิ่นตะวันตกเฉียงใต้กับภาษาจ้วงที่พูดที่หมู่บ้านเซี่ยอ้าว (下坳 Xià'ào) อำเภอตูอาน (都安 Dū'ān) มณฑลกวางสีประเทศสาธารณรัฐประชาชนจีนนั้น เซี่ย เอินหลิน (谢恩临, 2007) ได้เก็บข้อมูลจากผู้พูดภาษาที่สามารถพูดได้ทั้งภาษาจีนถิ่นตะวันตกเฉียงใต้และภาษาจ้วง ผลการศึกษาพบว่า ภาษาจีนถิ่นตะวันตกเฉียงใต้มีอิทธิพลต่อภาษาจ้วงอย่างลึกซึ้งทำให้เกิดการเปลี่ยนแปลงทั้งด้านเสียง ด้านศัพท์และด้านไวยากรณ์ ดังนี้

ในด้านเสียงพบว่า มีเสียงพยัญชนะพ่นลม [ph, th, kh, khj, thj, khw, tsh, tɕh, tɕhj, tɕhw] เกิดขึ้นทั้งๆ ที่ภาษาจ้วงเดิมไม่มีเสียงพยัญชนะพ่นลม และมีเสียงสระ [ə, ɤ, ən] เกิดขึ้น แต่เสียงเหล่านี้พบในคำยืมใหม่เท่านั้น และเป็นเสียงที่ไม่สามารถจำแนกความหมายได้ จึงยังไม่สามารถถือได้ว่าเป็นหน่วยเสียงใหม่ของภาษาจ้วง

ในด้านศัพท์ พบว่า ภาษาจ้วงมีคำยืมจีนจำนวนมาก และมีแนวโน้มที่จะเพิ่มขึ้นเรื่อยๆ คำยืมเก่ามักเกี่ยวกับชีวิตประจำวัน การผลิต และการค้าขาย ส่วนคำยืมใหม่มักเกี่ยวกับด้านเศรษฐกิจ วัฒนธรรม การศึกษา การเมืองและวิทยาศาสตร์ ประเภทของคำยืมนอกจากคำนาม คำกริยาแล้ว ยังพบว่ามีการยืมคำไวยากรณ์ด้วย คำยืมบางคำพ้องความหมายกับคำในภาษาจ้วง ทำให้หน้าที่และความหมายของคำเดิมบางคำเปลี่ยนแปลงไป

ส่วนอิทธิพลทางไวยากรณ์ที่เห็นชัดที่สุดคือการเปลี่ยนแปลงลำดับคำในนามวลี วิเศษณ์วลี และบุพบทวลี รองลงมาคือการยืมสัมพันธกริยา(copula) siŋ^{5}/ʔθei^{6} และการยืมคำไวยากรณ์ก็ทำให้เกิดโครงสร้างประโยคใหม่ เช่น การยืมคำ 的 (de) จากภาษาจีนมาเป็นคำ ti^{5}พร้อมกับโครงสร้างที่ใช้คำ的 (de) ในภาษาจีนมาด้วย ตัวอย่างเช่น

Ha:u^{1}ti^{5} θei^{6}va:i^{5}, hen^{3} ti^{5} θei^{6}hau^{4} "สีขาวเป็นฝ้าย สีเหลืองเป็นข้าว"

(ขาว- ti^{5}-เป็น-ฝ้าย, เหลือง- ti^{5}-เป็น-ข้าว)

เป็นต้น

จากการศึกษาของ เซี่ย อันหลิน พบว่า การเปลี่ยนแปลงด้านวากยสัมพันธ์ที่เป็นผลจากอิทธิพลภาษาจีนนั้น นอกจากการลำดับหน่วยหลักและหน่วยขยายในนามวลีที่เคยกล่าวถึงในงานวิจัยหลายชิ้นแล้ว ยังพบการเปลี่ยนแปลงใหม่อื่นๆ ด้วย ซึ่งผู้วิจัยคิดว่า หากมีการเก็บข้อมูลภาษาจ้วงจากภาษาเขียนหรือภาษาทางการ ก็น่าจะพบโครงสร้างใหม่ที่ได้รับอิทธิพลจากภาษาจีนมากกว่านี้

ส่วนการศึกษาของ เจ้า จิง (赵晶, 2008) เป็นการศึกษาการเปลี่ยนแปลงที่เกิดขึ้นในระดับไวยากรณ์ ซึ่งเป็นการเปรียบเทียบการลำดับคำของนามวลีในภาษาจ้วงกับภาษาจีนถิ่นของผู้พูดสองภาษาที่หมู่บ้านช่วงซิน (Chuàngxīn) ตำบลซื่อถัง (Sìtáng) เมืองหนานหนิง (Nánníng) มณฑลกวางสี โดยจำแนกผู้บอกภาษาเป็น 5 กลุ่มตามอายุผู้พูด และสัมภาษณ์ผู้บอกภาษาตามนามวลีที่ผู้เขียนกำหนดไว้ล่วงหน้า ซึ่งผู้เขียนได้จำแนกนามวลีเป็น 7 ประเภท

ผลการศึกษาพบว่า เวลาพูดภาษาจ้วง กลุ่มผู้บอกภาษาที่มีอายุน้อยกว่าจะใช้โครงสร้างนามวลีที่ตรงกับภาษาจีนถิ่นมากกว่า ลำดับคำของนามวลีภาษาจ้วงมีแนวโน้มที่จะเปลี่ยนแปลงจนเหมือนลำดับคำแบบภาษาจีน ในขณะที่การลำดับคำนามวลีภาษาจีนของผู้พูดภาษาต่างอายุกันนั้นแตกต่างกันไม่มากนัก ซึ่งแสดงให้เห็นว่า ในการสัมผัสระหว่างภาษาจ้วงกับภาษาจีนถิ่นนั้น ภาษาจีนถิ่นมีอิทธิพลต่อภาษาจ้วงจนทำให้โครงสร้างนามวลีภาษาจ้วงเกิดการเปลี่ยนแปลงจนมีแนวโน้มที่จะเปลี่ยนไปใช้โครงสร้างภาษาจีนถิ่น ในกลุ่มผู้บอกภาษาที่มีอายุต่ำกว่า 50 ปี นามวลีที่มีหน่วยขยายเป็นคำนาม คำสรรพนาม คำกริยา หรืออนุพากย์ส่วนใหญ่จะลำดับหน่วยขยายไว้หน้าหน่วยหลักซึ่งเป็นการลำดับคำแบบภาษาจีน ในขณะที่นามวลีที่มีหน่วยขยายเป็นคำคุณศัพท์ คำบ่งชี้และคำบอกจำนวน (ยกเว้นโครงสร้างที่บอกจำนวนมากกว่า 2) ยังคงโครงสร้างแบบภาษาจ้วงอยู่ คือเรียงหน่วยขยายไว้หลังหน่วยหลัก

การเปลี่ยนแปลงที่เกิดขึ้นที่พบในการวิจัยดังกล่าวข้างต้น จะเป็นแนวทางและประเด็นที่ผู้วิจัยจะต้องให้ความสำคัญในการเก็บข้อมูลครั้งนี้

โดยสรุป จากงานวิจัย บทความและเอกสารที่กล่าวมาข้างต้น พบงานวิจัยที่ศึกษาภาษาจ้วงมาตรฐานมีจำกัด ยังไม่พบการศึกษาการเปลี่ยนแปลงของภาษาจ้วงมาตรฐานอันเนื่องมาจากการสัมผัสภาษาจีนกลางอย่างเป็นระบบในทุกระดับภาษา โดยเฉพาะอย่างยิ่งในปัจจุบันที่อิทธิพลของภาษาจีนกลางซึ่งน่าจะมีอิทธิพลมากกว่าภาษาจีนถิ่นอื่น วิธีรวบรวมข้อมูลพบว่ามีทั้งรวบรวมจากการลงภาคสนามและจากข้อมูลลายลักษณ์อักษร คือ พจนานุกรม การรวมรวมข้อมูลภาษาจากสื่อสมัยใหม่ เช่น หนังสือพิมพ์ นิตยสาร โทรทัศน์นั้นไม่ค่อยพบ ซึ่งผู้วิจัยเห็นว่าหนังสือพิมพ์และนิตยสารที่มีผู้เขียนหลากหลายนั้นจะสะท้อนให้เห็นสภาพการใช้ภาษาในความเป็นจริงได้อย่างดี

ในงานวิจัยนี้ผู้วิจัยได้ศึกษาการเปลี่ยนแปลงของภาษาจ้วงมาตรฐานอันเนื่องมาจากการสัมผัสภาษากับภาษาจีนกลางไว้ในบทที่ 4-6 โดยบทที่ 4 ศึกษาการเปลี่ยนแปลงที่เกิดขึ้นในระดับคำ บทที่ 5 ศึกษาการเปลี่ยนแปลงที่เกิดขึ้นในระดับเสียง และบทที่ 6

ศึกษาการเปลี่ยนแปลงที่เกิดขึ้นในระดับวากยสัมพันธ์ ส่วนบทที่ 3 ผู้วิจัยจะกล่าวถึงประเภทของคำยืมโดยจำแนกตามชนิดของคำทางไวยากรณ์ จำแนกตามหมวดหมู่ความหมายและจำแนกตามพยางค์ของคำ เพื่อเห็นภาพรวมของคำยืมจีนกลางในภาษาจ้วงซึ่งจะนำไปสู่การวิเคราะห์การเปลี่ยนแปลงที่เกิดขึ้นในระดับต่างๆ ต่อไป

บทที่ 3

ประเภทของคำยืมภาษาจีนกลางในภาษาจ้วง

      โดยทั่วไป ในภาวะสัมผัสภาษา สิ่งที่ถูกยืมเป็นอันดับแรกมักจะเป็นคำ เมื่อการยืมเกิดขึ้น โดยเฉพาะเกิดการยืมคำเป็นจำนวนมาก ย่อมนำไปสู่การเปลี่ยนแปลงขึ้นในภาษาผู้ยืม เช่น ทำให้ในภาษาผู้ยืมมีคำพ้องความหมายมากขึ้น คำพ้องความหมายที่เพิ่มขึ้นมาใหม่นี้ ก็อาจเกิดการเปลี่ยนแปลงต่อไปได้ โดยเฉพาะอย่างยิ่ง คำในภาษาเดิมที่เกิดพ้องความหมายกับคำยืมมักเกิดการเปลี่ยนแปลงด้านความหมาย หรือนำไปใช้ในบริบทที่แตกต่างจากเดิม และอาจนำไปสู่การเปลี่ยนแปลงด้านวากยสัมพันธ์ได้ หากผู้พูดพยายามเลียนแบบการออกเสียงคำในภาษาผู้ให้ยืมโดยไม่ปรับเสียงของคำให้เข้ากับภาษาผู้ยืม ก็จะนำไปสู่การนำหน่วยเสียงใหม่เข้ามาใช้ในภาษาผู้ยืมในที่สุด และหากระยะเวลาการสัมผัสภาษานานพอ มีการสัมผัสภาษาที่เข้มข้นมากหรือมีแรงผลักดันทางวัฒนธรรม (culture pressure) ที่มากพอ ก็อาจเกิดการยืมโครงสร้างขึ้นได้ (Thomason & Kaufman, 1988: 37) ซึ่งอาจมีผลทำให้เกิดการเปลี่ยนแปลงในระบบไวยากรณ์ของภาษาผู้ยืมก็ได้

      ในการวิจัยนี้ก็พบเช่นกันว่า การเปลี่ยนแปลงของภาษาจ้วงมาตรฐานในด้านเสียงและด้านวากยสัมพันธ์นั้นส่วนหนึ่งเป็นผลจากการยืมคำไม่โดยตรงก็โดยอ้อม ดังนั้น คำยืมนอกจากจะสามารถนำมาวิเคราะห์การเปลี่ยนแปลงด้านคำศัพท์ที่เกิดขึ้นในภาษาจ้วงตามสมมุติฐานที่ตั้งไว้แล้ว ยังเป็นข้อมูลสำคัญสำหรับวิเคราะห์การเปลี่ยนแปลงที่เกิดขึ้นทั้งหมดด้วย ผู้วิจัยจึงเห็นว่าควรจะกล่าวถึงลักษณะของคำยืมภาษาจีนกลางในภาษาจ้วงเพื่อเป็นข้อมูลเบื้องต้นในการวิเคราะห์การเปลี่ยนแปลงที่เกิดขึ้นในภาษาจ้วงในบทต่อไป

บทที่ 3

ในบทนี้ จะกล่าวถึงประเภทของคำยืมภาษาจีนกลางในภาษาจ้วงโดยจัดประเภทตามชนิดของคำทางไวยากรณ์ หมวดคำทางความหมาย และพยางค์ของคำ ซึ่งผู้วิจัยเห็นว่าการวิเคราะห์คำยืมใน 3 ประเภทดังกล่าวนี้จะทำให้มองเห็นภาพรวมของคำยืมภาษาจีนกลางในภาษาจ้วง และอาจทำให้มองเห็นการเปลี่ยนแปลงที่เกิดขึ้นที่นอกเหนือจากที่ผู้วิจัยได้ตั้งสมมุติฐานไว้

1. ประเภทของคำยืมจำแนกตามชนิดของคำทางไวยากรณ์

การวิเคราะห์ชนิดของคำทางไวยากรณ์ของคำยืมภาษาจีนกลางนั้น ผู้วิจัยได้ใช้การจำแนกหมวดคำของเหวย ชิ่งเหวิ่น(韦庆稳,1985:17)ซึ่งจำแนกคำในภาษาจ้วงเป็น 13 หมวด ได้แก่ คำนาม คำลักษณนาม คำสรรพนาม คำกริยา คำคุณศัพท์ คำบ่งชี้ คำบอกจำนวน คำกริยาวิเศษณ์ คำอุทาน คำบุพบท คำสันธาน คำช่วยกริยา และคำบอกทัศนภาวะ

จากการรวบรวมข้อมูลในการศึกษาครั้งนี้พบว่า ภาษาจ้วงได้ยืมคำใน 9 หมวด จากภาษาจีนกลาง ได้แก่ คำนาม คำลักษณนาม คำกริยา คำคุณศัพท์ คำกริยาวิเศษณ์ คำบุพบท คำสันธาน คำช่วยกริยาและคำอุทานมาใช้ จำนวนของคำยืมในหมวดต่างๆ ได้แสดงไว้ในตารางที่ 3.1

ตาราง 3.1 ตารางแสดงจำนวนของคำยืมภาษาจีนกลางในหมวดคำ 9 หมวด

	หมวดคำ	จำนวน	ตัวอย่าง
1	คำนาม	1693	swhginh (2009-1-15) "เงินทุน" cizcwngh (1997-4-15) "ตำแหน่งทางวิชาการ"
2	คำกริยา	457	fazci (1987-4-5) "ปกครองด้วยกฎหมาย" gaijgwz (2006-8-7) "ปฏิวัติ"
3	คำคุณศัพท์	78	gvanhgen (2009-2-5) "สำคัญ" bujdungh (1997-4-15) "ธรรมดา"

	หมวดคำ	จำนวน	ตัวอย่าง
4	คำกริยาวิเศษณ์	35	nanzdauh (1994-6-14) "ใช้หน้าประโยคคำถามเพื่อเน้น"
5	คำลักษณนาม	27	souj (2009-2-25) "เพลง" daiz (2009-2871-1) "เครื่อง"
6	คำสันธาน	13	sojyij (2001-1-20) "ดังนั้น" giyenz (2009-4-5) "ในเมื่อ"
7	คำบุพบท	6	gvanhyiz (1987-1-25) "เกี่ยวกับ" bingz (1993-4-20) "โดยอาศัย"
8	คำช่วยกริยา	3	soj (1986-1-25) "ที่...ทั้งหมดนั้น"
9	คำอุทาน	3	vei (2007-3-5) "คำกล่าวรับโทรศัพท์"
	รวม	2315	

จากตารางที่ 3.1 จะเห็นได้ว่า คำยืมส่วนใหญ่เป็นคำหลัก คำยืมที่เป็นคำนามมีจำนวนมากที่สุด คือมีจำนวนเกือบ 5 เท่าของคำกริยาซึ่งมีจำนวนมากเป็นอันดับสอง รองจากคำกริยาเป็นคำคุณศัพท์กับคำกริยาวิเศษณ์ หมวดคำเหล่านี้ล้วนเป็นคำหลัก ส่วนคำไวยากรณ์นั้น พบว่า คำลักษณนาม คำบุพบท คำสันธาน คำช่วยกริยา และคำอุทาน ได้มีการยืมจากภาษาจีนกลางเข้ามาในภาษาจ้วงมาตรฐานเช่นกัน แต่มีจำนวนไม่มากนัก

ต่อไปนี้เป็นตัวอย่างคำยืมในหมวดคำต่างๆ

1.1 คำนาม

คำนาม คือ คำบอกชื่อคน สิ่งของ เป็นต้น มี 4 ประเภทด้วยกัน ได้แก่ 1) คำนามที่หมายถึงสิ่งของ รวมถึงชื่อของพืช สัตว์และสรรพสิ่ง 2) คำนามที่หมายถึงคน รวมถึงชื่อคน คำเรียกขาน ตำแหน่ง ชื่อองค์กรและประเทศต่างๆ 3)คำนามบอกทิศตำแหน่ง และ 4)คำนามบอกเวลา (韦庆稳,1985:18)

บทที่ 3

ในการวิจัยครั้งนี้พบคำยืมภาษาจีนกลางที่เป็นคำนามรวม 1693 คำ คิดเป็นร้อยละ 73 ของคำยืมทั้งหมดที่รวบรวมได้ คำนามเหล่านี้มีทั้งคำนามที่เป็นนามธรรมและคำนามที่เป็นรูปธรรม ส่วนใหญ่เป็นศัพท์เฉพาะด้านในวงการต่างๆ เช่น การเมือง การบริหาร ธุรกิจการค้า การศึกษา การทหาร วิทยาศาสตร์เทคโนโลยี การแพทย์ เป็นต้น ดังตัวอย่างต่อไปนี้

คำยืม	ความหมาย	คำจีน
cwngcwz (1987-5-20)	นโยบาย	政策（zhèngcè）
cizcau (1993-5-14)	ใบอนุญาตประกอบกิจการ	执照（zhízhào）
yinhyoz (1994-6-24)	ดนตรี	音乐（yīyuè）
yinjliu (1997-3-5)	เครื่องดื่ม	饮料（yǐnliào）
yozyen (2006-6-5)	สถาบันการศึกษา	学院（xuéyuàn）
sigin (2007-4-11)	เชื้อโรค	细菌（xìjūn）
vuzlij (1995-6-21)	ฟิสิกส์	物理（wùlǐ）
baizgiuz (1992-1-5)	วอลเลย์บอล	排球（páiqiú）
lingjsw (1988-1/2-15)	กงสุล	领事（lǐngshì）
gingqda (1991-2-25)	แว่นตา	眼镜（yǎnjìng）
hekyouz (1988-5-10)	นักท่องเที่ยว	游客（yóukè）
roenbwzyouz (2009-2-10)	ถนนราดยาง	柏油路（bǎiyóulù）
vwnzdiz (2009-3-20)	ศัตรู	敌人（dírén）

การยืมคำนามมักเกิดเนื่องจากความต้องการในการสื่อสารถึงความคิดหรือสิ่งของที่เป็นมโนทัศน์ใหม่สำหรับภาษาผู้ยืมซึ่งได้รับมาจากภาษาผู้ให้ยืม การวิเคราะห์วงความหมายของคำนามว่าเป็นคำในวงการใดบ้างนั้น จะสามารถทำให้มองเห็นว่าภาษาจ้วงได้ยืมคำในวงการต่างๆ มากน้อยเพียงใด และภาษาจ้วงได้รับอิทธิพลจากภาษาจีนกลางในวงการใดมากกว่าวงการใด ซึ่งผู้วิจัยได้นำเสนอผลการวิเคราะห์ไว้ใน

หัวข้อ 3.2

1.2 คำลักษณนาม

คำลักษณนาม คือคำที่บอกหน่วยหรือประเภทของคนหรือสิ่งของ (韦庆稳, 1985:26) ดังได้กล่าวแล้วข้างต้น การยืมคำนามจากภาษาจีนนั้นส่วนใหญ่เป็นคำที่แสดงถึงมโนทัศน์ที่ไม่มีในภาษาจ้วง เมื่อยืมคำนามมาใช้ คำลักษณนามซึ่งเป็นคำที่มักปรากฏร่วมกับคำนามจึงถูกยืมเข้ามาในภาษาจ้วงด้วย โดยคำลักษณนามมักยืมมาพร้อมกับคำนามที่ใช้กับคำลักษณนามนั้นๆ กล่าวคือ คำลักษณนามที่ยืมมาส่วนใหญ่จะใช้ร่วมกับคำนามที่เป็นคำยืม ตัวอย่างเช่น

คำลักษณนาม (คำยืม)	ความหมาย	คำจีน	คำนามที่เกิดร่วม
souj (1990-3-5)	บท, เพลง	首 (shǒu)	go "เพลง", sih "กลอน"
dauq (2009-4-10)	ชุด	套 (tào)	ingjdeb "แผ่นวีซีดี"
diuz (1986-1-5)	เพลง, เส้น, สาย	条 (tiáo)	yinhyoz "ดนตรี"
daiz (2009-2871-1)	เครื่อง	台 (tái)	nungzgih "เครื่องยนต์ทางการเกษตร"
cungj (2009-2879-1)	ชนิด, ประการ	种 (zhǒng)	wangjyez "เว็บเพจ", cosih "มาตรการ"

อย่างไรก็ตาม ได้พบคำลักษณนามบางคำใช้ร่วมกับคำนามที่เป็นคำจ้วงเดิมได้ด้วย แต่พบไม่มากนัก เช่นคำลักษณนาม "benq" ใช้กับคำยืมจีน denyingj "ภาพยนตร์" ได้ หมายความว่า "เรื่อง" ในขณะเดียวกันก็ใช้กับคำนามจ้วง nyan "หิด" ได้ หมายความว่า ผืน เป็นต้น

ทั้งภาษาจ้วงและภาษาจีนมีคำลักษณนามที่บอกลักษณะของคำกริยา แต่การวิจัยครั้งนี้ ไม่พบคำลักษณนามประเภทนี้ในคำภาษาจีนกลางที่ยืมเข้าไปในภาษาจ้วง

มาตรฐาน ปรากฏการณ์ที่พบคือ ภาษาจ้วงยังคงใช้คำลักษณนามที่ภาษาจ้วงใช้มาแต่เดิมกับคำกริยาภาษาจีนกลางที่ภาษาจ้วงยืมเข้าไป เช่น

guh'anq song mbat

ก่อคดี สอง ครั้ง

"ก่อคดี 2 ครั้ง"

mbat "ครั้ง" เป็นคำลักษณนามที่ภาษาจ้วงใช้มาแต่เดิมกับคำกริยาภาษาจีนกลาง guh'anq "ก่อคดี" ที่ยืมมจากภาษาจีนกลาง

นอกจากคำลักษณนามบอกชนิด บอกสัณฐานดังกล่าวแล้ว ยังพบคำลักษณนามบอกมาตราต่างๆ เช่น มาตราวัดระยะ มาตราวัดพื้นที่ มาตราชั่ง ซึ่งมักเป็นมาตราระบบเมตริก ดังตัวอย่างต่อไปนี้

คำยืม	**ความหมาย**	**คำจีน**
gwz (1992-1846-3)	กรัม	克 (kè)
dunh (1992-1846-3)	ตัน	吨 (dūn)
hauzmij (1992-1846-3)	มิลลิเมตร	毫米 (háomǐ)
bingzfanghmij (1993-2-5)	ตารางเมตร	平方米 (píngfāngmǐ)

จากข้อมูลยังพบคำลักษณนามผสม (compound classifier) ด้วย คำลักษณนามผสม คือ คำลักษณนามเดี่ยว ๒ คำใช้ร่วมกันทำหน้าที่เป็นหน่วยบอกลักษณะของคำนามพร้อมกันแบบภาษาจีนกลาง ตัวอย่างเช่น คำลักษณนาม vunzbaez "ครั้งคน" ใช้กับคำนาม "การอบรม, การท่องเที่ยว" คำลักษณนามผสมนี้ประกอบด้วยคำลักษณนามเดี่ยวสองคำ คือ vunz "คน" และ baez "ครั้ง" โดยคำลักษณนามผสมที่ประกอบด้วยลักษณนามขยายคำนามและคำลักษณนามขยายคำกริยาแบบนี้บ่งบอกจำนวนรวมของนามและกริยา เช่น การอบรม 2 ครั้ง ครั้งละ 3 คน ก็รวมเป็น "6 ครั้งคน" คำลักษณนามลักษณะนี้เดิมไม่มีในภาษาจ้วง เป็นรูปแบบใหม่ที่ยืมมาจากภาษาจีนกลาง

1.3 คำกริยา

คำกริยา คือ คำที่บอกอาการต่างๆ ของคนหรือสิ่งของ เช่น การเกิด การเคลื่อนไหว การคิด การดำเนินอยู่ การพัฒนา การเปลี่ยนแปลง ความเป็นไปได้ เป็นต้น (韦庆稳,1985:48)

คำยืมที่เป็นคำกริยาเป็นหมวดคำที่มีจำนวนคำยืมมากเป็นอันดับสองรองจากหมวดคำนาม พบรวม 457 คำ คิดเป็นประมาณร้อยละ 20 ของคำยืมทั้งหมด ดูตัวอย่างคำกริยาที่เป็นคำยืมภาษาจีนกลางในภาษาจ้วงมาตรฐานในรายการต่อไปนี้

คำยืม	ความหมาย	คำจีน
siuvaq (2009-2-5)	ย่อย(อาหาร)	消化（xiāohuà）
hezdoengz (2009-5-25)	ประสานกัน	协同（xiétóng）
hingzsin (2009-5-20)	สอบสวนโดยใช้เครื่องลงทัณฑ์	刑讯（xíngxùn）
sihyau (1992-2-15)	ต้องการ	需要（xūyào）
senhconz (1987-4-5)	ประชาสัมพันธ์	宣传（xuānchuán）
senjgij (1991-4-8)	เลือกตั้ง	选举（xuǎnjǔ）
senjcwz (1991-3-20)	เลือก	选择（xuǎnzé）
yozsiz (1987-3-25)	เรียน	学习（xuéxí）
yenzgiu (1987-1-25)	ศึกษาวิจัย	研究（yánjiū）
yenjhu (2009-4-15)	คุ้มกัน	掩护（yǎnhù）
yinxhaeuj (2009-2-5)	นำเข้า	引进（yǐnjìn）
yingjyangj (1987-1-5)	ส่งผลกระทบ	影响（yǐngxiǎng）
wngqyungh (2009-2-5)	ประยุกต์	应用（yìngyòng）
hawqsauj (1985-1147-3)	แห้งแล้ง	干燥（gānzào）
haicanj (2009-2884-1)	ดำเนินการ	开展（kāizhǎn）
gaihcanj (2009-2893-1)	ดำเนินการ	开展（kāizhǎn）

dajcih (2009-2-20)	พิมพ์ดีด	打字（dǎzì）
guh'anq (1995-5-10)	ก่อคดี	作案（zuòàn）
mizyauq (2009-2-10)	มีผล	有效（yǒuxiào）
okbanj (2009-5-15)	ตีพิมพ์	出版（chūbǎn）
roengzmaj (2007-1-9)	ซื้อหวย	下码（xiàmǎ）

คำ haicanj กับคำ gaihcanj ยืมมาจากคำภาษาจีนคำเดียวกันคือ 开展 (kāizhǎn) "ดำเนินการ" แต่ใช้ต่างออกไปเป็น 2 รูปที่ต่างกันเนื่องจาก คำทั้ง 2 คำนี้ยืมเข้ามาใช้ในภาษาจ้วงมาตรฐานด้วยวิธีที่แตกต่างกัน คำ haicanj เป็นคำยืมแบบผสม โดยแปลคำว่า 开 (kāi) "เปิด" เป็น hai "เปิด" แล้วนำมาประสมกับคำทับศัพท์ canj ซึ่งมาจาก 展 (zhǎn) "เปิดออก" ส่วนคำ gaihcanj เป็นคำยืมแบบทับศัพท์

1.4 คำคุณศัพท์

คำคุณศัพท์ คือ คำที่บอกลักษณะหรือสภาพของคนหรือสิ่งของ (韦庆稳, 1985: 59) ดูตัวอย่างคำคุณศัพท์ในภาษาจ้วงมาตรฐานที่ยืมมาจากคำภาษาจีนกลางในต่อไปนี้

คำยืม	ความหมาย	คำจีน
gujgvaiq (1998-1-21)	แปลก	古怪（gǔguài）
gvanhgen (2009-2-5)	สำคัญ	关键（guānjiàn）
genjdanh (1995-5-5)	ง่าย	简单（jiǎndān）
liengzsangj (1997-2-5)	เย็นสบาย	凉爽（liángshuǎng）
bujdungh (1997-4-15)	ธรรมดา	普通（pǔtōng）
cung'yau (1988-3-25)	จำเป็น, ขาดไม่ได้	重要（zhòngyào）
gidij (2005-2-10)	ละเอียด	具体（jùtǐ）
bingzcwtcwt (1999-3-15)	ราบเรียบมาก	平（píng）

1.5 คำกริยาวิเศษณ์

คำกริยาวิเศษณ์ คือ คำที่ใช้ประกอบคำกริยาหรือคำคุณศัพท์เพื่อบอกเวลา บอกระดับและขนาด บอกขอบเขต บอกความเน้น บอกความปฏิเสธ บอกสภาพ หรือบอกทัศนภาวะ เป็นต้น (韦庆稳, 1985: 88) คำกริยาวิเศษณ์ในภาษาจ้วงมาตรฐานที่ยืมมาจากภาษาจีนกลาง รวบรวมได้ 35 คำ ตัวอย่างเช่น

1.5.1 คำกริยาวิเศษณ์บอกเวลา

คำยืม	ความหมาย	คำจีน
caiq (1986-1-10)	อีก	再（zài）
cingq (2009-2866-1)	กำลัง	正（zhèng）
cungjdwg (2009-3-4)	มัก มักจะ	总是（zǒngshì）

1.5.2 คำกริยาวิเศษณ์บอกระดับและขนาด

คำยืม	ความหมาย	คำจีน
gizgiz (2000-4-11)	มากๆ	极其（jíqí）

1.5.3 คำกริยาวิเศษณ์บอกขอบเขต

คำยืม	ความหมาย	คำจีน
dandan (1993-1916-3)	เพียง เฉพาะ	单单（dāndān）
cungj (2008-10-30)	ทั้งหมด ล้วน	总（zǒng）

1.5.4 คำกริยาวิเศษณ์บอกความเน้นหรือปฏิเสธ

คำยืม	ความหมาย	คำจีน
danghyenz (2002-5-11)	แน่นอน	当然（dāngrán）

1.5.5 คำกริยาวิเศษณ์บอกสภาพหรือรูปแบบ

คำยืม	ความหมาย	คำจีน
ganjvaiq (1989-2-5)	โดยเร็ว	赶快（gǎnkuài）
genhgez (2009-5-15)	อย่างแน่วแน่	坚决（jiānjué）
dinghdingh (2003-7-13)	อย่างสงบ	定定（dìngdìng）

1.5.6 คำกริยาวิเศษณ์บอกทัศนภาวะ

คำยืม	ความหมาย	คำจีน
bizging (1991-3-20)	โดยแก่นแท้	毕竟（bìjìng）
cijndei (2000-4-21)	ได้แต่	只好（zhǐhǎo）
gingq (1993-1916-2)	ในที่สุด	竟（jìng）
nanzdauh (1994-6-14)	หรือว่า....เชียวหรือ	难道（nándào）
fanjcingq (1990-3-15)	ยังไงก็	反正（fǎnzhèng）

1.6 คำบุพบท

คำบุพบท คือ คำที่นำหน้าคำนาม คำลักษณนาม คำสรรพนาม หรือนามวลี เพื่อประกอบเข้าเป็นบุพบทวลีขยายคำกริยาเพื่อบอกสภาพหรือเป็นหน่วยเติมเต็มของคำกริยา (韦庆稳, 1985: 119) คำบุพบทในภาษาจ้วงที่ยืมมาจากคำภาษาจีนกลางพบเฉพาะคำบุพบทที่สามารถประกอบเข้าเป็นบุพบทวลีขยายคำกริยาบอกสภาพ ดังนี้

คำยืม	ความหมาย	คำจีน
bingz (1993-4-20)	โดยอาศัย	凭 (píng)
gvanhyiz (1987-1-25)	เกี่ยวกับ	关于 (guānyú)
youz (1989-1-5)	โดย	由（yóu）
yinh (1993-1916-2)	เพราะ	因（yīn）

yungh (1987-2-15) ด้วย 用（yòng）

1.7 คำสันธาน

คำสันธาน คือ คำที่ใช้เชื่อมคำ วลี หรือประโยคให้ติดต่อกันเป็นหน่วยเดียวกัน ในงานวิจัยนี้ พบเฉพาะคำสันธานที่เชื่อมระหว่างประโยคกับประโยคเท่านั้น เป็นคำสันธานที่บอกความสัมพันธ์ระหว่างประโยคที่เป็นเหตุ-ผล บอกความแย้งกัน บอกความคล้อยตามกัน และบอกเงื่อนไข-ผลลัพธ์ เท่านั้น ดังตัวอย่างต่อไปนี้

1.7.1 คำสันธานเชื่อมข้อความที่เป็นเหตุและผลแก่กัน

คำยืม	ความหมาย	คำจีน
giyenz (2009-4-5)	ในเมื่อ	既然（jìrán）
sojyij (2001-1-20)	เพราะฉะนั้น	所以（suǒyǐ）
yenzlaiz (1993-1986-4)	เนื่องจาก	原来（yuánlái）

1.7.2 คำสันธานเชื่อมข้อความที่เป็นบทสรุป เช่น

คำยืม	ความหมาย	คำจีน
cungjcih	สรุปแล้ว, กล่าวคือ	总之（zǒngzhī）

1.7.3 คำสันธานเชื่อมข้อความที่เป็นการสมมุติ

คำยืม	ความหมาย	คำจีน
mboujlwnh (1992-1856-2)	ไม่ว่า	不论（búlùn）

1.7.4 คำสันธานเชื่อมข้อความที่คล้อยตามกัน

คำยืม	ความหมาย	คำจีน
mboujdanh (1993-1925-2)	ไม่เพียงแต่	不但（búdàn）
lingvai	นอกจากนั้น	另外（lìngwài）

1.7.5 คำสันธานเชื่อมข้อความที่เป็นเงื่อนไขกับผลลัพธ์

คำยืม	ความหมาย	คำจีน
cijaeu (1986-2-25)	หาก	只要（zhǐyào）

1.8 คำช่วยกริยา

คำช่วยกริยา คือ คำที่ใช้ประกอบหน้าคำกริยา กริยาวลี หรือประโยค ในงานวิจัยนี้พบคำช่วยกริยาเพียง 3 คำเท่านั้นที่เป็นคำยืมภาษาจีนกลางในภาษาจ้วง เป็นคำช่วยกริยาบอกความสัมพันธ์ทางไวยากรณ์ (structural auxiliary word) 1 คำ และคำช่วยกริยาบอกการคาดคะเนอีก 2 คำ มีตัวอย่างดังนี้

คำยืม	ความหมาย	คำจีน
soj (1986-1-25)	ประกอบอยู่หน้าคำกริยาสกรรมหมายถึง "ที่...ทั้งหมดนั้น" เช่น soj gangj "ที่พูดมาทั้งหมดนั้น" (ที่...ทั้งหมด - พูด)	所（suǒ）

1.9 คำอุทาน

คำอุทาน คือ คำที่ใช้ตามลำพัง หรือใช้ท้ายประโยคเพื่อบอกทัศนภาวะ ตัวอย่างเช่น

คำยืม	ความหมาย	คำจีน
vei (2007-3-5)	สวัสดี (คำทักทายเวลารับโทรศัพท์)	喂（wèi）
aiyaya (2006-3-20)	คำอุทานแสดงความตกใจ	哎呀呀（āiyāya）

คำไวยากรณ์บางประเภทแม้ว่าจะยืมมาใช้ในภาษาจ้วงมาตรฐานน้อยมาก แต่มักเป็นคำที่ยืมเข้ามาใช้ในภาษาจ้วงโดยคงโครงสร้างภาษาจีนไว้ จึงมีผลต่อการเปลี่ยนแปลงด้านวากยสัมพันธ์ของภาษาจ้วงด้วย ซึ่งประเด็นนี้ ผู้วิจัยได้อภิปรายไว้อย่างละเอียดในบทที่ 6

2. หมวดความหมายของคำยืมภาษาจีนกลางในภาษาจ้วง

การจำแนกคำยืมภาษาจีนกลางในภาษาจ้วงมาตรฐานตามหมวดความหมายมีวัตถุประสงค์เพื่อสำรวจดูว่ามีคำในภาษาจีนกลางหมวดหมู่ใดบ้างยืมเข้าในภาษาจ้วงมาตรฐาน และคำยืมในแต่ละหมวดมีจำนวนมากน้อยเพียงใด วิธีนี้จะทำให้เห็นว่าคำที่ภาษาจ้วงได้ยืมมาจากภาษาจีนกลางนั้นครอบคลุมคำศัพท์ในวงการหรือสาขาใดบ้าง และคำภาษาจีนในวงการใดมีอิทธิพลต่อภาษาจ้วงมาตรฐานมากที่สุด แต่ผู้วิจัยจำกัดขอบเขตการจำแนกคำตามหมวดความหมายไว้เฉพาะคำนามกับคำกริยาเท่านั้น เนื่องจากเป็นคำที่มีความหมายประจำคำและสามารถนำความหมายมาจำแนกหมวดหมู่ได้

ในการจำแนกหมวดคำตามวงความหมายนั้น ผู้วิจัยได้จำแนกตามการจำแนกคำของพจนานุกรม A New Century Classified Chinese-English Dictionary (Yu Baofa, 2003) ซึ่งได้จำแนกคำออกเป็น 25 หมวดหมู่ความหมาย ผู้วิจัยเห็นว่าวิธีการจำแนกหมวดหมู่นี้เป็นการจำแนกตามวงการ ครอบคลุมทุกสาขาวิชา เหมาะที่จะนำผลการจำแนกหมวดหมู่มาวิเคราะห์อิทธิพลของวัฒนธรรมจีนที่มีต่อวัฒนธรรมจ้วง รวมทั้งอิทธิพลของภาษาจีนที่มีต่อภาษาจ้วงมาตรฐาน จึงได้นำมาใช้ในการจัดหมวดหมู่คำยืมภาษาจีนในภาษาจ้วงในงานวิจัยนี้ หากมีคำใดที่ไม่สามารถจัดเข้าในหมวดหมู่ทั้ง 25 หมวดนี้ได้ ผู้วิจัยก็จะจัดให้อยู่ในหมวด "อื่นๆ" ดังนั้น คำยืมที่เป็นคำนามและคำกริยารวม 2,159 คำจึงได้จัดเป็น 26 หมวด ดังนี้

2.1 หมวดชีวิตมนุษย์ (human life)

ครอบคลุมอารมณ์ความรู้สึกและความคิดของมนุษย์ ความสัมพันธ์ระหว่างมนุษย์ ร่างกายและวัยของมนุษย์ กิจกรรมในชีวิตประจำวันของมนุษย์ เรื่องสถานที่และเวลา เป็นต้น คำยืมในหมวดนี้มีทั้งหมด 417 คำ ผู้วิจัยจึงได้แบ่งหมวดชีวิตมนุษย์เป็นหมวดเป็นหมวดย่อยๆ ดังนี้

2.1.1 หมวดอารมณ์ความรู้สึกและความคิด

หมวดอารมณ์ความรู้สึกและความคิดยังรวมถึงคำที่เกี่ยวกับการคิด ความคิด ทัศนคติ การเคลื่อนไหวทางจิตใจ อารมณ์ความรู้สึก นิสัยใจคอ คุณธรรมของมนุษย์ เป็นต้น เช่น

คำยืม	**ความหมาย**	**คำจีน**
gainen (2006-8-6)	มโนทัศน์	概念（gàiniàn）
gvanhdenj (1987-1-25)	ทัศนคติ	观点（guāndiǎn）
gvanhnen (2009-3-25)	มโนภาพ	观念（guānniàn）
yenjgvangh (2009-5-5)	ทรรศนะ	眼光（yǎnguāng）
lijsiengj (1991-3-20)	อุดมคติ	理想（lǐxiǎng）
yisiz(1992-1846-1)	จิตสำนึก	意识（yìshí）
gosing (2006-3-5)	อุปนิสัย	个性（gèxìng）
daudwz (2007-2-25)	ศีลธรรม	道德（dàodé）

จะเห็นได้ว่า คำศัพท์ที่ถูกยืมส่วนใหญ่เป็นคำนาม และเป็นคำนามที่เป็นนามธรรม

2.1.2 หมวดความสัมพันธ์ระหว่างมนุษย์

หมวดนี้รวมถึงความสัมพันธ์ทางสังคม ตำแหน่งวิชาชีพ ความสัมพันธ์ทางเชื้อสาย การแต่งงาน ครอบครัว คำเรียกขาน เป็นต้น เช่น

คำยืม	**ความหมาย**	**คำจีน**
vunzcungjhau (1986-1-10)	คนผิวขาว	白种人（báizhǒngrén）
siujcej (1994-3-11)	นางสาว	小姐（xiǎojiě）
sinhsw (2006-8-8)	สุภาพบุรุษ, ท่านสุภาพบุรุษ	绅士（shēnshì）
bouxdaihsam (1999-4-18)	มือที่สาม	第三者（dìsānzhě）

dangznuengx (2009-2861-7)　น้องชายที่เป็นลูกพี่ลูกน้องกัน　堂弟（tángdì）

gezvwnh (1988-4-10)　แต่งงาน　结婚（jiéhūn）

bouxdaujyenj (1987-2-15)　ผู้กำกับการแสดง　导演（dǎoyǎn）

ภาษาจ้วงรับวัฒนธรรมคำเรียกขานแบบตะวันตก เช่นคำเรียกขานที่แปลว่า "สุภาพบุรุษ, ท่านสุภาพบุรุษ" ผ่านมาทางภาษาจีนกลาง รวมทั้งคำเรียกชื่ออาชีพสมัยใหม่ในด้านที่เกี่ยวกับวิทยาศาสตร์เทคโนโลยีผ่านมาทางภาษาจีนกลางเช่นกัน

ระบบคำเรียกญาติของภาษาจีนและภาษาจ้วงแตกต่างกัน ภาษาจีนกลางมีคำเรียกญาติที่จำแนกญาติในสายตระกูลและนอกสายตระกูลอย่างละเอียด ในขณะที่ภาษาจ้วงมีคำเรียกญาติน้อยกว่า เมื่อภาษาจ้วงได้รับวัฒนธรรมจีนก็ยืมคำเรียกญาติที่ไม่มีในภาษาจ้วงมาใช้ด้วย โดยเฉพาะอย่างยิ่งคำเรียกญาติที่เป็นลูกพี่ลูกน้องกัน เช่น ยืมคำจีน dangznuengx "น้องชายที่เป็นลูกพี่ลูกน้องกัน" มาใช้ในภาษาจ้วง

2.1.3 หมวดร่างกายและวัยของมนุษย์

หมวดนี้รวมถึงร่างกาย อวัยวะต่างๆ ของมนุษย์ และวัยหรืออายุของมนุษย์ เช่น

คำยืม	ความหมาย	คำจีน
seihaiz (1999-4-4)	ซากศพ	尸骸（shīhái）
cinghnenz (1987-2-5)	เยาวชน	青年（qīngnián）
daihlaeng (2005-2-15)	คนรุ่นหลัง	后代（hòudài）

2.1.4 หมวดอาหารการกิน

คำในกลุ่มนี้พบเฉพาะคำนาม ซึ่งมีทั้งชื่อรวมของอาหารการกิน ชื่ออาหารคาวและชื่อเครื่องดื่ม เป็นต้น เช่น

คำยืม	ความหมาย	คำจีน
bitgaujyaz (2009-2861-3)	เป็ดย่าง	烤鸭（kǎoyā）
yanghbinh (1987-3-21)	แชมเปญ	香槟（xiāngbīn）
yingzyangj (2003-4-20)	โภชนาการ	营养（yíngyǎng）

แชมเป็ญเป็นเครื่องดื่มที่จีนรับมาจากวัฒนธรรมตะวันตก คำว่า 香槟 (xiāngbīn) ในภาษาจีนกลางซึ่งหมายถึง “แชมเปญ” ก็เป็นคำที่ภาษาจีนกลางยืมจากภาษาต่างประเทศ champagne ซึ่งอาจยืมมาจากภาษาฝรั่งเศสโดยตรงหรือยืมภาษาฝรั่งเศสผ่านทางภาษาอังกฤษ นอกจากอาหารและเครื่องดื่มแล้วแล้ว คำส่วนใหญ่ซึ่งเป็นศัพท์เฉพาะด้านวิชาว่าด้วยโภชนาการ ภาษาจ้วงก็ยืมมาจากภาษาจีนเช่นกัน

2.1.5 หมวดเครื่องนุ่มห่ม เครื่องแต่งกาย

หมวดนี้รวมถึงเสื้อผ้าอาภรณ์ และเครื่องประดับร่างกายต่างๆ เช่น

คำยืม	**ความหมาย**	**คำจีน**
soujbyauj (1991-2-20)	นาฬิกาข้อมือ	手表 (shǒubiǎo)
vacanghbinj (2007-4-11)	เครื่องสำอาง	化妆品 (huàzhuāngpǐn)
mauhlijyouz (1992-3-5)	หมวกแก๊ป	旅游帽 (lǚyóumào)
vanjfuz (2007-5-49)	ชุดราตรี	晚服 (wǎnfú)

เครื่องแต่งกายและเครื่องประดับสมัยใหม่รวมทั้งเสื้อผ้าอาภรณ์ที่ได้จำแนกตามโอกาสที่แต่งและประโยชน์การใช้สอยนั้น ล้วนเป็นความคิดใหม่สำหรับชาวจ้วง ภาษาจ้วงจึงได้ยืมคำศัพท์ส่วนใหญ่ที่เกี่ยวกับเครื่องแต่งกายและเครื่องประดับมาจากภาษาจีนกลาง

2.1.6 หมวดที่อยู่อาศัย

หมวดนี้รวมถึงเครื่องเรือน เครื่องใช้ รวมถึงสิ่งก่อสร้าง สิ่งอำนวยความสะดวกในสิ่งก่อสร้าง เครื่องมือเครื่องใช้ในชีวิตประจำวัน เป็นต้น เช่น

คำยืม	**ความหมาย**	**คำจีน**
fanden (2003-1-15)	ภัตตาคาร	饭店 (fàndiàn)
dendih (2004-5-6)	ลิฟต์	电梯 (diàntī)
densigih(1988-1、2-35)	เครื่องรับโทรทัศน์	电视机 (diànshìjī)

daengqsahfaz (1992-3-5)   โซฟา   沙发（shāfā）

บ้านที่อยู่อาศัยของชาวจ้วงเดิมเป็นเรือนยกพื้น ต่อมาจึงค่อยๆ พัฒนาเป็นบ้านดินหรืออิฐและอาคารคอนกรีต เมื่อชาวจ้วงเปลี่ยนมาใช้ชีวิตบนอาคาร วัฒนธรรมทางวัตถุรอบตัวก็ได้เปลี่ยนไปด้วย บ้านอาคารของชาวจ้วงยุคใหม่จึงมีสิ่งอำนวยความสะดวกต่างๆ ทั้งส่วนประกอบของอาคาร เครื่องเรือน เครื่องใช้ไฟฟ้า เครื่อใช้ในชีวิตประจำวัน คำศัพท์ที่ใช้เรียกสิ่งเหล่านี้ ส่วนใหญ่เป็นคำที่ภาษาจ้วงยืมมาจากภาษาจีนกลาง

2.1.7 หมวดกิจกรรมอื่นๆ ของมนุษย์

หมวดนี้รวมถึงกิจธุระประจำวันของมนุษย์ด้วย เช่น

คำยืม	ความหมาย	คำจีน
raennaj (1991-4-8)	พบปะ	见面（jiànmiàn）
dangq (1994-5-25)	ดัด (ผม)	烫（发）（tàng（fà））
duiyouh (1993-5-10)	ปลดเกษียณ	退休（tuìxiū）
cwngzgungh (1998-4-24)	ประสบความสำเร็จ	成功（chénggōng）
louzingj (1994-3-14)	ถ่ายรูปไว้เป็นที่ระลึก	留影（liúyǐng）

คำบางคำในหมวดนี้ดูเหมือนจะเป็นกิจกรรมทั่วๆ ไปซึ่งภาษาจ้วงน่าจะมีคำที่พ้องความหมายกับภาษาจีนอยู่แล้ว แต่เมื่อพิจารณาบริบทและข้อจำกัดในการใช้ ก็พบว่าคำยืมใหม่จากภาษาจีนกลางเหล่านี้จะใช้ในบริบทใหม่ที่ไม่เคยพบในภาษาจ้วงมาก่อน เช่น คำว่า raennaj "พบปะ" จำกัดใช้ในกรณีการพบปะระหว่างผู้นำ 2 ประเทศเท่านั้น ส่วนการพบหน้ากันธรรมดา จะใช้ว่า yawj "ดู" หรือ raen "เห็น" ซึ่งเป็นคำจ้วง

2.1.8 หมวดสถานที่และเวลา

หมวดนี้รวมถึงชื่อสถานที่ต่างๆ ที่มนุษย์ดำเนินชีวิตอยู่ เรื่องเวลา เทศกาล และงานฉลองต่างๆ เป็นต้น เช่น

คำยืม	ความหมาย	คำจีน
houcehsiz (1997-2-24)	ห้องพักผู้โดยสาร	候车室（hòuchēshì）
Cingmingz (1987-1-15)	เชงเม้ง	清明（qīngmíng）
gozgingcez (1995-3-10)	วันชาติ	国庆节（guóqìngjié）
ngoenzseng (2003-1-10)	วันเกิด	生日（shēngrì）

2.2 หมวดเศรษฐกิจ

หมวดนี้รวมถึงเศรษฐกิจ ภาษีอากร การเงินการคลัง ธนาคาร การบัญชี เงินตรา เป็นต้น

คำยืม	ความหมาย	คำจีน
cwnghcisui (2008-3-5)	ภาษีมูลค่าเพิ่ม	增值税（zēngzhíshuì）
bujdez (2009-5-5)	เบี้ยเลี้ยง	补贴（bǔtiē）
ginghfei (1987-3-15)	ค่าใช้จ่ายประจำ	经费（jīngfèi）
gunghswh (1996-5-17)	เงินเดือน	工资（gōngzī）
ngaenzhangz (1987-3-15)	ธนาคาร	银行（yínháng）
sindai (2008-3-10)	สินเชื่อ	信贷（xìndài）
yinzhangzyez (2008-3-5)	การธนาคาร	银行业（yínhángyè）
yinzminzbi (2008-3-5)	เงินเหยินหมินปี้	人民币（rénmínbì）

ระบบเศรษฐกิจรวมทั้งกิจกรรมที่เกี่ยวข้องล้วนเป็นสิ่งใหม่สำหรับชาวจ้วงโดยเฉพาะคำศัพท์ที่เกี่ยวกับธุรกิจการค้า

2.3 หมวดธุรกิจการค้า

หมวดนี้รวมถึงการประกอบธุรกิจ การค้าขาย การค้าระหว่างประเทศ ชื่อตำแหน่งและเจ้าหน้าที่ที่ประกอบธุรกิจ เป็นต้น เช่น

คำยืม	ความหมาย	คำจีน
cingouj (2009-1-15)	นำเข้า	进口（jìnkǒu）
swhliz (1987-5-25)	ก่อตั้งโดยเอกชน	私立（sīlì）
coujswh (1997-1-5)	ค้าของหนีภาษี	走私（zǒusī）
maubaiz (2001-3-10)	ปลอมยี่ห้อ	冒牌（màopái）
caizlig (1994-3-5)	กำลังทรัพย์	财力（cáilì）
yangbinj (2003-5-11)	ตัวอย่างสินค้า	样品（yàngpǐn）
yingzyezyenz (1987-3-15)	พนักงานขายของ	营业员（yíngyèyuán）

อาชีพที่เกี่ยวกับธุรกิจและการค้า โดยเฉพาะธุรกิจระหว่างประเทศ เป็นอาชีพใหม่สำหรับชาวจ้วงซึ่งเป็นผู้มีวิถีชีวิตแบบเกษตรกร คำศัพท์ที่เกี่ยวข้องต่างๆ จึงจำเป็นต้องยืมมาจากภาษาจีนกลาง

2.4 หมวดอุตสาหกรรม

หมวดนี้รวมถึงโรงงาน การผลิต การก่อสร้าง เหมืองแร่ และอุปกรณ์เครื่องมือต่างๆ เป็นต้น เช่น

คำยืม	ความหมาย	คำจีน
canjyez (2009-1-5)	อุตสาหกรรม	产业（chǎnyè）
canjbinj (1992-1-10)	ผลิตภัณฑ์	产品（chǎnpǐn）
denmo (1987-1-15)	สีข้าวด้วยไฟฟ้า	电磨（diànmó）
sojmiz (2000-6-15)	ที่มีกรรมสิทธิ์	所有（suǒyǒu）

อุตสาหกรรมก็เป็นวงการใหม่สำหรับชาวจ้วง รวมทั้งกระบวนการการผลิตเครื่องมืออุปกรณ์ในการผลิต เช่น การสีข้าว ก่อนที่ไฟฟ้าจะมีใช้กันอย่างแพร่หลายในหมู่ชาวจ้วง เดิมชาวจ้วงสีข้าวด้วยกำลังคนหรือกำลังสัตว์ เมื่อมีไฟฟ้าใช้กันโดยทั่วกัน ก็

เริ่มมีเครื่องมืออุปกรณ์ที่ใช้กำลังไฟฟ้าแทนกำลังสัตว์ เช่น denmo "สีข้าวด้วยไฟฟ้า"

2.5 หมวดการเกษตร

หมวดนี้รวมถึงเทคโนโลยีทางการเกษตร อุปกรณ์ทางการเกษตร กระบวนการการผลิตทางการเกษตร ชลประทาน เป็นต้น เช่น

คำยืม	ความหมาย	คำจีน
vafeiz (1987-1-15)	ปุ๋ยเคมี	化肥（huàféi）
dujyang (1992-1846-1)	ตัวอย่างดิน	土样（tǔyàng）
demsou (2009-1-15)	เพิ่มผลผลิตทางการเกษตร	增收（zēngshōu）
cenungz (1993-1933-1)	ชาวไร่อ้อย	蔗农（zhènóng）
ganghan (1987-1-15)	ต้านภัยแล้ง	抗旱（kànghàn）

สังคมจ้วงเป็นสังคมเกษตรแบบดั้งเดิมซึ่งทำการเกษตรโดยอาศัยธรรมชาติ แต่เมื่อการเกษตรสมัยใหม่เริ่มมีบทบาทมากขึ้น ภาษาจ้วงก็ได้ยืมคำศัพท์ที่เกี่ยวข้องกับการเกษตรสมัยใหม่มาจากภาษาจีนกลางเข้ามาใช้

2.6 หมวดการป่าไม้ ปศุสัตว์ การประมงและการแปรรูปผลิตผล

หมวดนี้รวมถึงสถานที่และอุปกรณ์ที่เกี่ยวข้อง เช่น

คำยืม	ความหมาย	คำจีน
nungzcangz (2009-2-5)	ฟาร์ม	农场（nóngchǎng）
swzliu (1992-1-10)	อาหารสัตว์	饲料（sìliào）
ranzraeuj (1992-1856-3)	เรือนกระจก	温室（wēnshì）

2.7 หมวดวัฒนธรรมและศิลปะ

หมวดนี้รวมถึงวัฒนธรรม ศิลปะสาขาต่างๆ วรรณกรรม เป็นต้น เช่น

คำยืม	ความหมาย	คำจีน
vwnzva (1994-3-11)	วัฒนธรรม	文化（wénhuà）
vwnzyoz (1998-4-24)	วรรณคดี	文学（wénxué）
Higi (1987-2-15)	ละครและงิ้ว	戏剧（xìjù）
sawgovai (1992-1864-4)	หนังสืออ่านนอกเวลา	课外书（kèwàishū）
yinhyoz (1994-6-24)	ดนตรี	音乐（yīnyuè）

2.8 หมวดการศึกษา

หมวดนี้รวมถึงระบบการศึกษา กระบวนการการเรียนการสอน อุปกรณ์ในการเรียนการสอน หน่วยงานและบุคคลที่เกี่ยวข้องในกระบวนการเรียนการสอน การศึกษาวิจัย เป็นต้น เช่น

คำยืม	ความหมาย	คำจีน
bwnjgoh (1996-5-18)	ปริญญาตรี	本科（běnkē）
cunghyozswngh (1996-5-10)	นักเรียนมัธยม	中学生（zhōngxuéshēng）
Yozgiz (1987-1-5)	ภาคการศึกษา	学期（xuéqí）
beigo (1991-3-20)	เตรียมการสอน	备课（bèikè）
gya'gyauq (2009-3-15)	สอนพิเศษ	家教（jiājiào）
Gizgwz (1987-2-5)	สอบผ่าน	及格（jígé）
Gyaucaiz (1987-4-5)	สื่อการสอน	教材（jiàocái）
Bujdaujyenz (1987-4-5)	อาจารย์ที่ปรึกษา	辅导员（fǔdǎoyuán）
Yenzgiu (1987-1-25)	วิจัย	研究（yánjiū）

2.9 หมวดการกีฬา

หมวดนี้รวมถึงชื่อรายการกีฬา สถานที่เล่นกีฬา อุปกรณ์การกีฬา เป็นต้น เช่น

คำยืม	ความหมาย	คำจีน
cuzgiuz (1992-5-5)	ฟุตบอล	足球（zúqiú）
dijyuzcangz (1992-2-28)	สนามกีฬา	体育场（tǐyùchǎng）
youzyungjciz (2007-2-30)	สระว่ายน้ำ	游泳池（yóuyǒngchí）
giuzyoux (1992-1-5)	เพื่อนเล่นบอล	球友（qiúyǒu）

2.10 หมวดการบันเทิงและนันทนาการ

หมวดนี้รวมถึง การบันเทิง สถานบันเทิง การพักผ่อนหย่อนใจ นันทนาการ การพนัน เป็นต้น

คำยืม	ความหมาย	คำจีน
denyingj (2005-2-20)	ภาพยนตร์	电影（diànyǐng）
ingjdeb (2009-4-10)	แผ่นวีซีดี	影碟（yǐngdié）
dizswhgoh (1991-3-5)	ดิสโก	迪斯科（dísīkē）
roengzmaj (2007-1-9)	ซื้อหวย	下码（xiàmǎ）

2.11 หมวดการเมือง

หมวดนี้รวมถึงพรรคการเมือง การบริหารการปกครอง การจัดการ หน่วยงานราชการ ตำแหน่งทางราชการ

คำยืม	ความหมาย	คำจีน
cwngci'gyah (2006-3-11)	นักการเมือง	政治家（zhèngzhìjiā）
gungcanjdangj (1988-1/2-15)	พรรคคอมมิวนิสต์	共产党（gòngchǎndǎng）
cwngben (1988-1/2-5)	รัฐประหาร	政变（zhèngbiàn）

senjgij (1991-4-8)	เลือกตั้ง	选举（xuǎnjǔ）
fanjgwzming (1988-1/2-5)	ต่อต้านการปฏิวัติ	反革命（fǎngémìng）
minzcuj (2006-5-5)	ประชาธิปไตย	民主（mínzhǔ）
vanzgubai (2009-5-15)	พวกหัวดื้อ	顽固派（wángùpài）

2.12 หมวดการต่างประเทศ

หมวดนี้รวมถึงความสัมพันธ์ระหว่างประเทศ หน่วยงานการต่างประเทศ

คำยืม	ความหมาย	คำจีน
bouxsawj (1994-3-5)	ทูต	使者（shǐzhě）
benhging (1988-4-15)	ชายแดน	边境（biānjìng）
Vaihguek (1987-4-25)	ต่างประเทศ	外国（wàiguó）

2.13 หมวดกฎหมาย

หมวดนี้รวมถึงประมวลกฎหมายต่างๆกฎระเบียบข้อบังคับต่างๆ กระบวนการยุติธรรม นิติศาสตร์ ตำรวจ

คำยืม	ความหมาย	คำจีน
yenfaz (2006-5-5)	รัฐธรรมนูญ	宪法（xiànfǎ）
fazci (1987-4-5)	นิติรัฐ	法制（fǎzhì）
gauq (1986-1-15)	ฟ้องร้อง	告（gào）
bauqanq (1994-5-14)	แจ้งความ	报案（bàoàn）
gungh'anh (2005-1-)	สันติบาล	公安（gōngān）

2.14 หมวดการแพทย์และสาธารณสุข

หมวดนี้รวมถึงแพทย์ศาสตร์ เภสัชวิทยา สถานที่และอุปกรณ์ทารการแพทย์ สุขภาพอนามัย สาธารณสุข เป็นต้น

คำยืม	ความหมาย	คำจีน
Yihyen (1988-4-20)	โรงพยาบาล	医院（yīyuàn）
sigin (2007-4-11)	แบคทีเรีย	细菌（xìjūn）
soujsuz (1993-3-14)	ศัลยกรรม	手术（shǒushù）
husw (1992-5-25)	นางพยาบาล	护士（hùshi）
liuzyih (1997-4-10)	นอนรักษาพยาบาล	留医（liúyī）

2.15 หมวดคมนาคมและการขนส่ง

หมวดนี้รวมถึงพาหนะประเภทต่างๆ การขนส่งในรูปแบบต่างๆ และถนนหนทางชนิดต่างๆ และสถานที่จัดการขนส่ง

คำยืม	ความหมาย	คำจีน
hojcehcan(1992-1846-2)	สถานีรถไฟ	火车站（huǒchēzhàn）
dihsw (2006-2-25)	แท็กซี่	的士（díshì）
gidingj (1996-5-5)	เรือยนต์	汽艇(qìtǐng)

2.16 หมวดไปรษณีย์และโทรคมนาคม

หมวดนี้รวมถึงการไปรษณีย์ ที่ทำการไปรษณีย์ อุปกรณ์การส่งสารด้วยโทรคมนาคม ฯลฯ เช่น

คำยืม	ความหมาย	คำจีน
youzcwng (2009-2-10)	ไปรษณีย์	邮政（yóuzhèng）
densin (2008-3-5)	โทรคมนาคม	电信（diànxìn）
soujgih (2007-4-6)	โทรศัพท์มือถือ	手机（shǒujī）

2.17 หมวดสื่อสารมวลชน

หมวดนี้หมายถึงสื่อประเภทต่างๆ การสื่อสารด้วยวิธีต่างๆ ผู้ทำงานด้านสื่อสารมวลชน เช่น

คำยืม	ความหมาย	คำจีน
cuzbanjse (2006-3-10)	สำนักพิมพ์	出版社（chūbǎnshè）
gvangjgau (2007-1-25)	โฆษณา	广告（guǎnggào）
yizbau (2006-3-10)	หนังสือพิมพ์รายวัน	日报（rìbào）

ภาษาจ้วงเพิ่งมีระบบภาษาเขียนที่เอื้อต่อการพิมพ์เมื่อประมาณ 50 กว่าปีที่ผ่านมา ระบบการเขียนแบบดั้งเดิมในภาษาจ้วงใช้อักษรจีนและอักษรที่ดัดแปลงจากภาษาจีนมาเขียน (覃国生, 1998:231) ส่วนระบบการเขียนแบบใหม่ที่เอื้อต่อการพิมพ์นั้น ใช้ระบบอักษรโรมัน เนื่องจากระบบอักษรที่ใช้เขียนภาษาจ้วงและเป็นระบบที่เอื้อต่อการพิมพ์เกิดล่าช้างมาก ทำให้หนังสือพิมพ์ นิตยสาร เกิดขึ้นล่าช้าตามไปด้วย คือ เพิ่งเริ่มเกิดขึ้นเมื่อ 30 ปีที่ผ่านมานี่เอง แม้แต่รายการโทรทัศน์ซึ่งไม่ได้อาศัยรากฐานจากระบบการเขียนก็พลอยได้รับผลกระทบ เกิดขึ้นล่าช้าตามไปด้วย

2.18 หมวดวิทยาศาสตร์คอมพิวเตอร์

หมวดนี้รวมถึงคอมพิวเตอร์และอินเทอร์เน็ต เช่น

คำยืม	ความหมาย	คำจีน
yinhdwzvangj (2007-4-15)	อินเทอร์เน็ต	因特网（yīntèwǎng）
hulenzvangj (2009-2-10)	อินเทอร์เน็ต	互联网（hùliánwǎng）
dennauj (2004-3-15)	เครื่องคอมพิวเตอร์	电脑（diànnǎo）

เครื่องคอมพิวเตอร์เป็นสิ่งใหม่ที่เพิ่งเข้ามาในชีวิตประจำวันของประชาชน คำศัพท์ที่เกี่ยวข้อง เช่นคำว่า อินเทอร์เน็ต เป็นคำเกิดใหม่ในภาษาจีนกลางเช่นกัน โดย

ภาษาจีนกลางได้ยืมมาจากภาษาอังกฤษด้วย 2 วิธี จึงมี 2 คำ คือ

ยืมแบบแปล เป็นคำว่า 互联网 (hùliánwǎng)

(ต่อ-เชื่อม-เครือข่าย)

ยืมแบบผสม เป็นคำว่า 因特网 (yīntèwǎng)

(อินเทอร์-เครือข่าย)

ภาษาจ้วงก็ได้ยืมทั้ง 2 คำนี้เข้ามาด้วยวิธีทับศัพท์ทั้ง 2 คำ หมายความว่า อินเทอร์เน็ต เช่นกัน คือ

互联网 (hùliánwǎng) ทับศัพท์เป็น hulenzvangj

因特网 (yīntèwǎng) ทับศัพท์เป็น yinhdwzvangj

คำยืมทั้ง 2 คำนี้ไม่มีบริบทการใช้ที่แน่นอนเหมือนในภาษาจีนกลาง

2.19 หมวดศาสนา

หมวดนี้รวมถึงคติ ลัทธิ ความเชื่อ ปรัชญาต่างๆ เช่น

คำยืม	ความหมาย	คำจีน
yuzlaizfuz (1988-1/2-50)	พระยูไล	如来佛 (rúláifó)
lunzlij (2007-2-25)	จริยธรรม	伦理 (lúnlǐ)
majgwzswh (1987-1-25)	มาร์กซ์	马克思 (mǎkèsī)
lozcizsing (1987-1-25)	ความมีตรรกะ	逻辑性 (luójíxìng)

ความเชื่อดั้งเดิมของชาวจ้วงคือนับถือแถนซึ่งเป็นเจ้าแห่งผีฟ้าหรือเป็นเทวดาที่ยิ่งใหญ่บนฟ้า และนับถือธรรมชาติ เช่น กบ ต้นไม้ ต่อมาจึงรับพุทธศาสนา หลักจริยธรรม และลัทธิหรือแนวคิดทางการเมือง เช่น ลัทธิคอมมิวนิสต์แบบมาร์กซ์ผ่านภาษาจีน

2.20 หมวดธรรมชาติและภูมิศาสตร์

หมวดนี้รวมถึงปรากฏการณ์ตามธรรมชาติ สิ่งแวดล้อม ความรู้ทางภูมิศาสตร์

เป็นต้น

คำยืม	ความหมาย	คำจีน
binghconh (2007-2-15)	ธารน้ำแข็ง	冰川（bīngchuān）
mbwnheiq (2009-2-5)	ดินฟ้าอากาศ	天气（tiānqì）
Denhvwnz (1992-1846-4)	ดาราศาสตร์	天文（tiānwén）
swnghdai (2007-4-15)	ระบบนิเวศ	生态（shēngtài）

2.21 หมวดพืชและสัตว์

คำยืม	ความหมาย	คำจีน
sihgvah (2007-4-20)	แตงโม	西瓜（xīguā）
byaekbohcai (1985-1147-3)	ผักปวยเล้ง	菠菜（bōcài）
huzlozbu (1992-1856-3)	แครอท	胡萝卜（húluóbó）
vameizgveiq (1998-1-22)	ดอกกุหลาบ	玫瑰花（méiguihuā）
lozdoz (2009-3-25)	อูฐ	骆驼（luòtuó）
ma'hahbah (2007-4-8)	สุนัขพันธุ์ปักกิ่ง	哈巴狗（hābāgǒu）

พืชและสัตว์ที่ไม่มีถิ่นกำเนิดหรือถิ่นอาศัยในภูมิภาคที่ชาวจ้วงอาศัยอยู่ ย่อมไม่มีคำเรียกในภาษาจ้วง ชาวจ้วงก็ต้องหาชื่อมาเรียก ส่วนใหญ่ใช้วิธียืมแบบทับศัพท์จากคำภาษาจีนกลาง

อย่างไรก็ตาม พบว่ามีคำบางคำ เป็นคำที่มีใช้ในภาษาจ้วงอยู่แล้ว แต่ภาษาจ้วงปัจจุบันก็ยังยืมคำมาจากภาษาจีนกลางอีก ทำให้เกิดเป็นคำพ้องความหมายขึ้น เช่นคำที่มีความหมายว่า "แตงโม" ในภาษาจ้วงแต่เดิมใช้ว่า gvehoengz แต่ภาษาจ้วงปัจจุบันก็ได้ยืมคำความหมายเดียวกันมาจากภาษาจีนว่า sihgvah "แตงโม" ทำให้คำว่า gvehoengz กับ sihgvah เป็นคำพ้องความหมายขึ้นในภาษาจีน

2.22 หมวดการทหาร

หมวดนี้รวมถึงการทหาร การสู้รบ ยศตำแหน่งทางทหาร อาวุธและเครื่องอุปกรณ์

คำยืม	ความหมาย	คำจีน
candou (2009-5-20)	สู้รบ	战斗（zhàndòu）
youzgiz (2006-2-5)	รบแบบจุรยุทธ์	游击（yóují）
cadan (1997-3-5)	ระเบิด	炸弹（zhàdàn）
gidenj (1989-3-5)	ฐานที่มั่น	据点（jùdiǎn）
Swh (2009-3-20)	กองพล	师（shī）
swhlingyenz (2009-5-25)	ผู้บัญชาการ	司令员（sīlìngyuán）
yejcanginh (2009-5-25)	กองกำลังทหารในสมรภูมิ	野战军（yězhànjūn）

แม้ในประวัติของชนชาติจ้วง เคยมีการรวมตัวชาวบ้านสู้รบกับทหารจีนเพื่อประท้วงการปกครองของอำนาจส่วนกลาง แต่ชาวจ้วงไม่มีการทหารอย่างเป็นระบบเป็นของตนเอง ภาษาจ้วงปัจจุบันจึงต้องยืมคำศัพท์ด้านทหารอย่างเป็นระบบ โดยเฉพาะยศตำแหน่งทางการทหารและอาวุธสมัยใหม่มาจากภาษาจีนกลาง

2.23 หมวดมนุษยศาสตร์และสังคมศาสตร์

หมวดนี้รวมถึงภาษาศาสตร์ ประวัติศาสตร์ สังคมศาสตร์

คำยืม	ความหมาย	คำจีน
vwnzsw (1991-3-20)	อักษร	文字（wénzì）
fanghyenz(1987-1-25)	ภาษาถิ่น	方言（fāngyán）
yijyenzyoz(1987-1-25)	ภาษาศาสตร์	语言学（yǔyánxué）
yinghyij(1988-6-10)	ภาษาอังกฤษ	英语（yīngyǔ）
gaujguj(1987-3-25)	โบราณคดี	考古（kǎogǔ）

2.24 หมวดวิทยาศาสตร์

หมวดนี้รวมถึงคณิตศาสตร์ เคมี ฟิสิกส์ เทคโนโลยีพลังงาน เครื่องยนต์

คำยืม	ความหมาย	คำจีน
swngz (1988-6-10)	คูณ	乘（chéng）
bingzhwngz(1992-1864-3)	สมดุล	平衡（pínghéng）
cizging(1992-1846-3)	เส้นผ่าศูนย์กลาง	直径（zhíjìng）
gohgi (2009-2-5)	วิทยาศาสตร์และเทคโนโลยี	科技（kējì）
veizswnghsu(1992-1864-3)	วิตามิน	维生素（wéishēngsù）
vwnhdu(1992-1846-4)	อุณหภูมิ	温度（wēndù）

ความรู้ด้านวิทยาการต่างๆ สมัยใหม่นั้น ชาวจ้วงเรียนรู้ผ่านการศึกษาในโรงเรียน ซึ่งสอนเป็นภาษาจีนหรือเรียนรู้ผ่านสื่อของจีนไม่ว่าจะเป็นหนังสือพิมพ์และนิตยสารภาษาจีน รายการวิทยุภาษาจีน รายการโทรทัศน์ภาษาจีน ภาษาจ้วงจึงรับคำเหล่านี้มาจากภาษาจีน

2.25 หมวดการท่องเที่ยว

หมวดนี้รวมถึงการนำเที่ยว โรงแรม สถานที่ท่องเที่ยว และการบริการ เป็นต้น

คำยืม	ความหมาย	คำจีน
lijyouz (1995-2-20)	ท่องเที่ยว	旅游（lǚyóu）
lijgvanj (1994-3-11)	โรงแรม	旅馆(lǚguǎn)
Funghgingj(1987-6-20)	ทัศยภาพ	风景（fēngjǐng）

2.26 อื่นๆ

คำในหมวดอื่นๆ นี้เป็นคำที่ไม่สามารถจัดเข้าในวงความหมาย 25 หมวดดังกล่าวข้างต้นได้ เป็นคำที่ใช้ได้ทั่วไปไม่เฉพาะวงการหรือสาขาใดๆ

คำยืม	ความหมาย	คำจีน
cangzhoz (2006-8-7)	กาลเทศะ	场合 (chǎnghé)
feizhaij (1994-4-5)	ทะเลเพลิง	火海 (huǒhǎi)
gihvei (1993-3-26)	โอกาส	机会 (jīhuì)
goujhau (1988-1/2-15)	คำขวัญ	口号 (kǒuhào)
mingzdangz (1994-1-20)	ข้ออ้าง	名堂 (míngtáng)

คำยืมในหมวดต่างๆ ดังกล่าวข้างต้นเป็นเพียงตัวอย่างคำของหมวดคำต่างๆ ผู้วิจัยได้นับจำนวนคำยืมในแต่ละหมวด เพื่อดูว่าภาษาจ้วงได้ยืมคำในวงการใดจากภาษาจีนกลางมากน้อยเพียงใด ดูจำนวนคำยืมในหมวดต่างๆ ได้ในตารางที่ 3.2

ตารางที่ 3.2 ตารางแสดงจำนวนคำยืมจำแนกตามความหมายของคำ

ลำดับ	วงความหมาย	จำนวนคำนาม	จำนวนคำกริยา	รวม
1	ชีวิตมนุษย์	315	102	417
2	เศรษฐกิจ	39	14	53
3	ธุรกิจการค้า	87	28	115
4	อุตสาหกรรม	90	26	116
5	การเกษตร	34	7	41
6	การป่าไม้ ปศุสัตว์ การประมง และการแปรรูปผลิตผล	8	0	8
7	วัฒนธรรมและศิลปะ	23	2	25
8	การศึกษา	101	47	148
9	การกีฬา	22	6	28
10	บันเทิงและนันทนาการ	51	7	58

ลำดับ	วงความหมาย	จำนวนคำนาม	จำนวนคำกริยา	รวม
11	การเมือง	286	84	370
12	การต่างประเทศ	13	6	19
13	กฎหมาย	25	8	33
14	การแพทย์และสาธารณสุข	35	8	43
15	คมนาคมและการขนส่ง	51	14	65
16	ไปรษณีย์และโทรคมนาคม	8	7	15
17	สื่อสารมวลชน	30	6	36
18	วิทยาศาสตร์คอมพิวเต้อร์	23	2	25
19	ศาสนา	66	4	70
20	ธรรมชาติและภูมิศาสตร์	45	4	49
21	สัตว์และพืช	55	6	61
22	การทหาร	112	47	159
23	มนุษยศาสตร์และสังคมศาสตร์	52	4	56
24	วิทยาศาสตร์	72	7	79
25	การท่องเที่ยว	12	4	16
26	อื่นๆ	38	8	46
	รวม	1693	457	2150

จากตารางที่ 3.2 จะเห็นได้ว่า คำยืมที่อยู่ในหมวด "ชีวิตมนุษย์" มีจำนวนมากที่สุด คำในหมวดนี้รวมถึงเครื่องแต่งกาย ของใช้ประจำวัน อาหารการกิน ที่พักอาศัย เครื่องเรือน อาคารสถานที่ ตำแหน่งอาชีพ สถานะทางสังคม คำเรียกขาน เวลา เทศกาล วัย ร่างกาย นิสัย อารมณ์ของมนุษย์ เป็นต้น ซึ่งส่วนใหญ่เป็นคำนาม สิ่งของหรือความ

บทที่ 3

คิดเหล่านี้ไม่มีในสังคมจ้วงซึ่งเดิมเป็นสังคมเกษตร เมื่อเข้าสู่สังคมสมัยใหม่ ก็เริ่มนำสิ่งของใหม่ๆ เข้ามาใช้ เช่น เริ่มสร้างบ้านเป็นตึก มีเครื่องเฟอร์นิเจอร์มากขึ้น เมื่อมีไฟฟ้าใช้อย่างแพร่หลาย ก็เริ่มนำเครื่องใช้ไฟฟ้าประเภทต่างๆ มาใช้ จึงได้ยืมคำที่เกี่ยวข้องเข้ามาในภาษาจ้วงจำนวนมาก

คำยืมในหมวดการเมืองพบจำนวน 370 คำ พบมากเป็นลำดับที่ 2 หมวดการทหารพบจำนวน 159 คำ พบมากเป็นลำดับที่ 3 หมวดการศึกษพบจำนวน 148 คำ เป็นลำดับที่ 4 หมวดอุตสาหกรรมพบจำนวน 116 คำ เป็นลำดับที่ 5 และหมวดที่พบมากเป็นลำดับที่ 6 คือหมวดธุรกิจการค้าพบจำนวน 115 คำ น่าสังเกตว่า คำต่างๆ ในหมวดคำเหล่านี้เป็นคำศัพท์ในวงการใหม่สำหรับชาวจ้วงซึ่งวัฒนธรรมมีพื้นฐานเป็นวัฒนธรรมของสังคมการเกษตร เมื่อสังคมเกิดการเปลี่ยนแปลง ชาวจ้วงก็รับรู้แนวคิดเหล่านี้ พร้อมกับยืมคำที่เกี่ยวข้องมาใช้ในภาษาของตนเพื่อสื่อแนวคิดนั้นๆ จึงไม่แปลกที่พบคำยืมในหมวดความหมายเหล่านี้เป็นจำนวนมาก

แต่ในขณะเดียวกันก็พบว่า แม้แนวคิดหรือสิ่งของนั้นๆ มีอยู่แล้วในสังคมจ้วง และมีคำที่ใช้พูดถึงแนวคิดหรือสิ่งของนั้นๆ อยู่แล้วในภาษาจ้วง แต่ก็ยังยืมคำที่มีความหมายเดียวกันจากภาษาจีนกลางเข้ามาอีก ทำให้ภาษาจ้วงมีคำพ้องความหมายเพิ่มมากขึ้น ตัวอย่างเช่นคำยืมส่วนหนึ่งในหมวดชีวิตมนุษย์ หมวดการเกษตร และหมวดพืชและสัตว์ ดังแสดงไว้ในตารางที่ 3.3

ตารางที่ 3.3 ตารางแสดงคำยืมที่พ้องความหมายกับคำจ้วง

	คำยืมภาษาจีนกลาง	คำจ้วงที่มีอยู่แล้ว	ความหมาย	หมวดหมู่
1	sihgvah (2007-4-20)	gvehoengz	แตงโม	พืชและสัตว์
2	miuzhaeux (1991-6-20)	gyaj	ต้นกล้า	การเกษตร
3	cenungz (1993-1933-1)	bouxndaem'oij	ชาวอ้อย	การเกษตร
4	sizbinj (1993-5-14)	gijgwn	ของกิน	ชีวิตมนุษย์

	คำยืมภาษาจีนกลาง	คำจ้วงที่มีอยู่แล้ว	ความหมาย	หมวดหมู่
5	gunnanz (1994-6-24)	gungzhoj	ความยากลำบาก	ชีวิตมนุษย์
6	Cinghnenz(1987-2-5)	bouxcoz	เยาวชน	ชีวิตมนุษย์
7	mingzcih (1989-1-5)	coh	ชื่อ	ชีวิตมนุษย์
8	fuhyinz (2009-2-25)	mehmbwk	ผู้หญิง	ชีวิตมนุษย์
9	nenz (1992-1864-4)	bi	ปี	ชีวิตมนุษย์
10	denhgi (1987-1-15)	mbwnheiq	ดินฟ้าอากาศ	ชีวิตมนุษย์

เมื่อวิเคราะห์บริบทที่ใช้คำยืมที่เสนอไว้ในตารางที่ 3.3 พบว่า คำยืมเหล่านี้จะปรากฏในบริบทที่เป็นภาษาเขียนเท่านั้น เช่น ข่าว บทความวิชาการ ตำราเพาะปลูก เป็นต้น แสดงว่าภาษาจ้วงยืมคำเหล่านี้เข้ามาเพื่อใช้ในภาษาเขียนโดยแยกออกจากคำจ้วงที่มีใช้อยู่แต่เดิมแล้ว ทำให้ภาษาจ้วงมีแนวคิดเรื่องระดับของภาษาขึ้น กล่าวคือ เดิมภาษาจ้วงไม่ได้แยกภาษาเขียนกับภาษาพูด หลังจากมีการตัวเขียนที่เป็นทางการและเริ่มมีสิ่งตีพิมพ์อย่างสม่ำเสมอแล้ว จึงเริ่มมีแนวคิดเรื่องระดับของภาษาขึ้น ชาวจ้วงเห็นว่าภาษาจีนกลางเป็นภาษาที่เหนือกว่า มีศักดิ์ศรีมากกว่า จึงได้ยืมคำภาษาจีนกลางมาใช้ในบริบทที่เป็นทางการแม้ว่าจะมีคำพ้องความหมายอยู่ในภาษาพูดของภาษาจ้วงอยู่แล้วก็ตาม ดังนั้น จึงกล่าวได้ว่าคำยืมภาษาจีนกลางทำให้ภาษาจ้วงเกิดระดับภาษาขึ้น

3. พยางค์ของคำยืม

คำมูลส่วนใหญ่ในภาษาตระกูลไทเป็นคำพยางค์เดียว คำมูลที่เป็นคำ 2 พยางค์ขึ้นไปมีน้อยมาก การสร้างคำด้วยวิธีประสมคำและประสานคำทำให้ภาษาไทมีคำหลายพยางค์เพิ่มมากขึ้น งานวิจัยครั้งนี้พบว่าคำยืมจากภาษาจีนกลางเป็นอีกสาเหตุหนึ่งที่ทำให้ภาษาจ้วงมีคำหลายพยางค์เพิ่มมากขึ้น โดยเฉพาะอย่างยิ่งคำยืมแบบทับศัพท์

หากวิเคราะห์จากพยางค์ของคำยืมภาษาจีนกลางแล้ว จะเห็นได้ว่าคำยืมภาษาจีนกลางอาจมีพยางค์จำนวน 1-5 พยางค์ คำยืมภาษาจีนกลางที่มีจำนวนพยางค์

บทที่ 3

มากกว่า 1 พยางค์ คิดเป็นร้อยละ 96.2 ของคำยืมภาษาจีนกลางทั้งหมด คำยืมภาษาจีนกลางหลายพยางค์เหล่านี้ทำให้ภาษาจ้วงซึ่งเป็นภาษาพยางค์เดี่ยวมีคำหลายพยางค์เพิ่มมากขึ้น คำยืมภาษาจีนกลางที่จำแนกตามจำนวนพยางค์ได้แสดงไว้ในตารางที่ 3.4

ตารางที่ 3.4 ตารางแสดงคำยืมภาษาจีนกลางที่จำแนกตามจำนวนพยางค์

	ประเภทของคำ	จำนวนคำ	จำนวนพยางค์				
			1	2	3	4	5
1	คำนาม	1693	31	1149	485	26	2
2	คำกริยา	457	21	432	4	-	-
3	คำคุณศัพท์	78	3	67	8	-	-
4	คำกริยาวิเศษณ์	36	11	25	-	-	-
5	คำลักษณนาม	27	20	6	1	-	-
6	คำสันธาน	13	1	12	-	-	-
7	คำบุพบท	5	3	2	-	-	-
8	คำช่วยกริยา	3	1	1	1	-	-
9	คำอุทาน	3	1	1	1	-	-
	รวม	2315	92	1695	500	26	2

จากตารางที่ 3.4 จะเห็นว่า ในคำยืมภาษาจีนกลางทั้งหมดในภาษาจ้วงมาตรฐาน 2,315 คำนั้น คำยืมพยางค์เดียวมีปริมาณเพียงร้อยละ 4 ของคำหลายพยางค์ และในคำยืมภาษาจีนกลางส่วนใหญ่เป็นคำ 2 พยางค์ คิดเป็นร้อยละ 73.2 ของคำยืมภาษาจีนกลางทั้งหมด คำ ๓ พยางค์ก็มีจำนวนมากพอสมควร คิดเป็นร้อยละ 21.6 นอกนั้นเป็นคำ 4 พยางค์และคำ 5 พยางค์ พบจำนวน 26 คำและ 2 คำตามลำดับ ดังตัวอย่างคำยืม 1-5 พยางค์ต่อไปนี้

ตัวอย่างคำยืม 1 พยางค์

คำยืม	คำจีน	หมวดคำ	ความหมาย
lenz (2009-3-20)	连(lián)	น.	กองร้อย
dangq (1994-5-25)	烫（发）(tàngfà)	ก.	ดัด (ผม)
bingz (1993-4-20)	凭(píng)	บ.	อาศัย
dauq (2009-4-10)	套 (tào)	ลน.	ชุด
caiq (1992-1864-3)	再 (zài)	ว.	ค่อย

ตัวอย่างคำยืม 2 พยางค์

คำยืม	คำจีน	หมวดคำ	ความหมาย
yihswngh (1997-4-11)	医生(yīshēng)	น.	แพทย์
lizvwnh (1998-1-21)	离婚(líhūn)	ก.	หย่า
cingjson (1993-1986-4)	请教(qīngjiào)	ก.	ขอคำแนะนำ
gvanhgen (2009-2-5)	关键(guānjiàn)	คุณ.	สำคัญ
gvanhyiz (1987-1-25)	关于(guānyú)	บ.	เกี่ยวกับ
bizging (1991-3-20)	毕竟(bìjìng)	ว.	โดยแก่นแท้

ตัวอย่างคำยืม 3 พยางค์

คำยืม	คำจีน	หมวดคำ	ความหมาย
souhluzgih (1997-3-10)	收录机（shōulùjī）	น.	เครื่องวิทยุและอัดเสียง
fanjgwzming (1988-12-5)	反革命（fǎngémìng）	ก.	ต่อต้านการปฏิวัติ

ตัวอย่างคำยืม 4 พยาค์

คำยืม	คำจีน	หมวดคำ	ความหมาย
caiqsengnwngzyenz (2009-2-10)	再生能源 (zàishēngnēngyúan)	น.	พลังงานทดแทน
gungjbucujyi (2008-1-10)	恐怖主义 (kǒngbùzhǔyǐ)	น.	ลัทธิก่อการร้าย

ตัวอย่างคำยืม 5 พยางค์

คำยืม	คำจีน	หมวดคำ	ความหมาย
gauhwjfuhgiuzgvanj (2007-2-30)	高尔夫球馆 (gāoěrfūqiúguǎn)	น.	สนามกอล์ฟ
Linzsonhwginghgyaz (1992-1846-3)	磷酸二氢钾 (línsuānèrqīngjiǎ)	น.	KH_2PO_4 (ปุ๋ยเคมีชนิดหนึ่ง)

ภาษาจ้วงเป็นภาษาคำโดดเหมือนกับภาษาอื่นๆ ในตระกูลไท ส่วนมากเป็นคำพยางค์เดียว มีความหมายสมบูรณ์ในตัว และจะสร้างคำใหม่ขึ้นด้วยวิธีผสมคำเป็นหลัก แต่การยืมคำหลายพยางค์จำนวนมากจากภาษาจีนกลางนั้น ทำให้ภาษาจ้วงปัจจุบันมีคำหลายพยางค์เพิ่มขึ้นเป็นจำนวนมาก ลักษณะการเป็นภาษาคำโดดจึงไม่เด่นชัดอีกแล้ว

4. สรุปและอภิปราย

การจำแนกคำยืมตามประเภทของคำทางไวยากรณ์ พบว่า ภาษาจ้วงได้ยืมคำจากภาษาจีนกลางมาใช้จำนวนรวม 9 หมวดด้วยกัน คือ คำนาม คำลักษณนาม คำกริยา คำคุณศัพท์ คำกริยาวิเศษณ์ คำบุพบท คำสันธาน คำช่วยกริยา และคำอุทาน ในจำนวนคำทั้ง 9 หมวดนี้ คำนามมีจำนวนมากที่สุด รองลงมาคือคำกริยา

การที่ภาษาจ้วงได้ยืมคำจากภาษาจีนกลางทั้งคำหลักและคำไวยากรณ์มาใช้ ทั้งศัพท์พื้นฐานและศัพท์เฉพาะสาขาวิชาชีพหรือคำศัพท์เฉพาะวงการ แสดงว่าการสัมผัสระหว่างภาษาจ้วงกับภาษาจีนกลางอยู่ระดับที่เข้มข้นมาก และทำให้ภาษาจีนกลางมีผลกระทบต่อภาษาจ้วงอย่างลึกซึ้ง คือ ยืมแม้กระทั่งคำศัพท์พื้นฐานที่ภาษาจ้วงมีคำใช้อยู่แล้ว

เมื่อพิจารณาการจำแนกคำยืมตามความหมายของคำพบว่า คำยืมภาษาจีนกลางในภาษาจ้วงนอกจากเป็นคำศัพท์เฉพาะในวงการการเมือง ธุรกิจการค้า การศึกษา การทหาร ฯลฯ ซึ่งเป็นวงของคำศัพท์ที่เป็นองค์ความรู้ใหม่ที่เข้ามาในสังคมชาวจ้วงโดยผ่านทางภาษาจีนแล้ว แล้ว ยังพบคำยืมภาษาจีนกลางจำนวนมากที่เป็นคำที่ใช้ในชีวิตประจำวันและคำที่ใช้ในการเกษตรซึ่งเป็นวิถีชีวิตหลักของชาวจ้วง การยืมคำจากภาษาจีนกลางมาใช้ในภาษาจ้วงมาตรฐานทั้งๆ ที่ในภาษาจ้วงก็มีคำที่แสดงความหมายนั้นๆ อยู่แล้ว ทำให้คำยืมภาษาจีนกลางไปพ้องความหมายกับคำจ้วงขึ้น และมีคำพ้องความหมายลักษณะเดียวกันนี้จำนวนมากขึ้น นอกจากนี้ คำพ้องความหมายที่พบมากขึ้นในภาษาจ้วงอันเนื่องมาจากการยืมคำภาษาจีนกลางเข้ามาใช้ในบริบทที่ต่างกันกับคำจ้วง ได้ทำให้ภาษาจ้วงเริ่มมีการจำแนกคำตามระดับภาษา คือ คำยืมภาษาจีนกลางส่วนใหญ่ใช้เป็นภาษาทางการและเป็นภาษาหนังสือ ส่วนคำจ้วงจะใช้เป็นภาษาปาก

จากการสำรวจพยางค์ของคำยืม พบว่า จำนวนพยางค์ของคำยืมมี 1-5 พยางค์ โดยคำ 2 พยางค์มีจำนวนมากที่สุด คิดเป็นร้อยละ 73.3 นอกจากนี้ ยังพบว่าคำยืมแบบทับศัพท์จากภาษาจีนกลาง มีมากกว่าคำยืมแบบอื่น อย่างไรก็ตาม คำยืมแบบทับศัพท์มีมากกว่าคำยืมแบบอื่นๆ การยืมคำที่มีหลายพยางค์ในภาษาจีนกลางมาใช้ในภาษาจ้วง ทำให้ลักษณะภาษาคำโดดของภาษาจ้วงไม่เด่นชัดอีกต่อไป

เมื่อประมวลสถานการณ์ภาวะการสัมผัสภาษาระหว่างภาษาจ้วงมาตรฐานกับภาษาจีนกลางจากจำนวนผู้พูดสองภาษา นโยบายภาษา และนโยบายการศึกษาดังที่ได้กล่าวไว้ในบทที่ 1 พบว่า ความเข้มข้นของการสัมผัสภาษาระหว่างภาษาจีนกลางกับ

ภาษาจ้วงมาตรฐานอยู่ในระดับที่ 3 ตามที่ Thomason (2001:70-71) ได้เสนอไว้ คือ การสัมผัสภาษาระดับค่อนข้างเข้มข้น มีผู้พูดสองภาษา (ภาษาจ้วง-ภาษาจีนกลาง) จำนวนมาก ทั้งนี้เพราะว่าผู้พูดภาษาจ้วงเมื่อเข้าศึกษาในโรงเรียนแล้วจะเริ่มเรียนรู้ภาษาจีนกลาง ในสถานศึกษาใช้หนังสือตำราภาษาจีนกลาง สื่อสมัยใหม่ก็เป็นภาษาจีนกลาง เป็นต้น แต่เนื่องจากคนจ้วงส่วนใหญ่ได้รับการศึกษาไม่สูง ดังนั้นคนส่วนใหญ่โดยเฉพาะคนวัยกลางคนขึ้นไป ยังไม่เป็นผู้พูดสองภาษา (ภาษาจ้วง-ภาษาจีนกลาง) ที่แท้จริง แม้ว่าทัศนคติของคนในสังคมและปัจจัยอื่นๆ เอื้อต่อการพูดภาษาจีนกลางมากก็ตาม ภาวะการสัมผัสในระดับนี้จะมีการยืมศัพท์ทั้งคำหลักและคำไวยากรณ์ คำศัพท์พื้นฐานและคำศัพท์เฉพาะสาขา ซึ่งพิสูจน์ได้จากการจำแนกหมวดหมู่ตามวงความหมายของคำยืม

จากการจัดหมวดหมู่ของคำยืมตามวงความหมาย พบว่า คำยืมภาษาจีนมีทั้งศัพท์พื้นฐานและศัพท์เฉพาะสาขาจำนวนมาก ภาษาจ้วงได้ยืมคำในหมวดชีวิตมนุษย์จากภาษาจีนกลางมากที่สุด แสดงให้เห็นว่า ภาษาจีนกลางมีผลกระทบต่อภาษาจ้วงไม่เพียงแต่ในวงการเฉพาะด้านที่เป็นความคิดใหม่สำหรับชาวจ้วงเท่านั้น แต่ยังมีต่อภาษาที่ใช้ในชีวิตประจำวันอีกด้วย ซึ่งครอบคลุมถึงเรื่องที่อยู่อาศัย อาหารการกิน เครื่องนุ่งห่ม และกิจกรรมอื่นในชีวิตประจำวัน ทั้งๆ ที่คำบางคำมีคำจ้วงใช้อยู่แล้วก็ตาม อย่างไรก็ตาม คำศัพท์พื้นฐานส่วนใหญ่ที่ภาษาจ้วงยืมมาจากภาษาจีนเป็นคำยืมประเภทคำยืมจีนเก่า ซึ่งเข้ามาอยู่ในภาษาจ้วงนานแล้ว และในงานวิจัยนี้ จัดให้เป็นคำจ้วงไปแล้ว ทำให้ภาษาจ้วงปัจจุบันปรากฏคำยืมศัพท์พื้นฐานจากภาษาจีนกลางค่อนข้างจำกัด ที่พบในงานวิจัยนี้ ได้แก่

คำยืม	ความหมาย	คำจ้วง	คำจีน
nenz(1992-1864-4)	"ปี"	bi	年(nián)
da (1992-1846-4)	"ใหญ่"	hung,mbwk	大(dà)
siuj (1992-1864-4)	"เล็ก"	iq	小(xiǎo)

gauh (1992-1846-4)　　　"สูง"　　　sang　　　高(gāo)

　　ปรากฏการณ์ดังกล่าว ยังคงวิเคราะห์ได้ว่า คำยืมภาษาจีนกลางในภาษาจ้วงปัจจุบันสอดคล้องกับลักษณะของการยืมในระดับความเข้มข้นที่ 3 ที่ Thomason ได้เสนอไว้ คือ ศัพท์พื้นฐานที่มีอยู่ในทุกภาษาถูกยืมเข้าในภาษาจ้วง คำไวยากรณ์จำนวนหนึ่งก็พบว่าถูกยืมเข้าไปด้วย กลุ่มคำปิด (closed-class) อย่างคำบุพบท เป็นต้น ก็พบว่าถูกยืมเข้ามาในภาษาจ้วงเช่นเดียวกับคำนาม คำกริยาและคำคุณศัพท์เช่นกัน

บทที่ 4

การเปลี่ยนแปลงด้านคำศัพท์ในภาษาจ้วงที่เกิดจากการยืมภาษาจีนกลาง

ในบทนี้จะกล่าวถึงการเปลี่ยนแปลงด้านคำศัพท์ในภาษาจ้วงอันเนื่องมาจากการสัมผัสภาษา ผลจากการสัมผัสภาษา ภาษาจ้วง-ภาษาจีนกลาง ทำให้ภาษาจ้วงยืมคำภาษาจีนกลางเข้ามาใช้ในภาษาจ้วงปัจจุบันจำนวนมาก คำยืมภาษาจีนในภาษาจ้วงทำให้ภาษาจ้วงปัจจุบันมีโครงสร้างคำแบบใหม่ ดังนั้น ในบทนี้ผู้วิจัยจึงได้วิเคราะห์ลักษณะของคำยืมภาษาจีนกลางในภาษาจ้วง กับ โครงสร้างของคำสร้างใหม่ในภาษาจ้วงที่ยืมความหมายจากภาษาจีนกลาง โดยก่อนที่จะอภิปรายทั้ง 2 หัวข้อ ผู้วิจัยจะกล่าวถึงลักษณะของคำในภาษาจ้วงกับภาษาจีนกลางนำมาเสียก่อน

1. ลักษณะของคำของภาษาจ้วงกับภาษาจีนกลาง

1.1 คำมูล

ภาษาจ้วงและภาษาจีนต่างก็เป็นภาษาคำโดด (analytical language) คือ คำไม่มีการเปลี่ยนแปลงรูปเพื่อบอกหน้าที่และความสัมพันธ์ทางไวยากรณ์ เช่น bae "ไป" bit "เป็ด" 去 (qù) "ไป" 鸭 (yā) "เป็ด" นอกจากต่างก็เป็นภาษาคำโดดแล้ว คำมูลของทั้ง ๒ ภาษาต่างก็มีลักษณะเป็นคำมูลพยางค์เดียว (monosyllabic) คือ คำ 1 คำ มีเพียงพยางค์เดียว เช่น

ตัวอย่างภาษาจ้วง faex "ไฟ" raemx "น้ำ"

ตัวอย่างภาษาจีน 火 (huǒ) "ไฟ" 水 (shuǐ) "น้ำ"

ในภาษาจ้วง คำมูลหลายพยางค์ (polysyllabic) มีจำนวนน้อยมาก เช่น

mbungqmbaj (ผีเสื้อ) ผู้วิจัยพบว่า คำยืมภาษาจีนกลางที่เข้ามาอยู่ในภาษาจ้วงทำให้ภาษาจ้วงมีคำมูลหลายพยางค์เพิ่มขึ้น เช่น

คำว่า yingjyangj "ผลกระทบ" ยืมมาจากคำว่า 影响 (yǐngxiǎng) "ผลกระทบ" ของภาษาจีนกลาง

คำว่า veijyenzvei "คณะกรรมการ" ยืมมากจากคำประสม 委员会（wěiyuánhuì）"คณะกรรมการ" ของภาษาจีนกลาง

คำว่า gauhwjfuhgiuz "ลูกกอล์ฟ" ยืมมากจากคำประสม 高尔夫球（gāoěrfūqiú）"ลูกกอล์ฟ" ของภาษาจีนกลาง

1.2 คำประกอบ

คำประกอบ คือ คำที่เกิดจากกระบวนการสร้างคำ (word formation) ทั้งในภาษาจ้วง（韦庆稳,1985: 1-16）และภาษาจีนกลาง (黄伯荣，廖序东,2007:222-227) มีวิธีสร้างคำหลักๆ อยู่ 3 แบบ ได้แก่ การประสมคำทำให้เกิดคำประสม (compound) การประสานคำทำให้เกิดคำประสาน (complex) และ การซ้ำคำทำให้เกิดคำซ้ำ (reduplicative) ดังนี้

ตัวอย่างคำประสมในภาษาจ้วง

binaj (ปี-หน้า) "ปีหน้า"

dasang (ตา-สูง) "หยิ่ง"

ronghndwen (สว่าง-เดือน) "แสงเดือน"

ตัวอย่างคำประสมในภาษาจีน

冰箱（bīngxiāng）(เย็น-ตู้) "ตู้เย็น"

自动（zìdòng）(เอง-ขยับ) "อัตโนมัติ"

月亮（yuèliàng）(เดือน-สว่าง) "พระจันทร์"

ตัวอย่างคำประสานในภาษาจ้วง

ndaekndeu (ใหญ่-เดี่ยว) "ชายโสด"

ndaekaen (ใหญ่-อัน) "อันใหญ่เบ้อเร่อ"

ndaekngauq (ใหญ่-ก้อน) "ก้อนใหญ่"

ตัวอย่างคำประสานในภาษาจีน

老虎 (lǎohǔ) (แก่-เสือ) "เสือ"

老鼠 (lǎoshǔ) (แก่-หนู) "หนู"

老师 (lǎoshī) (แก่-ครู) "ครู"

ตัวอย่างคำซ้ำในภาษาจ้วง

bouxboux (ผู้-ผู้) "ทุกคน"

hwnjhwnjroengzroeng (ขึ้น-ขึ้น-ลง-ลง) "ขึ้นๆ ลงๆ "

ndingnding (แดง-แดง) "แดงๆ "

ตัวอย่างคำซ้ำในภาษาจีน

姐姐 (jiějie) (พี่สาว-พี่สาว) "พี่สาว"

仅仅 (jǐnjǐn) (เพียง-เพียง) "แค่ เพียง"

刚刚 (gānggāng) (เพิ่ง-เพิ่ง) "เพิ่งจะ"

2. ลักษณะของคำยืมภาษาจีนในภาษาจ้วง

ผู้วิจัยได้เก็บข้อมูลคำยืมภาษาจีนกลางที่ใช้ในภาษาจ้วงปัจจุบัน พบคำยืมภาษาจีนจำนวน 2315 คำ และพบว่าคำยืมภาษาจีนกลางในภาษาจ้วงมี 4 แบบ คือ คำยืมแบบทับศัพท์ คำยืมแบบแปล และคำยืมแบบผสม และคำที่ยืมความคิดของภาษาจีนมาสร้างคำใหม่ในภาษาจ้วง

2.1 คำยืมแบบทับศัพท์

คำยืมแบบทับศัพท์ คือ คำยืมที่ยืมทั้งรูปและความหมาย โดยรูปนั้นถอดเสียงจากภาษาจีนกลางมาเป็นตัวอักษรจ้วงตามรูปแบบการถอดเสียงที่ Gvangjsih Bouxcuengh Swcigih Saujsu Minzcuz Veijyenzvei Yenzgiusiz (ฝ่ายวิจัยคณะกรรมการภาษาและ

อักษรชนกลุ่มน้อยแห่งกวางสี) ได้กำหนดไว้ในหนังสือ VAHCUENGH SINHSWZ SUZYIJ VEIBENH (รวบรวมศัพท์ใหม่ศัพท์วิชาการภาษาจ้วง)

จากการรวบรวมข้อมูล พบคำยืมแบบทับศัพท์ 2014 คำ คิดเป็นร้อยละ 87 ของคำยืมจีนกลางทั้งหมด คำยืมแบบทับศัพท์มีทั้งคำมูลพยางค์เดียวและคำมูลหลายพยางค์โดยพบคำมูลสองพยางค์มีจำนวนมากที่สุด มีจำนวน 1465 คำ คิดเป็นร้อยละ 72.7 ของคำยืมทับศัพท์ทั้งหมด และคิดเป็นประมาณร้อยละ 63 ของคำยืมจีนกลางทั้งหมด การยืมแบบทับศัพท์เป็นวิธีการยืมหลักที่ทำให้ภาษาจ้วงมีคำมูลหลายพยางค์เพิ่มขึ้นเป็นจำนวนมาก

2.2 คำยืมแบบแปล

คำยืมแบบแปล (loan translation) คือ คำยืมที่แปลความหมายของคำภาษาจีนมาเป็นภาษาจ้วงในลักษณะหน่วยต่อหน่วย อาจมีการสลับตำแหน่งของหน่วยคำหรือคำบ้างให้สอดคล้องกับหลักภาษาจ้วงซึ่งเป็นภาษาผู้ยืมด้วยหรือไม่ก็ได้ คำยืมแบบแปลพบจำนวน 104 คำ คิดเป็นร้อยละ 4.5 ของคำยืมทั้งหมด

2.2.1 คำยืมแบบแปลที่มีลำดับคำแบบจ้วงซึ่งเป็นรูปแบบลำดับคำที่ตรงกันทั้งในภาษาจีนและภาษาจ้วง พบจำนวน 56 คำ ตัวอย่างเช่น

1) รูปแบบ "กริยา-กริยา" ซึ่งคำกริยาทั้งสองคำมีความหมายใกล้เคียงกัน

คำยืม	คำจีน	หมวดคำ	ความหมาย
supyinx (2009-2888-1) (สูบ-นำ)	吸引（xīyǐn） (ดูด-นำ)	ก.	ดึงดูด
fatcuengq (2009-2879-1) (แจก-ปล่อย)	发放（fāfàng） (แจก-ปล่อย)	ก.	แจกจ่าย
souhaeuj (1985-1147-1) (รับ-เข้า)	收入（shōurù） (รับ-เข้า)	น.	รายได้
demmaj (2009-2862-1) (เติม-โต)	增长（zēngzhǎng） (เติม-โต)	ก.	เติบโต

2) รูปแบบ “ประธาน-ภาคแสดง”

คำยืม	คำจีน	หมวดคำ	ความหมาย
guekmiz (2009-2856-1) (รัฐ-มี)	国有（guóyǒu）(รัฐ-มี)	น.	กรรมสิทธิ์ของรัฐ

3) รูปแบบ “กริยา-กรรม”

คำยืม	คำจีน	หมวดคำ	ความหมาย
swiquk (2008-1-17) (ล้าง-สมอง)	洗脑（xǐnǎo）(ล้าง-สมอง)	ก.	ล้างสมอง
oksaw (2009-2856-1) (ออก-หนังสือ)	出书（chūshū）(ออก-หนังสือ)	ก.	ตีพิมพ์หนังสือ
mizgven (2000-4-11) (มี-ความสัมพันธ์)	有关（yǒuguān）(มี-ความสัมพันธ์)	บ.	เกี่ยวกับ

2.2.2 คำยืมแบบแปลที่มีลำดับคำแบบจ้วงโดยได้สลับตำแหน่งคำจนทำให้ลำดับคำของคำจ้วงกับคำจีนไม่ตรงกัน ตัวอย่าง 1-5 เป็นคำผสมรูปแบบ “หน่วยคำหลัก + หน่วยคำขยาย” ส่วนตัวอย่างที่ 6-7 เป็นคำซ้อน คำยืมในรูปแบบนี้พบจำนวน 33 คำ

คำยืม	คำจีน	หมวดคำ	ความหมาย
hohfanhmaenz(1988-4-10) (ครัวเรือน-หมื่น-หยวน)	万元户（wànyuánhù）(หมื่น-หยวน-ครัวเรือน)	น.	ครัวเรือนที่มีสินทรัพย์เกินหมื่นหยวน
ngaenzco (2009-2879-1) (เงิน-เช่า)	租金（zūjīn）(เช่า-เงิน)	น.	ค่าเช่า
laeuzlaeuj (1999-3-25) (ตึก-เหล้า)	酒楼（jiǔlóu）(เหล้า-ตึก)	น.	ร้านอาหาร
gaicawx (1993-5-10) (ขาย-ซื้อ)	买卖（mǎimài）(ซื้อ-ขาย)	น.	การค้าขาย

imqraeuj (2009-2867-1) (อิ่ม-อุ่น)	温饱（wēnbǎo） (อุ่น-อิ่ม)	น.	ชีวิตที่พอมีพอกิน

2.2.3 คำยืมแบบแปลที่ลำดับคำแบบจีนโดยไม่ได้สลับลำดับคำ ซึ่งเป็นรูปแบบการลำดับคำที่ไม่มีในภาษาจ้วงมาก่อน คือ "หน่วยคำขยาย + หน่วยคำหลัก" คำยืมในรูปแบบนี้พบ 15 คำตัวอย่างเช่น

คำยืม	คำจีน	หมวดคำ	ความหมาย
soengqvah (2009-4-20) (ส่ง-คำพูด)	赠言（zèngyán） (ส่งมอบ-คำพูด)	น.	คำอวยพร
yawjfap(1987-1-25) (ดู-วิธี)	看法（kànfǎ） (ดู-วิธี)	น.	ทัศนคติ

จากตัวอย่างข้างต้นสังเกตได้ว่า คำยืมที่เป็นคำกริยามักลำดับคำตรงกับภาษาจีนกลาง ส่วนคำยืมที่เป็นคำนามมีทั้งกรณีที่ตรงกันและต่างกันกับภาษาจีนกลาง คำที่ลำดับคำต่างกันในภาษาจีนกับภาษาจ้วงนั้นจะเป็นคำนามที่ประกอบด้วยหน่วยคำหลัก-หน่วยคำขยายซึ่งคำยืมถูกปรับลำดับคำให้ถูกหลักภาษาจ้วงเป็น "หน่วยคำหลัก-หน่วยคำขยาย" ซึ่งต่างกับหลักภาษาจีนกลางที่ลำดับเป็น "หน่วยคำขยาย-หน่วยคำหลัก" อย่างไรก็ตาม มีคำยืมแบบแปลจำนวนหนึ่งไม่ได้สลับตำแหน่งของคำ ยังคงลำดับคำแบบภาษาจีนกลางไว้ โดยลำดับเป็น "หน่วยคำขยาย-หน่วยคำหลัก" ซึ่งเป็นรูปแบบใหม่สำหรับภาษาจ้วงที่ต่างกับหลักไวยากรณ์ภาษาจ้วง

2.3 คำยืมแบบผสม

คำยืมแบบผสม (loan blends) คือ คำที่ยืมมาจากภาษาจีนกลางโดยส่วนหนึ่งของคำยืมแบบทับศัพท์ อีกส่วนหนึ่งยืมแบบแปล อาจมีการสลับตำแหน่งของหน่วยคำหรือคำบ้างให้สอดคล้องกับหลักภาษาจ้วงซึ่งเป็นภาษาผู้ยืมด้วยหรือไม่ก็ได้ ในการวิจัยครั้งนี้ พบคำยืมแบบผสมจำนวน 169 คำ คิดเป็นร้อยละ 7.3 ของคำยืมทั้งหมด เมื่อวิเคราะห์ลำดับคำของคำยืมและวิธีการผสมของคำยืมแล้ว พบว่ามีคำยืมลักษณะดังนี้

บทที่ 4

2.3.1 คำยืมแบบผสมที่ทับศัพท์ส่วนหนึ่งและแปลส่วนหนึ่งแบบหน่วยต่อหน่วยไม่มีการเติมหน่วยคำหรือคำ คำในลักษณะนี้มีการลำดับคำ 3 แบบด้วยกัน ดังนี้

2.3.1.1 คำยืมแบบผสมที่ลำดับคำแบบจ้วงซึ่งเป็นรูปแบบการลำดับคำที่ตรงกันทั้งในภาษาจีนและภาษาจ้วง พบจำนวน 56 คำ ตัวอย่างเช่น (คำที่ขีดเส้นใต้เป็นคำยืมแบบทับศัพท์)

1) รูปแบบ "กริยา-กริยา"

คำยืม	คำจีน	หมวดคำ	ความหมาย
sou<u>cawx</u> (1995-6-5) (รับ-ซื้อ)	收购（shōugòu）(รับ-ซื้อ)	ก.	รับซื้อ
onj<u>dangq</u> (2002-5-25) (มั่น-เรียบร้อย)	稳当（wěndàng）(มั่น-เรียบร้อย)	ก.	มั่นคง
gya<u>vaiq</u> (2009-2-5) (เพิ่ม-เร็ว)	加快（jiākuài）(เพิ่ม-เร็ว)	ก.	เร่งให้เร็วขึ้น

2) รูปแบบ "กริยา-กรรม"

คำยืม	คำจีน	หมวดคำ	ความหมาย
ok<u>banj</u> (2009-5-15) (ออก-แม่พิมพ์)	出版（chūbǎn）(ออก-แม่พิมพ์)	ก.	ตีพิมพ์
roengz<u>maj</u> (2007-1-9) (ลง-ตัวเลข)	下码（xiàmǎ）(ลง-ตัวเลข)	ก.	ซื้อหวย
dem<u>canj</u> (2009-1-15) (เพิ่ม-ปริมาณการผลิต)	增产（zēngchǎn）(เพิ่ม-ปริมาณการผลิต)	ก.	เพิ่มผลผลิตทางการเกษตร

3) รูปแบบ "นาม-นาม"

คำยืม	คำจีน	หมวดคำ	ความหมาย
sei<u>haiz</u> (1999-4-4) (ศพ-ซาก)	尸骸（shīhái）(ศพ-ซาก)	น.	ศพและซากกระดูก

2.3.1.2 คำยืมแบบผสมที่ลำดับคำแบบจ้วงโดยได้สลับตำแหน่งของคำจนทำให้ลำดับคำของคำยืมกับคำจีนไม่ตรงกัน

คำยืม	คำจีน	หมวดคำ	ความหมาย
daehsozliu (1996-5-10) (ถุง-พาลสติก)	塑料袋（sùliàodài）(พาลสติก-ถุง)	น.	ถุงพลาสติก
gienzdaigiz (2006-5-10) (มวย-ไท้เก๊ก)	太极拳（tàijíquán）(ไท้เก๊ก-มวย)	น.	มวยไท้เก๊ก
hekyouz (1988-5-10) (แขก-เที่ยว)	游客（yóukè）(เที่ยว-แขก)	น.	นักท่องเที่ยว
roenbwzyouz (2009-2-10) (ถนน-แอสฟัลต์)	柏油路（bǎiyóulù）(แอสฟัลต์-ถนน)	น.	ถนนราดยาง
vwndiz (2009-3-20) (คน-ศัตรู)	敌人（dírén）(ศัตรู-คน)	น.	ศัตรู
raemxyehswj (2000-4-11) (น้ำ-มะพร้าว)	椰子水（yēzǐshuǐ）(มะพร้าว-น้ำ)	น.	น้ำมะพร้าว

2.3.1.3 คำยืมแบบผสมที่ลำดับคำแบบจีนโดยไม่ได้สลับตำแหน่งของหน่วยคำหรือคำให้สอดคล้องกับหลักภาษาจ้วง ซึ่งพบเฉพาะคำนามในรูปแบบ “หน่วยคำขยาย-หน่วยคำหลัก” ซึ่งเป็นรูปแบบที่ไม่พบในภาษาจ้วงเดิม ตัวอย่างเช่น (คำที่ขีดเส้นใต้เป็นคำยืมแบบทับศัพท์)

คำยืม	คำจีน	หมวดคำ	ความหมาย
caiqsengnwngzyenz (อีก-เกิด-พลังงาน) (2009-2-10)	再生能源（zàishēngnéngyuán）(อีก-เกิด-พลังงาน)	น.	พลังงานทดแทน

fouxding (1994-3-11)	舞厅（wǔtīng）	น.	ห้องเต้นรำ
(รำ-ห้อง)	(รำ-ห้อง)		
demgyaciz (2009-2858-1)	增加值（zēngjiāzhí)	น.	มูลค่าเพิ่ม
(เพิ่มเติม-ค่า)	(เพิ่มเติม-ค่า)		
dietfanvanj (1991-3-20)	铁饭碗（tiěfànwǎn）	น.	ถ้วยข้าวเหล็ก หมายถึงงานที่มั่นคง
(เหล็ก-ถ้วยข้าว)	(เหล็ก-ถ้วยข้าว)		
doulingz (2006-3-26)	门铃（ménlíng）	น.	กระดิ่งประตู
(ประตู-กระดิ่ง)	(ประตู-กระดิ่ง)		

จะสังเกตได้ว่า มีคำยืมหมวดคำนามหมวดเดียวเท่านั้นที่พบว่ามีการปรับลำดับคำทำให้ลำดับคำต่างกับคำจีน และก็มีคำยืมหมวดคำนามที่ประกอบด้วยหน่วยคำหลักกับหน่วยคำขยายเท่านั้นที่อาจถูกยืมเข้าโดยได้คงลำดับคำแบบภาษาจีนกลางไว้จึงมีโครงสร้างคำที่แตกต่างจากภาษาจ้วง เป็น "หน่วยคำขยาย+หน่วยคำหลัก" ซึ่งสันนิษฐานได้ว่าคำยืมที่ลำดับคำแบบจีนในส่วนนี้เองที่ทำให้ผู้พูดรู้จักและคุ้นเคยกับโครงสร้าง "หน่วยคำขยาย+หน่วยคำหลัก" ของคำผสม จนในที่สุดสร้างคำผสมใหม่ขึ้นตามโครงสร้างแบบใหม่นี้

2.3.2 คำยืมแบบผสมโดยนำคำจ้วงเติมหน้าคำยืมทับศัพท์ คำจ้วงที่เติมหน้าคำยืมพบว่ามีคำจ่ากลุ่มและหน่วยคำอื่นๆ ของจ้วง

2.3.2.1 คำยืมแบบผสมที่ยืมทับศัพท์คำลูกกลุ่ม (subordinate term) แล้วเติมคำจ่ากลุ่ม (superordinate term) ที่เป็นคำจ้วง ซึ่งการมีคำจ่ากลุ่มนำหน้าคำลูกกลุ่มเป็นลักษณะของภาษาไทโดยทั่วไป คำจ่ากลุ่มที่พบมี byaek "ผัก" mak "หมาก" faex "ต้นไม้" roeg "นก" buh "เสื้อ" laeuj "เหล้า" เป็นต้น

คำยืมประเภทนี้ คำลูกกลุ่มสามารถใช้เดี่ยวๆ ได้โดยไม่ต้องมีคำจ่ากลุ่มนำหน้าทั้งในภาษาจีนกลางและในภาษาจ้วง เพราะว่าคำลูกกลุ่มมีความหมายสมบูรณ์ในตัวแล้ว ต่อไปนี้เป็นตัวอย่างคำยืมที่เป็นชื่อผักชนิดต่างๆ ที่ถูกยืมทับศัพท์เข้ามาแล้วเติมคำ

จ่ากลุ่ม byaek "ผัก" หน้าคำยืม (คำที่ขีดเส้นใต้เป็นคำลูกกลุ่มที่ยืมแบบทับศัพท์)

คำยืม	คำจีน	ความหมาย
byaekbohcai (1985-1147-3)	菠菜（bōcài） (ปวยเล้ง-ผัก)	ปวยเล้ง
byaekginzcai (1993-1977-3)	芹菜（qíncài） (ขึ้นฉ่าย-ผัก)	ขึ้นฉ่าย
byaekyouzcai (1993-1968-1)	油菜（yóucài） (น้ำมัน-ผัก)	ผักกาดก้านขาว
byaekgailanzva (1992-1864-3)	芥蓝花（gàilánhuā） (คะน้า-ดอก)	คะน้าฮ่องกง

2.3.2.2 คำยืมแบบผสมที่นำหน่วยคำไม่อิสระของจ้วงเติมหน้าคำยืมแบบทับศัพท์ หน่วยคำไม่อิสระของจ้วงที่พบมีคำว่า boux "ผู้" คำว่า daj "ทำกริยานั้นๆ โดยทั่วๆ ไป" และหน่วยคำเติมหลังคำกริยาบอกลักษณะ

1) ยืมทับศัพท์ชื่ออาชีพภาษาจีนแล้วเติมหน่วยคำของจ้วง boux "ผู้" ไว้หน้าคำยืมทับศัพท์ เพื่อให้เข้าใจว่าหมายถึงตำแหน่งอาชีพ ตัวอย่างเช่น

คำยืม	คำจีน	ความหมาย
bouxdaujyenj (1987-2-15) (ผู้-ผู้กำกับการแสดง)	导演（dǎoyǎn）	ผู้กำกับการแสดง
bouxyenjyenz (1987-2-15) (ผู้-นักแสดง)	演员（yǎnyuán）	นักแสดง
bouxgvaigi (2006-6-5) (ผู้-พนักงานบัญชี)	会计（kuàijì）	พนักงานบัญชี

2) หน่วยคำไม่อิสระของจ้วง "daj" เติมหน้าคำยืมทับศัพท์จีนกลางที่เป็นคำกริยาแสดงอาการ (action verb) หน่วยคำไม่อิสระ "daj" ในภาษาจ้วง นำหน้าคำกริยา

หมายถึง "ทำกริยานั้นๆ โดยทั่วๆ ไป" (韦庆稳, 1985: 6) ตัวอย่างเช่น

    <u>daj</u>cawj "หุงหาอาหาร"

ranz<u>daj</u>cawj "ห้องครัว"

    (daj-หุง)   (เรือน-daj-หุง)

    <u>daj</u>saeg "ทำการซักผ้า"   <u>daj</u>sauq "ทำความสะอาด"

    (daj-ซัก)   (daj-กวาด)

คำยืมแบบผสมในลักษณะนี้ที่พบในการวิจัยครั้งนี้ดังเช่น

    <u>daj</u>siuq (2009-2866-1) "ทำการปัก"   <u>daj</u>cang(2009-1-25) "แต่งตัว"

    (daj-ปัก)   (daj-แต่งตัว)

3) นำหน่วยคำไม่อิสระเติมหลังคำกริยาอกรรมที่เป็นคำยืมทับศัพท์เพื่อพรรณนาภาพการทำกริยานั้นซ้ำๆ หรือตามหลังคำคุณศัพท์ที่เป็นคำยืมทับศัพท์เพื่อพรรณนาลักษณะของคุณศัพท์นั้นๆ ซึ่งหน่วยคำเติมหลังของคำกริยาหรือคำคุณศัพท์แต่ละคำจะแตกต่างกันไปไม่ซ้ำกัน และคำบางคำสามารถตามหลังด้วยหน่วยคำเติมหลังหลายชุดที่แตกต่างกันโดยหน่วยคำเติมหลังที่ต่างกันจะบอกลักษณะที่ต่างกัน (覃晓航,1995:26) ตัวอย่างเช่น (หน่วยคำที่ขีดเส้นใต้เป็นคำยืม)

คำยืม	คำจีน	ความหมาย
<u>diuq</u>yetyet (1999-4-25)	跳 (tiào)	เต้นอย่างกระโดดขาเดียว
<u>diuq</u>digdig (1989-1-20)	跳 (tiào)	(สิ่งเล็กๆ) เต้นอย่างน้ำกระเซ็น
<u>cauz</u>cumcum (2002-5-10)	吵 (chǎo)	เสียงดังจ้อกแจ้กจอแจ
<u>cauz</u>yupyup (1999-3-15)	吵 (chǎo)	เสียงดังเซ็งแซ่

    2.3.3 คำยืมแบบผสมโดยนำคำทับศัพท์ซ้อนกับคำจ้วงที่มีความหมายคล้ายกันหรือเหมือนกัน ความหมายของคำใหม่ที่เกิดจากการซ้อนคำแบบนี้อาจมีความหมายแตกต่างออกไปเล็กน้อย ตัวอย่างเช่น

    son'gyauq (1993-4-5) "สั่งสอน"

(สอน-สอน)

คำ "son" เป็นคำจ้วง คำ "gyauq" เป็นคำยืมทับศัพท์จากภาษาจีนกลาง สองคำนี้มีความหมายเหมือนกัน คือ "สอน" เมื่อซ้อนกันเข้า ความหมายกลายเป็น "สั่งสอน"

2.4 คำที่ยืมความคิดของภาษาจีนมาสร้างคำใหม่ในภาษาจ้วง

นอกจากการยืมคำจากภาษาจีนมาแสดงมโนทัศน์ใหม่ในภาษาจ้วงแล้ว ภาษาจ้วงยังได้สร้างคำขึ้นใหม่เพื่อใช้แสดงความคิดที่ยืมมาจากภาษาจีนซึ่งพบทั้งหมด 28 คำ ดังนี้

2.4.1 คำนามที่ประกอบด้วย "หน่วยคำหลัก+หน่วยคำ/คำขยาย" มีโครงสร้าง 2 แบบซึ่งเป็นโครงสร้างที่มีอยู่ในภาษาจ้วงแล้ว คือ

ก) [น. + น.] น. คือ คำนามประสมที่ประกอบด้วยหน่วยคำหลักที่เป็นคำนาม และหน่วยคำขยายที่เป็นคำนาม/นามวลี กรณีนี้พบ 8 คำ ตัวอย่างเช่น

lohfeihgih "เส้นทางบิน"

(ถนน-เครื่องบิน)

ชาวจ้วงรับรู้เรื่องการบินโดยผ่านภาษาจีนกลางโดยจะเห็นได้จากคำศัพท์ด้านการบินส่วนใหญ่จะยืมทับศัพท์มาจากภาษาจีนกลาง เช่น feihgih "เครื่องบิน" gijfeih "ขึ้นบิน" gyangjloz "ลงจอด" เป็นต้น ส่วน "เส้นทางการบินของเครื่องบิน" ผู้พูดภาษาจ้วงได้สร้างคำขึ้นโดยนำคำจ้วง loh "ถนน" ประสมกับคำยืมทับศัพท์ feihgih "เครื่องบิน" กลายเป็นคำประสม lohfeihgih "เส้นทางบิน"

ข) [น. + ก.] น. คือ คำนามประสมที่ประกอบด้วยหน่วยคำหลักที่เป็นคำนาม และหน่วยคำขยายที่เป็นคำกริยา/กริยาวลี ตัวอย่างเช่น

buhsimsoeng "ชุดลำลอง"

(เสื้อ-ใจ-ปล่อยวาง)

การแยกเสื้อผ้าตามโอกาสที่สวมใส่เป็นความคิดแบบใหม่ที่ชาวจ้วงรับรู้จากชาวจีน จึงได้ยืมคำต่างๆ ที่หมายถึงชุดเสื้อผ้าต่างๆ จากภาษาจีนกลาง อาทิเช่น

buhyindung "ชุดกีฬา" sihcangh "ชุดสูท" buhgyazgwz "เสื้อแจ็คเก็ต" เป็นต้น ซึ่งส่วนใหญ่เป็นคำยืมแบบทับศัพท์ ส่วน "เสื้อที่สวมใส่ยามพักผ่อนหย่อนใจ" นั้น ชาวจ้วงได้ยืมความหมายนี้มา แล้วสร้างคำว่า buhsimsoeng ขึ้นมา หมายถึง "เสื้อที่ใส่ยามที่หัวใจสบายๆ"

ranzdawzlwg "เนอร์สเซอรี่"

(เรือน-ดูแล-ลูก)

การให้บริการรับฝากลูกเด็กเล็กเป็นกิจการที่เกิดขึ้นใหม่ในสังคมที่สตรีต้องเข้าทำงานประจำ สถานรับฝากเด็กเล็กจึงเป็นสิ่งใหม่สำหรับชาวจ้วงที่เคยชินกับการเลี้ยงลูกด้วยตัวเอง ซึ่งการเลี้ยงดูแลลูก ภาษาจ้วงเรียกว่า dawzlwg "เลี้ยงลูก" ชาวจ้วงจึงนำคำนี้มาประสมกับคำว่า ranz "เรือน" สร้างเป็นคำใหม่ขึ้นมา หมายถึง "สถานที่ที่รับฝากดูแลเด็กเล็ก" ในขณะที่ภาษาจีนใช้คำว่า 托儿所 (tuōérsuǒ) "สถานที่ฝากลูก"

hauhciqvah "เครื่องหมายอัญประกาศ"

(เครื่องหมาย-ยืม-คำพูด)

ระบบเขียนภาษาจ้วงที่ใช้อยู่ปัจจุบันเพิ่งประดิษฐ์ขึ้นและประกาศเผยแพร่ให้ใช้เมื่อ พ.ศ. 2525 ในระบบเขียน ได้กำหนดหลักการใช้เครื่องหมายต่างๆ ไว้ ซึ่งชื่อของเครื่องหมายต่างๆ ก็ได้ตั้งขึ้นโดยยืมคำจากภาษาจีนกลางบ้าง สร้างคำขึ้นใหม่บ้าง เช่น gihauh "เครื่องหมายมหัพภาค" ทับศัพท์มาจากคำว่า 句号 (jùhào) "เครื่องหมายมหัพภาค" ของภาษาจีนกลาง คำว่า hauhcam (เครื่องหมาย-ถาม) "เครื่องหมายคำถาม" ยืมแบบแปลมาจากคำว่า 问号 (wènhào) (ถาม-เครื่องหมาย) "เครื่องหมายคำถาม" ส่วนเครื่องหมายอัญประกาศซึ่งใช้เขียนสกัดข้างหน้าและข้างหลังของข้อความที่ต้องการเน้นเป็นพิเศษนั้น ภาษาจีนเรียกว่า 引号 (yǐnhào) (นำ-เครื่องหมาย) ภาษาจ้วงได้ยืมวิธีการใช้เครื่องหมายอัญประกาศและสร้างคำใหม่ขึ้นเป็นชื่อเครื่องหมายนี้ว่า hauhciqvah (เครื่องหมาย-ยืม-คำพูด) ใช้ในกรณีที่ต้องการอ้างอิงคำพูด

2.4.2 คำกริยาที่นำคำกริยาสองคำมาประสมกันโดยคำกริยาที่สองเป็นผลของ

กริยาคำแรก เป็นโครงสร้าง [ก.+ก.] ก. ซึ่งเป็นโครงสร้างที่มีอยู่แล้วในภาษาจ้วง ตัวอย่างเช่น

คำยืม	คำจีน	หมวดคำ	ความหมาย
baenzmiz (2009-2880-1)	致富（zhìfù）	ก.	กลายเป็นร่ำรวย
(กลายเป็น-มี)	(ถึง-ความรวย)		

หลังจากที่ประเทศจีนเปิดประเทศเมื่อ 35 ปีก่อน จึงเริ่มมีการประกอบธุรกิจส่วนตัวขึ้น และรัฐบาลก็มีนโยบายสนับสนุนผู้ประกอบธุรกิจส่วนตัวมากขึ้นเรื่อยๆ โดยหวังจะให้บางภูมิภาคและคนกลุ่มหนึ่งรวยขึ้นมาก่อน แล้วค่อยๆ นำพาและช่วยเหลือคนในภูมิภาคอื่นและคนกลุ่มอื่นๆ ให้ร่ำรวยขึ้นจนในที่สุดบรรลุเป้าหมายร่ำรวยไปพร้อมๆ กัน ดังที่ ฯพณฯ เติ้ง เสี่ยวผิง ได้กล่าวไว้เมื่อปี พ.ศ. 2528 ดังนั้นความคิดที่จะพยายามบรรลุเป้าหมายเป็นผู้ร่ำรวยจึงเป็นแนวคิดด้านเศรษฐกิจที่ได้รับอิทธิพลมาในช่วง 20 กว่าปีที่ผ่านมา โดยชาวจ้วงได้สร้างคำขึ้นใหม่เพื่อกล่าวถึงเป้าหมายนี้ว่า baenzmiz (กลายเป็น-มี) ในขณะที่ภาษาจีนใช้คำว่า 致富（zhìfù） (ถึง-ความรวย)

2.4.3 คำนามที่นำหน่วยคำสองคำมาผสมกัน โดยมีคำวิเศษณ์กริยาอยู่หน้าคำกริยาทำหน้าที่ขยายคำกริยา มีโครงสร้างเป็น [ว. + ก.] น. ซึ่งเป็นรูปแบบการผสมคำที่ไม่พบในภาษาจ้วงมาก่อน ตัวอย่างเช่น

คำยืม	คำจีน	หมวดคำ	ความหมาย
cungjmiz (2009-2900-1)	总值（zǒngzhí）	น.	มูลค่ารวม
(ทั้งหมด-มี)	(ทั้งหมด-ค่า)		

ศัพท์วิชาการด้านสถิติเป็นวงศัพท์ที่ถูกยืมเข้าจากภาษาจีนกลางไม่น้อยเช่นกัน ถึงแม้การคำนวณไม่ได้เป็นวิชาใหม่สำหรับชาวจ้วง แต่การวิเคราะห์เชิงสถิติและการนำเสนออย่างเป็นทางการ เช่นรายงานข่าว บทความวิเคราะห์ หนังสือตำรา เป็นต้น เป็นสิ่งใหม่สำหรับชาวจ้วง ภาษาจ้วงก็ได้พยายามใช้คำให้ตรงกับแนวคิด โดยยืมคำมาจากภาษาจีนกลางหรือสร้างคำขึ้นใหม่ ดังเช่นแนวคิดเรื่อง "มูลค่ารวม" ภาษาจีนกลางใช้คำ

ว่า 总值 (รวม-ค่า) ในขณะที่ภาษาจ้วงยืมทับศัพท์คำว่า 总 [tcoŋ214] "ทั้งหมด" มาเป็น cungj "ทั้งหมด" แล้วประสมกับคำว่า miz "มี" เป็น cungjmiz (ทั้งหมด-มี) หมายถึง "มูลค่ารวม"

2.4.4 คำนามที่นำคำกริยาสองคำมาประสมกัน มีโครงสร้างเป็น [ก.+ก.]น. ซึ่งเป็นรูปแบบการผสมคำที่ไม่พบในภาษาจ้วงมาก่อน ตัวอย่างเช่น

คำยืม	คำจีน	หมวดคำ	ความหมาย
daiqmiz (2004-2619-1) (ถือติดตัวไป-มี)	附件 (fùjiàn) (ประกอบ-เอกสาร)	น.	เอกสารแนบ

เอกสารแนบเป็นสิ่งที่มีในหนังสือที่เป็นทางการหรือในจดหมายอิเล็กทรอนิกส์ หมายถึงเอกสารที่ส่งมาพร้อมกับตัวหนังสือหรือตัวจดหมาย ภาษาจีนใช้คำว่า 附件 (fùjiàn) (ประกอบ-เอกสาร) ส่วนภาษาจ้วงยืมความคิดนี้เข้ามาแล้วสร้างคำว่า daiqmiz (ถือติดตัวไป-มี) ขึ้นหมายความถึงเอกสารที่ติดมากับหนังสือหลัก

จากการวิเคราะห์คำสร้างใหม่ในภาษาจ้วงดังกล่าว พบว่าผู้พูดภาษาจ้วงนอกจากได้นำคำที่มีอยู่ในภาษาจ้วงมาสร้างเป็นคำใหม่ขึ้นแล้ว ยังพบว่ามีการนำคำยืมแบบทับศัพท์มาประสมกับคำจ้วงเพื่อสร้างเป็นคำใหม่ เช่นคำว่า cungjmiz "มูลค่ารวม" ในด้านโครงสร้างของคำใหม่นั้น พบว่านอกจากสร้างตามโครงสร้างที่มีอยู่ในภาษาจ้วงอย่างเช่น [น. + น.] น., [น. + ก.] น. และ [ก. + ก.] ก.แล้ว ยังพบว่าคำบางคำถูกสร้างขึ้นในโครงสร้างใหม่ เช่น [ว. + ก.] น. และ [ก. + ก.] น. แต่พบตัวอย่างน้อยมาก

3. การเปลี่ยนแปลงความหมายของคำจ้วง

การยืมคำเข้ามาในภาษา อาจทำให้หน้าที่หรือความหมายของคำพ้องความหมายในภาษาผู้ยืมเปลี่ยนแปลงไป เนื่องจากตามหลักการประหยัด (principle of economy) ของภาษาแล้ว ในภาษาหนึ่งจะไม่มีคำสองคำที่มีหน้าที่และความหมายเหมือนกันทุกประการ ดังนั้น คำพ้องความหมายที่ถูกยืมเข้ามา อาจจะใช้ในบริบทที่ต่าง

กับคำพ้องความหมายในภาษาผู้ยืม หรือมีการแบ่งหน้าที่ใหม่จนทำให้หน้าที่และความหมายของคำเก่าแคบลงหรือเปลี่ยนไปในที่สุด แต่ในการวิจัยครั้งนี้ ยังไม่พบตัวอย่างความหมายของคำเก่าเปลี่ยนไปเนื่องจากได้ยืมคำพ้องความหมายจากภาษาผู้ให้ยืม อาจเนื่องจากว่า คำยืมภาษาจีนกลางส่วนใหญ่เป็นคำที่เป็นสิ่งใหม่หรือความคิดใหม่สำหรับภาษาจ้วง ดังที่ได้กล่าวไว้ในบทที่ 3 แล้ว ซึ่งในภาษาจ้วงไม่มีคำพ้องความหมายที่ตรงกันอยู่แล้ว และอีกประการหนึ่ง คำยืมที่มีคำพ้องความหมายในภาษาจ้วงอยู่แล้วนั้น จะถูกยืมเข้ามาใช้ในบริบทที่ต้องใช้ภาษาเขียนเท่านั้น ในขณะที่คำจ้วงเดิมจะใช้ในบริบทที่ต่างกัน คือภาษาพูด จึงไม่ได้ส่งผลให้คำจ้วงเดิมเปลี่ยนแปลงด้านความหมาย แต่ได้ทำให้ระบบคำในภาษาจ้วงเริ่มมีการจำแนกระดับภาษา คือมีภาษาเขียนกับภาษาพูดที่ใช้แตกต่างกัน

แต่จากการวิเคราะห์ข้อมูล พบการเปลี่ยนแปลงความหมายของคำโดยมีความหมายเพิ่มขึ้นจากเดิม เนื่องจากคำที่มีความหมายตรงกันในภาษาจีนกลางเกิดความหมายใหม่ขึ้น และคำจ้วงได้ยืมความหมายใหม่นั้นเข้ามาด้วย

คำว่า 炒 chǎo "ผัด" ในภาษาจีนกลาง เดิมหมายความว่า ผัด ซึ่งเป็นวิธีการปรุงอาหารที่ทำให้อาหารในกระทะกลับกันไปมา ต่อมาได้ขยายความหมายเป็น "ซื้อเข้าและขายออกเพื่อหวังกำไร" (新华新词语词典, 2003) เช่น 炒股 chǎogǔ ซึ่งหมายถึง "เล่นหุ้น" 炒家 chǎo jiā หมายถึง "ผู้ทุ่มทุนจำนวนมากในการเล่นหุ้น" และอีกความหมายหนึ่งที่เกิดขึ้นใหม่คือ "เลิกจ้าง" ย่อมาจากสำนวน 炒鱿鱼 chǎoyóuyú "ผัดปลาหมึก" เวลาผัดปลาหมึก พอปลาหมึกโดนกระทะร้อน ก็จะม้วนเข้าหากันเป็นหลอดทันที คำนี้จึงนำมาใช้เป็นสำนวนหมายถึง "เลิกจ้าง ไล่ออก" ให้ม้วนเสื่อกลับบ้าน ทั้งสองความหมายนี้ถูกยืมเข้ามาในภาษาจ้วง คำว่า ceuj "ผัด" ในภาษาจ้วงจึงเกิดการเปลี่ยนแปลงด้านความหมาย คือ มีความหมายเพิ่มขึ้น ตัวอย่างเช่น

De deng laoxbanj ceuj lo, cix mbouj heiq mbouj you. (2004-2627-2)
เขา โดน เจ้านาย เลิกจ้าง แล้ว, ก็ ไม่ ห่วง ไม่ ห่วง

"เขาถูกเจ้านายไล่ออกแล้ว แต่ก็ไม่ห่วงอะไรเลย"

คำว่า ceuj ในตัวอย่างนี้หมายความว่า "ถูกไล่ออกจากงาน" และยังพบว่า คำว่า 炒 "ผัด" ถูกยืมทับศัพท์จากภาษาจีนกลางเป็น cauj ซึ่งจะใช้ในกรณีที่หมายถึงความหมายใหม่สองความหมายที่กล่าวมาแล้วเท่านั้น เช่นในตัวอย่างต่อไปนี้ คำว่า cauj หมายถึง "ซื้อหุ้นเข้าและขายออก"

De caemh siengj hag vunz caujguj. (2009-2875-4)

เขา ก็ คิด เรียน คน เล่น หุ้น

"เขาก็อยากจะหัดเล่นหุ้นเหมือนคนอื่น"

อีกคำหนึ่งที่พบว่ามีความหมายเพิ่มขึ้นคือคำว่า dwk "ตี" ซึ่งมีความหมายตรงกับคำว่า 打 dǎ "ตี" ในภาษาจีนกลาง เมื่อคำว่า 打 "ตี" เกิดความหมายใหม่ หมายถึง "ก. โทรศัพท์" ความหมายนี้ก็ถูกยืมเข้ามาในภาษาจ้วงโดยใช้คำว่า dwk "ตี" ที่มีความหมายตรงกับความหมายอื่นๆ ที่มีอยู่แล้วของคำว่า 打 "ตี" แม้ว่าจะพบตัวอย่างที่คำว่า 打 "ตี" ถูกทับศัพท์เป็น daj ในกรณีที่หมายถึง "โทรศัพท์" แต่บางกรณีก็ไม่ได้ทับศัพท์ แต่ใช้คำว่า dwk จึงได้ทำให้ความหมายของคำว่า dwk ในภาษาจ้วงเพิ่มขึ้น ตัวอย่างเช่น

Daegyoux dwk denva gvaq daeuj heuh gou bae gwn gyaujcwj. (2008-2805-3)

เพื่อน โทร. โทรศัพท์ ข้าม มา เรียก ฉัน ไป กิน เกี๊ยว

"เพื่อนโทรศัพท์มาชวนฉันไปกินเกี๊ยว"

ทั้งนี้ เป็นตัวอย่างการเปลี่ยนแปลงความหมายของคำโดยยืมความหมายที่เกิดขึ้นใหม่ในภาษาจีนกลางมาใช้กับคำจ้วง

4. สรุปและอภิปรายผล

จากการวิเคราะห์ลักษณะของคำยืมภาษาจีนกลางในภาษาจ้วง พบว่าคำยืม

ภาษาจีนกลางในภาษาจ้วงมีคำยืมแบบทับศัพท์ คำยืมแบบแปล คำยืมแบบผสม และคำที่ยืมความคิดหรือแนวคิดของภาษาจีนมาสร้างคำใหม่

การยืมแบบทับศัพท์เป็นวิธีการยืมหลักที่ทำให้ภาษาจ้วงมีคำมูลหลายพยางค์เพิ่มขึ้นเป็นจำนวนมาก ส่วนคำยืมแบบแปล คำยืมแบบผสม และการสร้างคำใหม่นั้นพบว่ามีทั้งลำดับคำแบบจ้วงและลำดับคำแบบจีนกลาง การวิเคราะห์โครงสร้างของคำที่สร้างใหม่พบว่านอกจากถูกสร้างตามโครงสร้างที่มีอยู่ในภาษาจ้วงแล้ว ยังพบว่าคำบางคำถูกสร้างขึ้นตามโครงสร้างใหม่ เช่น [ว.+ก.]น. และ [ก.+ก.]น. แต่พบตัวอย่างน้อยมาก อย่างไรก็ตาม การยืมภาษาจีนในภาษาจ้วงได้ทำให้ภาษาจ้วงปัจจุบันมีโครงสร้างคำแบบใหม่ คือ มีคำประสมที่มีโครงสร้างคำเป็น [ว.+ก.]น. และ [ก.+ก.]น.

คำที่ยืมความคิดหรือแนวคิดของภาษาจีนมาสร้างคำใหม่พบน้อยมาก พบเพียง 28 คำเท่านั้น คิดเป็นร้อยละ 1.2 ของคำยืมทั้งหมด ในขณะที่คำยืมแบบทับศัพท์พบจำนวนมาก คิดเป็นร้อยละ 87 ของคำยืมทั้งหมด แสดงว่าผู้พูดภาษาจ้วงมักจะเลือกวิธีทับศัพท์เมื่อต้องการคำใหม่เมื่อพูดถึงสิ่งใหม่หรือความคิดใหม่ แทนที่จะสร้างคำใหม่ขึ้นด้วยคำศัพท์ที่มีอยู่แล้วในภาษาของตน สำหรับผู้พูดสองภาษา การทับศัพท์อาจเป็นวิธีการที่ง่ายและสะดวกที่สุดในการกล่าวถึงสิ่งของหรือความคิดใหม่ที่ไม่มีในภาษาผู้ยืมมาก่อน

นอกจากนั้น ผู้วิจัยยังพบว่า คำจ้วงบางคำมีความหมายขยายขึ้น เนื่องจากได้ยืมความหมายจากภาษาจีนมาใช้กับคำจ้วงที่มีอยู่เดิมแล้ว

บทที่ 5

การเปลี่ยนแปลงด้านเสียงในภาษาจ้วงที่เกิดจากการสัมผัสภาษาจีนกลาง

ในบทที่ 4 ผู้วิจัยได้วิเคราะห์ลักษณะของคำยืมภาษาจีนในภาษาจ้วงมาตรฐาน หากเทียบกับระดับการยืมภาษาของ Thomason (2001: 70-71) ความเข้มข้นของการสัมผัสภาษาของภาษาจีนกลางกับภาษาจ้วงมาตรฐานน่าจะอยู่ระดับที่ 3 คือ การสัมผัสภาษาระดับค่อนข้างเข้มข้น (more intense contact) ตามที่ Thomason ได้เสนอไว้ การสัมผัสภาษาในระดับนี้นอกจากคำศัพท์ (lexicon) ของภาษา 2 ภาษาจะสัมผัสกันแล้ว โครงสร้าง (structure) ระบบเสียง (phonology) และวากยสัมพันธ์ (syntax) ของภาษา 2 ภาษายังสัมผัสกันในผู้พูดทวิภาษาด้วย

ในการสัมผัสภาษาด้านระบบเสียงที่ระดับความเข้มข้นระดับ 3 จะพบปรากฏการณ์ที่เด่นชัดบางประการ ได้แก่ หน่วยเสียงบางเสียงในภาษาผู้ยืมหายไป ในขณะเดียวกันก็พบหน่วยเสียงใหม่เพิ่มเข้ามาในภาษาผู้ยืม หน่วยเสียงใหม่นี้พบแม้แต่ในคำศัพท์ดั้งเดิมของภาษาผู้ยืม นอกจากนี้ยังพบสัทพันธลักษณ์ (prosodic features) ใหม่ในภาษาผู้ยืม เช่น การเน้นหนักเสียงแบบใหม่แทนที่การเน้นหนักเสียงแบบเดิม เงื่อนไขบังคับของโครงสร้างพยางค์บางประการหายไปหรือเพิ่มเข้ามาในภาษาผู้ยืม (Thomason, 2001: 54)

การเปลี่ยนแปลงที่อาจเกิดขึ้นในด้านเสียงภาษาจ้วงภายใต้ภาวะสัมผัสกับภาษาจีนกลางนั้น ผู้วิจัยพบว่า ภาวะสัมผัสภาษาจ้วงกับภาษาจีนกลางมิได้ถึงกับทำให้เกิดหน่วยเสียงใหม่ขึ้นในภาษาจ้วงมาตรฐาน แต่ก็ได้ทำให้ภาษาจ้วงมาตรฐานมีหน่วยเสียงย่อยเพิ่มขึ้น เป็นหน่วยเสียงย่อยที่มีสัทลักษณะคล้ายคลึงกับเสียงภาษาจีนกลาง

การศึกษารูปแบบพยางค์นั้น ผู้วิจัยได้ศึกษาเปรียบเทียบรูปแบบพยางค์ของคำยืมภาษาจีนกลางและรูปแบบพยางค์ของคำจ้วงมาตรฐานเพื่อจะดูว่าคำยืมภาษาจีนกลางมีรูปแบบพยางค์ที่นอกเหนือจากรูปแบบพยางค์ภาษาจ้วงหรือไม่ ในลักษณะใด คำยืมที่นำมาวิเคราะห์เป็นข้อมูลลายลักษณ์อักษรกลุ่มเดียวกับที่ผู้วิจัยนำมาใช้วิเคราะห์ในบทที่ 3 และบทที่ 4

ส่วนการศึกษาหน่วยเสียงย่อยที่เกิดขึ้นในภาษาจ้วงมาตรฐานครั้งนี้ ผู้วิจัยรวบรวมข้อมูลเสียงจากรายการข่าวโทรทัศน์รายการ "รายงานข่าวภาษาจ้วง" (Vahcuengh Bauqdauj) ของสถานีโทรทัศน์แห่งกวางสี โดยรวบรวมเฉพาะคำยืมทับศัพท์ภาษาจีนกลางที่ออกเสียงเบี่ยงเบนไปจากเสียงมาตรฐานของภาษาจ้วงที่กำหนดไว้ตามตัวเขียน เพื่อจะพิจารณาว่ามีหน่วยเสียงใดบ้างที่เกิดมีเสียงแปรใหม่และเสียงแปรนั้นเป็นหน่วยเสียงย่อยที่มีเงื่อนไขการเกิดที่แน่นอนหรือไม่ อย่างไร ผู้วิจัยพบว่าคำยืมทับศัพท์เหล่านี้ก็พบในข้อมูลลายลักษณ์อักษรที่ได้นำเสนอมาแล้วในบทที่ 3 ด้วย เท่ากับเป็นการยืนยันว่าคำยืมทับศัพท์ภาษาจีนกลางเหล่านี้ แม้จะเป็นคำศัพท์เฉพาะสาขา แต่ก็ยืมเข้ามาใช้ในภาษาพูดของภาษาจ้วงที่ใช้อย่างเป็นทางการด้วย ผู้วิจัยได้นำคำยืมที่มีเสียงแปรไปทดสอบเสียงกับผู้บอกภาษาชาวจ้วงโดยใช้ตัวแปรทางสังคม 2 ตัวแปร คือ อายุของผู้พูด และความสามารถในการพูดภาษาจีนกลางของผู้พูด

การใช้ตัวแปรเป็น "อายุของผู้พูด" นั้น ก็เพื่อจะพิสูจน์ว่าเสียงแปรที่เกิดขึ้นพบโดยทั่วไปในชาวจ้วงหรือไม่ หรือพบเฉพาะในชาวจ้วงกลุ่มอายุใดอายุหนึ่ง และสามารถมองเห็นแนวโน้มการเปลี่ยนแปลงของเสียงนั้นๆ หรือไม่ อย่างไร ส่วนการใช้ตัวแปรเป็น "ความสามารถในการพูดภาษาจีนกลาง" ก็เพื่อจะพิสูจน์ว่า เสียงแปรจะพบมากกว่าในกลุ่มผู้พูดสองภาษา (ภาษาจ้วงและภาษาจีนกลาง) หรือไม่ เสียงแปรที่พบนั้นมีความสัมพันธ์กับความสามารถในการพูดภาษาจีนกลางของผู้พูดหรือไม่ อย่างไร

1. การศึกษาเปรียบเทียบรูปแบบพยางค์ของคำยืมจีนกลางกับคำจ้วง

1.1 รูปแบบพยางค์ของคำยืมภาษาจีนกลาง

ผู้วิจัยได้วิเคราะห์องค์ประกอบและโครงสร้างของพยางค์ในคำยืมทับศัพท์ภาษาจีนกลางที่รวบรวมได้จากการเก็บข้อมูลลายลักษณ์อักษร องค์ประกอบในพยางค์ของคำยืมทับศัพท์รวมถึงพยัญชนะต้น สระ พยัญชนะท้ายและวรรณยุกต์ พยัญชนะต้นมีทั้งพยัญชนะต้นเดี่ยวและพยัญชนะต้นควบกล้ำ สระมีทั้งสระเดี่ยวและสระผสม สระเสียงสั้นและสระเสียงยาว พยัญชนะท้ายพบเฉพาะพยัญชนะนาสิก /n, ŋ/ ในพยางค์เป็น ไม่มีพยางค์ตาย วรรณยุกต์ 4 หน่วยเสียง ได้แก่ /33/ /31/ /55/ และ /35/ ตามลำดับ ในคำยืมภาษาจีนกลางในภาษาจ้วงจึงพบเสียงวรรณยุกต์เพียง 4 หน่วยเสียงดังกล่าวเท่านั้น องค์ประกอบต่างๆ ประกอบเป็นรูปแบบพยางค์ดังต่อไปนี้

1) C V V T[①] ตัวอย่างเช่น giyez /ki:24 je:31/ "อุตสาหกรรม"

2) C V C T ตัวอย่างเช่น ginzcung /kin31 ɕuŋ24/ "ชาวบ้าน"

3) C V V C T ตัวอย่างเช่น yenz /je:n31/ "หยวน"

4) C C V V T ตัวอย่างเช่น gyau /kja:u35/ "สอน"

5) C C V C T ตัวอย่างเช่น gyungz /kjuŋ31/ "ยากจน"

6) C C V V C T ตัวอย่างเช่น gyangz /kja:ŋ31/ "แข็งแกร่ง"

7) C V G C T ตัวอย่างเช่น ciengj /ɕiəŋ55/ "รางวัล"

8) V C T ตัวอย่างเช่น wnh /ɯn33/ "บุญคุณ"

9) V V T ตัวอย่างเช่น wzdungz /ɯ:31 tuŋ31/ "เด็ก"

10) V V C T ตัวอย่างเช่น anq /a:n35/ "คดี"

รูปแบบ 7) C V G C T ปรากฏในคำยืมที่ทับศัพท์มาจากคำจีนกลางที่มีโครงสร้าง

① C หมายถึงพยัญชนะเดี่ยว CC หมายถึงพยัญชนะควบกล้ำ V หมายถึงสระสั้น V V หมายถึงสระผสมหรือสระยาว G หมายถึงเสียงสระ /ə/ T หมายถึงวรรณยุกต์

พยางค์เป็น "พยัญชนะต้นหน้าลิ้น + ia:ŋ" และทับศัพท์เป็น "ç/s + iəŋ + T" นอกจากนี้ยังพบว่า คำยืมส่วนใหญ่ทับศัพท์เป็นเสียงยาว สระสั้นพบในคำยืมที่มีสระเป็นสระสูงเท่านั้น ยังพบพยางค์ที่มีพยัญชนะควบกล้ำด้วย ทั้ง ๆ ที่ภาษาจีนกลางไม่มีพยัญชนะควบกล้ำ สระผสมที่ขึ้นต้นด้วย /i/ ในภาษาจีนกลาง จะทับศัพท์เป็นเสียงพยัญชนะ /j-/ ในภาษาจ้วงเมื่อตามหลังพยัญชนะต้น /k-, m-, p-/ จึงทับศัพท์เป็นพยัญชนะต้นควบกล้ำ /kj-, mj-, pj-/ ในภาษาจ้วง ส่วนพยัญชนะควบกล้ำ [kv] ทับศัพท์มาจากพยางค์ที่ /k/ ตามหลังด้วยสระผสมที่ขึ้นต้นด้วยเสียง /u/ นอกจากนั้น พบพยางค์ที่ขึ้นต้นด้วยเสียงสระ 3 รูปแบบด้วยกัน

1.2 รูปแบบพยางค์ของคำจ้วง

ส่วนประกอบของพยางค์ในภาษาจ้วงมีพยัญชนะต้น สระ พยัญชนะท้ายและวรรณยุกต์ พยัญชนะต้นอาจเป็นพยัญชนะต้นเดี่ยวหรือพยัญชนะต้นควบกล้ำ สระก็มีทั้งสระเดี่ยวและสระผสม ความสั้นยาวของสระผสมจำแนกความหมายได้ เสียงสระ /ə/ เกิดหลังสระสูงเท่านั้นและต้องมีพยัญชนะท้ายตามหลังด้วย พยัญชนะท้ายจะเป็นเพียงพยัญชนะเดี่ยวซึ่งมีพยัญชนะท้ายกัก 3 หน่วยเสียง /p, t, k/ ในพยางค์ตายและพยัญชนะนาสิก 3 หน่วยเสียง /m, n, ŋ/ ในพยางค์เป็น พยางค์ทุกพยางค์ในภาษาจ้วงมีวรรณยุกต์ วรรณยุกต์ในภาษาจ้วงมาตรฐานมี 6 หน่วยเสียง /24/ /31/ /55/ /42/ /35/ และ /33/ หน่วยเสียงทุกหน่วยสามารถเกิดในพยางค์เป็นได้ มีเพียง 3 หน่วยเท่านั้นที่สามารถเกิดในพยางค์ตายได้ คือ /55/ /35/ และ /33/ พยางค์ในภาษาจ้วงมาตรฐานมีทั้งหมด 13 รูปแบบด้วยกัน ดังนี้ (覃国生,1998:48-49)

1) CVVT ตัวอย่างเช่น na /na:24/ "หนา"

2) CCVVT ตัวอย่างเช่น myaiz /mja:31/ "น้ำลาย"

3) CVCT ตัวอย่างเช่น baengz /paŋ 31/ "ผ้า"

4) CCVCT ตัวอย่างเช่น gyaep /kjap55/ "หมวกสานด้วยไม้ไผ่"

5) CVVCT ตัวอย่างเช่น rangz /ɣa:ŋ 31/ "หน่อไม้"

บทที่ 5

6) CCVVCT ตัวอย่างเช่น gyang /kja:ŋ24/ "กลาง"

7) CVGCT ตัวอย่างเช่น ndwen /ʔdɯən24/ "เดือน"

8) CVGVT ตัวอย่างเช่น ndiu /ʔdiəu24/ "ตื่น"

9) VVT ตัวอย่างเช่น ae /ai24/ "ไอ", aj /a:55/ "อ้า"

10) VCT ตัวอย่างเช่น aen /an24/] "อัน"

11) VVCT ตัวอย่างเช่น ap /a:p35/ "อาบ"

12) VGCT ตัวอย่างเช่น ien /iən24/ "บุหรี่"

13) VGVT ตัวอย่างเช่น iu /iəu24/ "ผีกระหัง"

จะเห็นว่า พยางค์ที่มีพยัญชนะต้นควบกล้ำมี 3 รูปแบบ คือ CCVVT, CCVCT, CCVVCT พยางค์ที่มีเสียงเลื่อนมี 4 รูปแบบ คือ CVGCT, CVGVT, VGCT, VGVT พยางค์ที่ไม่มีพยัญชนะต้นมี 5 รูปแบบ VVT, VCT, VVCT, VGCT, VGVT

1.3 การเปรียบเทียบรูปแบบพยางค์ของคำยืมภาษาจีนกลางกับคำจ้วง

คำในภาษาจ้วงเดิมนั้นมีรูปแบบพยางค์ 13 รูปแบบด้วยกัน ในขณะที่พยางค์ของคำยืมภาษาจีนกลางพบเพียง 10 รูปแบบเท่านั้น รูปแบบพยางค์ของภาษาจ้วงและรูปแบบพยางค์ของคำยืมจีนกลางได้เปรียบเทียบให้เห็นอย่างชัดเจนในตารางที่ 5.1

ตารางที่ 5.1 การเปรียบเทียบรูปแบบพยางค์ของคำจ้วงกับคำยืมภาษาจีนกลาง

	รูปแบบพยางค์	รูปแบบพยางค์ภาษาจ้วง	รูปแบบพยางค์ของคำยืมจีนกลาง
1	CVVT	√	√
2	CCVVT	√	√
3	CVCT	√	√
4	CCVCT	√	√
5	CVVCT	√	√
6	CCVVCT	√	√
7	CVGCT	√	√

	รูปแบบพยางค์	รูปแบบพยางค์ภาษาจ้วง	รูปแบบพยางค์ของคำยืมจีนกลาง
8	CVGVT	√	×
9	VVT	√	√
10	VCT	√	√
11	VVCT	√	√
12	VGCT	√	×
13	VGVT	√	×
		13 รูปแบบ	10 รูปแบบ

จากตารางที่ 5.1 จะได้เห็นว่า รูปแบบพยางค์ของคำยืมภาษาจีนกลางทุกรูปแบบมีอยู่ในภาษาจ้วงอยู่แล้ว อีก 3 รูปแบบที่ไม่พบในคำยืมเป็นพยางค์ที่มีเสียงเลื่อน ได้แก่ CVGVT VGCT VGCT ซึ่งเสียงเลื่อนนั้นเป็นลักษณะเฉพาะของคำจ้วง

จากการศึกษาเปรียบเทียบข้างต้น สรุปได้ว่า คำยืมภาษาจีนกลางไม่ได้ใช้รูปแบบพยางค์ที่นอกเหนือจากรูปแบบที่มีอยู่แล้วในภาษาจ้วง กล่าวคือ การยืมคำจีนกลางมิได้นำรูปแบบพยางค์ใหม่เข้ามาในภาษาจ้วง เนื่องจากรูปแบบพยางค์ในคำยืมภาษาจีนกลางนั้นมีอยู่แล้วในภาษาจ้วง

2. หน่วยเสียงย่อยที่เกิดใหม่ในภาษาจ้วง

การยืมคำจากภาษาอื่นเป็นจำนวนมากนั้นอาจนำเสียงบางเสียงของภาษาผู้ให้ยืมเข้ามาพร้อมกับคำยืมด้วยหากผู้พูดไม่พยายามออกเสียงคำยืมให้ถูกต้องตามหลักการออกเสียงของภาษาผู้ยืมหรือภาษาของตน เสียงใหม่ที่นำเข้ามาจะพบในคำยืมแบบทับศัพท์ก่อนและเป็นเพียงหน่วยเสียงย่อยของหน่วยเสียงใดหน่วยเสียงหนึ่ง ผู้วิจัยคาดว่าการที่ภาษาจ้วงได้ยืมคำจีนกลางแบบทับศัพท์เป็นจำนวนมากนั้น ก็น่าจะได้นำเสียงภาษาจีนกลางบางเสียงเข้ามาในภาษาจ้วงเช่นกัน และน่าจะพบในคำยืมทับศัพท์ก่อน ผู้วิจัยจึงเก็บข้อมูลคำทับศัพท์ภาษาจีนกลางเพื่อตรวจดูว่ามีคำทับศัพท์ที่ออกเสียงเป็น

เสียงภาษาจีนกลางหรือไม่ อย่างไร จากนั้นผู้วิจัยก็นำเสียงที่พบไปตรวจสอบกับผู้พูดภาษาจ้วงเพื่อหาความถี่ในการเกิดของเสียง และตรวจสอบดูว่าเสียงที่นำมาจากภาษาจีนกลางส่งผลต่อเสียงภาษาจ้วงหรือไม่ อย่างไร

ผู้วิจัยเก็บข้อมูลคำยืมแบบทับศัพท์ภาษาจีนกลางที่ออกเสียงเป็นแบบเสียงภาษาจีนกลางซึ่งเบี่ยงเบนไปจากหน่วยเสียงภาษาจ้วงมาตรฐานจากรายการโทรทัศน์ Vahcuengh Bauqdauj—"รายงานข่าวภาษาจ้วง" ของสถานีโทรทัศน์แห่งกวางสี รายการนี้ออกอากาศทุกวันจันทร์-ศุกร์ ยกเว้นวันหยุดนักขัตฤกษ์ รายการนี้ยาวประมาณ 18 นาที เริ่มออกอากาศเมื่อเดือนมิถุนายน พ.ศ. 2551 สำหรับงานวิจัยนี้ ผู้วิจัยเก็บข้อมูลจากรายการดังกล่าวในปี พ.ศ. 2552 โดยเก็บวันเว้นวัน รวมเป็นจำนวน 123 ตอน รวมเวลา 2214 นาที

ผู้วิจัยดาวน์โหลดรายการโทรทัศน์ Vahcuengh Bauqdauj—"รายงานข่าวภาษาจ้วง" ของสถานีโทรทัศน์แห่งกวางสีจากเว็บไซต์ www.youku.com แล้วเปิดฟังทีละตอน หากได้ยินเสียงที่เบี่ยงเบนไปจากเสียงภาษาจ้วงมาตรฐาน ก็จะบันทึกคำคำนั้นไว้ แล้วตรวจสอบว่าคำคำนั้นเป็นคำยืมภาษาจีนกลางหรือไม่ คำยืมทับศัพท์ออกเสียงอย่างไรในภาษาจีนกลาง เมื่อยืมมาแล้วออกเสียงอย่างไรในภาษาจ้วง หลังจากนั้นก็จัดกลุ่มข้อมูลตามลักษณะของเสียงโดยยึดเสียงเบี่ยงเบนที่พบเป็นหลัก แล้ววิเคราะห์ว่า เสียงเบี่ยงเบนที่ได้ยินนั้นเบี่ยงเบนมาจากเสียงอะไรในภาษาจ้วงมาตรฐาน และมาจากเสียงใดในภาษาจีนกลาง

จากการรวบรวมข้อมูลดังกล่าว ผู้วิจัยพบคำทับศัพท์ภาษาจีนกลางที่ออกเสียงเบี่ยงเบนไปจากเสียงมาตรฐานทั้งหมด 331 คำ คิดเป็นร้อยละ 14.3 ของคำยืมทั้งหมด คำส่วนใหญ่พบมากกว่าหนึ่งครั้ง บางคำพบมากถึง 60 ครั้ง เช่นคำว่า cwngcwz "นโยบาย" พบมากถึง 67 ครั้ง และในคำหนึ่งคำ แม้กระทั่งในเพียงพยางค์ 1 พยางค์ อาจพบหน่วยเสียงที่ออกเสียงเบี่ยงเบนไปมากกว่า 1 หน่วยเสียง เช่นคำว่า cwngcwz "นโยบาย" ยืมทับศัพท์มาจากคำว่า 政策 (zhèngcè)ควรออกเสียงเป็น /ɕɯŋ35ɕɯ31/ แต่

กลับพบว่าออกเสียงเบี่ยงเบนเป็น [ɕɔŋ35ɕɔ31] ในบางกรณี และพยางค์ที่สอง [ɕɯ31] ก็ออกเสียงเบี่ยงเบนเป็นเสียง [ɕhɯ31] หรือ [ɕhɔ31] ในบางกรณี

หน่วยเสียงที่ออกเสียงเบี่ยงเบนไปนั้น มีทั้งเสียงพยัญชนะต้น และเสียงสระ ดังรายละเอียดต่อไปนี้

2.1 เสียงพยัญชนะมีลม

เสียงพยัญชนะต้นของคำทับศัพท์ภาษาจีนบางคำออกเสียงเป็นพยัญชนะมีลม ทั้งๆ ที่ภาษาจ้วงมาตรฐานไม่มีเสียงพยัญชนะมีลม กรณีนี้พบตัวอย่าง 64 คำ

เมื่อเปรียบเทียบเสียงพยัญชนะต้นของคำยืมทับศัพท์ภาษาจีนกลางในภาษาจ้วงกับเสียงของคำเดิมในภาษาจีนกลาง พบว่าคำยืมที่พยัญชนะต้นออกเสียงเป็นพยัญชนะมีลมนั้นส่วนใหญ่ทับศัพท์มาจากคำภาษาจีนกลางที่พยัญชนะต้นเป็นเสียงมีลมเช่นกัน แต่ก็พบคำภาษาจีนกลางจำนวนหนึ่งที่พยัญชนะต้นไม่มีลมแต่เมื่อถูกยืมเข้าภาษาจ้วงแล้วกลับถูกออกเสียงเป็นพยัญชนะต้นมีลมในบางกรณี ดังรายละเอียดต่อไปนี้

2.1.1 พยัญชนะต้นมีลม [kh] พบในคำยืมที่ทับศัพท์มาจากเสียง /tsh, ts, kh/ และ /s/ ในภาษาจีน และควรทับศัพท์เป็นเสียง /k/ ซึ่งเป็นเสียงไม่มีลม ตัวอย่างเช่น

ตารางที่ 5.2 ตารางแสดงตัวอย่างพยัญชนะต้น /k/ ออกเสียงเป็นพยัญชนะต้นมีลม [kh]

กรณี	จำนวนคำที่พบ	ตัวอย่าง			
		คำจีน	คำยืมทับศัพท์	เสียงเบี่ยงเบน	ความหมาย
/tsh/>/k/>[kh]*	23	企业 /tshi214 je51/	giyez /ki:35 je:31/	[khi:35 je:31]	วิสาหกิจ
		强化 /tshiaŋ35 hua51/	gyangzva /kja:ŋ31 va:35/	[khja:ŋ31 va:35]	เสริมให้แข็งแกร่ง
/ts/>/k/>[kh]	14	基本 /tsi33 pən214/	gihbwnj /ki:33 pɯn55/	[khi:33 pɯn55]	มูลฐาน
		布局 /pu51 tsy35/	bugiz /pu:35 ki:31/	[pu:35 khi:31]	การจัดวางโครงงาน

กรณี	จำนวนคำที่พบ	ตัวอย่าง			
		คำจีน	คำยืมทับศัพท์	เสียงเบี่ยงเบน	ความหมาย
/kh/>/k/>[kh]	4	卡片 /kha214 phiɛn51/	gajbenq /ka:55 pe:n35/	[kha:55 pe:n35]	การ์ด, บัตร
/s/>/k/>[kh]	1	吸引 /si55 jin214/	gizyinj /ki31jin55/	[khi31jin55]	ดึงดูด

*/tsh/ > /k/ > [kh] หมายถึงเสียง /tsh/ ในภาษาจีนกลาง ในคำทับศัพท์ควรออกเป็นเสียง /k/ ตามกฎ แต่กลับออกเสียงเป็น [kh] ฯลฯ

เป็นที่น่าสังเกตว่า ในพยางค์ที่เสียง /k/ และออกเสียงเป็น [kh] นั้น ส่วนใหญ่มีสระเป็นสระสูง กล่าวคือ ในคำยืมภาษาจีนแบบทับศัพท์จำนวน 42 คำ พบว่าเสียง /k/ ที่ออกเสียงเบี่ยงเบนไปจากเสียงมาตรฐานเป็นเสียง [kh] นั้น มีจำนวน 33 คำ เสียง /k/ ที่ออกเสียงเบี่ยงเบนไปเป็นเสียง [kh] นั้น เกิดในพยางค์ที่มีสระเป็นสระเดี่ยว /i:/ และมีจำนวน 2 คำมีสระเป็น /iŋ/ จำนวน 1 คำที่มีสระเป็น /iu/ นอกจากนั้นจะเป็นพยางค์ที่มีสระเป็น /ɔ/ จำนวน 3 คำ พยางค์ที่มีสระเป็น /a:/ จำนวน 1 คำ และพยางค์ที่มีพยัญชนะต้นเป็นพยัญชนะควบกล้ำ /kj/ สระขึ้นต้นด้วยเสียง [a:] จำนวน 2 คำ

นอกจากนี้ ยังพบว่า คำศัพท์ภาษาจีนกลางจำนวนหนึ่งที่เสียงพยัญชนะต้นเป็นเสียงไม่มีลม แต่เมื่อถูกยืมเข้ามาในภาษาจ้วงแล้ว กลับออกเสียงเป็นพยัญชนะมีลมในบางกรณี ทั้งๆ ที่ภาษาจ้วงเดิมไม่มีพยัญชนะมีลมเลยก็ตาม อาทิ ตัวอย่าง 2 และ 4 ในตารางข้างต้น ผู้วิจัยเห็นว่าน่าจะเกิดจากการแก้ไขเกินเหตุ (hyper-correction) เนื่องจากผู้พูดไม่เห็นความแตกต่างระหว่างเสียงมีลมกับเสียงไม่มีลม และแยกไม่ออกว่าคำจีนคำไหนเป็นเสียงมีลม คำไหนเป็นเสียงไม่มีลม

2.1.2 เสียง /tɕh/ และ /tʂh/ ในคำจีน เมื่อภาษาจ้วงยืมเข้ามาในลักษณะคำยืมทับศัพท์ ควรออกเสียงเป็น /ɕ/ แต่กลับเบี่ยงเบนเป็น [tɕh]

ตารางที่ 5.3 ตารางแสดงตัวอย่างพยัญชนะต้น /ɕ/ ออกเสียงเป็นพยัญชนะต้นมีลม [tɕh]

กรณี	จำนวนคำที่พบ	ตัวอย่าง			
		คำจีน	คำยืมทับศัพท์	เสียงเบี่ยงเบน	ความหมาย
/tɕh/> /ɕ/>[tɕh]	4	监测 /tsiɛn55tɕhə51/	genhcwz /ke:n33ɕɯ:31/	[ke:n33tɕhə:31]	ตรวจวัดและคอยสังเกต
		采访 /tɕhai214 fa:ŋ214/	caijfangj /ɕa:i55 fa:ŋ55/	[tɕha:i55 fa:ŋ55]	สัมภาษณ์
/tʂh/>/ɕ/> [tɕh]	11	机场 /tsi55tʂha:ŋ214/	gihcangz /ki:33ɕa:ŋ31/	[ki:33tɕha:ŋ31]	สนามบิน
		宣传 /syɛn55 tʂhuan35/	senhconz /θe:n33ɕo:n31/	[θe:n33tɕho:n31]	ประชาสัมพันธ์

ในภาษาจ้วงเดิมไม่มีเสียงพ่นลม /tɕh/ ในคำยืมจากภาษาจีนกลาง 15 คำที่พยัญชนะต้น /ɕ/ ออกเป็นเสียงพ่นลม [tɕh] นั้น พบว่า ส่วนใหญ่เกิดในพยางค์ที่มีสระเป็นสระกลางหรือสระหลัง หรือสระประสมที่ขึ้นต้นด้วยสระกลางหรือสระหลัง ไม่พบว่าเกิดในพยางค์ที่มีสระหน้า

2.1.3 เสียง /t/ และ /th/ ในคำจีน เมื่อภาษาจ้วงยืมเข้ามาในลักษณะคำยืมทับศัพท์ ควรออกเสียงเป็น /t/ แต่กลับเบี่ยงเบนเป็นเสียง [th]

ตารางที่ 5.4 ตารางแสดงตัวอย่างพยัญชนะต้น /t/ ออกเสียงเป็นพยัญชนะต้นมีลม [th]

กรณี	จำนวนคำที่พบ	ตัวอย่าง			
		คำจีน	คำยืมทับศัพท์	เสียงเบี่ยงเบน	ความหมาย
/th/ > /t/ > [th]	5	体质 /thi214 tʂʅ51/	dijciz [ti:55 ɕi:31]	[thi55 ɕi31]	สุขภาพร่างกาย
		堂 /tha:ŋ35/	dangz /ta:ŋ31/	[tha:ŋ31]	คาบ ชั่วโมงเรียน

กรณี	จำนวนคำที่พบ	ตัวอย่าง			
		คำจีน	คำยืมทับศัพท์	เสียงเบี่ยงเบน	ความหมาย
/t/ > /t/ > [th]	2	古董 /ku214 tuŋ214/	gujdungj /ku:55 tuŋ55/	[ku:55 thuŋ55]	วัตถุโบราณ
		浮雕 /fu35 tiau55/	fuzdiuh /fu:31 tiu33/	[fu:31 thiu33]	ภาพแกะสลักนูน

กรณีนี้พบคำจีน 2 คำที่พยัญชนะต้นไม่มีลมถูกยืมเข้าและออกเสียงเป็นพยัญชนะมีลม

ที่น่าสังเกตคือ พยัญชนะกักในภาษาจ้วงมี 3 หน่วยเสียง /p, t, k/, ในภาษาจีนกลางก็มีพยัญชนะกักทั้งที่ไม่มีลม /p, t, k/ และมีลม /ph, th, kh/ แต่ในการวิจัยครั้งนี้ พบเฉพาะชุดพยัญชนะกักไม่มีลม ส่วนชุดเสียงพยัญชนะกักไม่มีลมในคำยืมทับศัพท์เบี่ยง 2 เสียง คือ เสียง /t/ ที่ออกเสียงเป็น /th/ กับเสียง /k/ ออกเสียงเป็น /kh/ แต่ไม่พบกรณีที่เสียง /p/ ออกเสียงเบี่ยงเบนเป็นเสียง /ph/

2.2 พยัญชนะต้นของคำทับศัพท์ภาษาจีนกลาง

บางคำออกเสียงเป็นพยัญชนะกักเสียดแทรก [tɕ] ทั้งๆ ที่ภาษาจ้วงมาตรฐานไม่มีเสียงกักเสียดแทรกนี้ กรณีนี้พบ 16 คำ และพบว่าทั้ง 16 คำนี้เป็นคำยืมทับศัพท์มาจากภาษาจีนกลางซึ่งพยัญชนะต้นเป็นเสียงกักเสียดแทรก [ts] [tɕ] และ [tʂ] ตามกฎแล้วควรเป็นเสียงเสียดแทรก /ɕ/

ตารางที่ 5.5 ตัวอย่างพยัญชนะต้น /ɕ/ ออกเสียงเป็นพยัญชนะต้นมีลม [tɕ]

กรณี	จำนวนคำที่พบ	ตัวอย่าง			
		คำจีน	คำยืมทับศัพท์	เสียงเบี่ยงเบน	ความหมาย
/ts/ > /ɕ/ > [tɕ]	4	大捷 /ta51 tsiɛ35/	dacez /ta:24 ɕe:31/	[ta:24 tɕe:31]	การชนะครั้งยิ่งใหญ่

กรณี	จำนวนคำที่พบ	ตัวอย่าง			
		คำจีน	คำยืมทับศัพท์	เสียงเบี่ยงเบน	ความหมาย
/tɕ/ > /ɕ/ > [tɕ]	5	改造 /kai214 tɕau51/	gaijcau /ka:i55 ɕa:u24/	[ka:i55 tɕa:u24]	ดัดแปลง
/tʂ/ > /ɕ/ > [tɕ]	7	群众 /tshyn35 tʂoŋ51/	ginzcung /ki:n31ɕu:ŋ24/	[ki:n31tɕu:ŋ24]	มวลชน

ในระบบเสียงภาษาจีนกลางมีทั้งเสียง /tɕ/ และเสียง /ɕ/ แต่ในระบบเสียงภาษาจ้วงไม่มีเสียง [tɕ] ส่วนเสียง /ɕ/ ซึ่งตามกฎแล้วใช้ทับศัพท์เสียง /ts, tɕ, tʂ/ จากภาษาจีนกลาง พบว่ามีการออกเสียงเบี่ยงเบนเป็นเสียง [tɕ]

2.3 สระ w /ɯ/

บางคำออกเสียงเป็น [ə] พบในตัวอย่างคำจำนวน 251 คำ ซึ่งเป็นกรณีที่พบจำนวนคำมากที่สุด โดยพบในกรณีที่ /ɯ/ ใช้เป็นสระเดี่ยวจำนวน 101 คำ กรณีที่มีพยัญชนะท้ายเป็น /ɯn/ จำนวน 34 คำ และกรณีที่มีพยัญชนะท้ายเป็น /ɯŋ/ จำนวน 119 คำ ไม่ว่าจะเป็นพยางค์ที่ใช้โดย /ɯ/ เป็นสระเดี่ยวหรือใช้ /ɯ/ เป็นสระและมีพยัญชนะท้ายตามมา ต่างก็ทับศัพท์มาจากคำภาษาจีนกลางที่มีเสียงสระ [ei] [ai] [ə] หรือ [ɤ] ซึ่งตามกฎ สระทุกหน่วยในภาษาจีนกลางเหล่านี้ควรออกเสียงเป็น /ɯ/ ในภาษาจ้วง ตัวอย่างเช่น

ตารางที่ 5.6 ตัวอย่างเสียงสระ ɯ ถูกออกเสียงเป็นเสียง ə

กรณี	จำนวนคำที่พบ	ตัวอย่าง			
		คำจีน	คำยืมทับศัพท์	เสียงเบี่ยงเบน	ความหมาย
/ei/ > /ɯ/ > [ə]	10	北部湾 /pei214pu51van55/	bwzbuwanh /pɯ31pu35va:n33/	[pə31pu35va:n33]	อ่าวเป่ยปู้
/ai/ > /ɯ/ > [ə]	12	白海豚 /pai35hai214thuən35/	bwzhaijdunz /pɯ31hai35tun31/	[pə31hai35tun31]	โลมาขาว

กรณี	จำนวนคำที่พบ	ตัวอย่าง			
		คำจีน	คำยืมทับศัพท์	เสียงเบี่ยงเบน	ความหมาย
/ə/>/ɯ/>[ə]	160	儿童 /əɹ35thuŋ35/	wzdungz /ɯ31tuŋ31/	[ə31tuŋ31]	เด็ก
		部门 /pu51mən35/	bumwnz /pu35mɯn31/	[pu35mən31]	หน่วยงาน
		政府 /tʂəŋ51fu214/	cwngfuj /ɕɯŋ35fu55/	[ɕəŋ35fu55]	รัฐบาล
/ɤ/ >/ɯ/ >[ə]	72	政策 /tʂəŋ51tɕhɤ51/	cwngcwz /ɕɯŋ35ɕɯ31/	[ɕəŋ35ɕə31]	นโยบาย
		价格 /tsia51kɤ35/	gyagwz /kja35kɯ31/	[kja35kə31]	ราคา

เสียงแปรที่พบในกรณีดังกล่าวข้างต้นล้วนเป็นเสียงใหม่ที่ไม่มีในภาษาจ้วงเดิม เป็นหน่วยเสียงย่อยที่เกิดในคำยืมภาษาจีนกลางเท่านั้น

คำยืมภาษาจีนกลางที่พบว่าออกเสียงเบี่ยงเบนไปจากเสียงมาตรฐานเหล่านี้ พบในรายการคำยืมที่รวบรวมจากข้อมูลลายลักษณ์อักษรทั้งหมด เสียงเบี่ยงเบนเหล่านี้ไม่ได้พบในทุกคำที่มีลักษณะแบบเดียวกัน แม้คำยืมคำเดียวกันก็ไม่ได้ออกเสียงเบี่ยงเบนไปจากเสียงมาตรฐานทุกครั้ง ตัวอย่างเช่น คำว่า 区 /tshy55/ "เขต" เมื่อยืมเข้าไปในภาษาจ้วง พบว่า บางกรณีก็อ่านเป็น [khi:33] ซึ่งเบี่ยงเบนไปจากเสียงมาตรฐาน บางกรณีก็อ่านเป็น [ki:33] เป็นเสียงมาตรฐานตามรูปเขียน การออกเสียงคำนี้เป็น [kh] และ [k] ไม่สามารถจำแนกความหมายของคำได้ ดังนั้น เสียง [kh] กับเสียง [k] จึงเป็นเพียงเสียงแปรของหน่วยเสียงเดียวกัน คือ หน่วยเสียง /k/ เท่านั้น [kh] ไม่ใช่หน่วยเสียงใหม่ที่เกิดขึ้นในภาษาจ้วง เสียงอื่นๆ ที่พบก็เป็นเช่นเดียวกันนี้

เมื่อทราบว่าคำยืมอาจทำให้เกิดหน่วยเสียงย่อยใดบ้างแล้ว ผู้วิจัยจึงทำการทดสอบเสียงอ่านของคำยืมทับศัพท์ดังกล่าวจากผู้บอกภาษาจ้วง โดยอาศัยตัวแปร 2

ตัวแปร คือ อายุของผู้บอกภาษา และความสามารถในการพูดภาษาจีนกลางของผู้บอกภาษา การใช้อายุเป็นตัวแปรก็เพื่อจะตรวจสอบว่า การเกิดของหน่วยเสียงย่อยต่างๆ นั้นเป็นแนวโน้มการเปลี่ยนแปลงที่กำลังดำเนินอยู่หรือไม่อย่างไร ส่วนการใช้ตัวแปรความสามารถในการพูดภาษาจีนกลางนั้น ก็เพื่อพิสูจน์ให้เห็นว่า ผู้บอกภาษาที่พูดภาษาจีนกลางได้คล่องจะออกเสียงคำยืมเป็นเสียงแปรที่ตรงกับเสียงในภาษาจีนกลาง ซึ่งปรากฏการณ์นี้สะท้อนให้เห็นอิทธิพลของภาษาจีนกลาง

3. การทดสอบการออกเสียงคำยืมทับศัพท์

การทดสอบเสียงจากผู้บอกภาษาจ้วงนั้น ผู้วิจัยดำเนินการในเดือนเมษายน พ.ศ.2554 โดยมีวัตถุประสงค์เพื่อทดสอบดูว่าเสียงเบี่ยงเบนที่พบ ปรากฏโดยทั่วไปในผู้พูดภาษาจ้วงหรือไม่อย่างไร และผู้ที่พูดภาษาจีนกลางได้กับผู้ที่พูดภาษาจีนกลางไม่ได้นั้นออกเสียงเสียงแปรดังกล่าวแตกต่างกันอย่างไร ซึ่งอาจแสดงให้เห็นถึงความสัมพันธ์ระหว่างภาษาจีนกลางกับเสียงแปรเหล่านี้ว่า การเกิดของเสียงแปรเหล่านี้ เป็นผลจากการยืมภาษาจีนกลางหรือไม่อย่างไร

3.1 คุณสมบัติของผู้บอกภาษาจ้วง

ในการทดสอบข้อมูลจากผู้บอกภาษาจ้วงนั้น ผู้วิจัยได้ทดสอบกับผู้บอกภาษาจ้วง 3 กลุ่มตามวัยของผู้พูด โดยกำหนดให้มีความห่างของแต่ละช่วงอายุ 20 ปีระหว่างกลุ่ม เพื่อแยกวัยของผู้บอกภาษาแต่ละกลุ่มออกจากกันอย่างชัดเจน กลุ่มผู้บอกภาษาทั้ง ๓ กลุ่มมีดังนี้

     กลุ่มวัยเยาว์ อายุระหว่าง 10-15 จำนวน 20 คน

     กลุ่มวัยกลาง อายุระหว่าง 35-40 จำนวน 20 คน

     กลุ่มวัยชรา   อายุระหว่าง 60-65 จำนวน 20 คน

ผู้บอกภาษาแต่ละคนมีคุณสมบัติดังนี้

ก) พูดภาษาจ้วงอู่หมิงได้อย่างคล่องแคล่ว อีกทั้งยังยินดีและเต็มใจให้ความร่วม

มือในการสัมภาษณ์

ข) เนื่องจากภาษาจ้วงมาตรฐานใช้สำเนียงภาษาจ้วงตำบลซวงเฉียว (Shuāng qiáo) อำเภออู่หมิง เป็นภาษาต้นแบบ ผู้บอกภาษาจ้วงในการวิจัยครั้งนี้จึงต้องเป็นคนที่เกิดที่อำเภออู่หมิง และพูดภาษาจ้วงตำบลซวงเฉียว หรือตำบลที่ติดกับตำบลซวงเฉียวเป็นภาษาแม่ เพื่อให้สำเนียงของผู้บอกภาษาเหมือนกับภาษาจ้วงมาตรฐานมากที่สุด ลดปัจจัยที่อาจทำให้ข้อมูลผิดเพี้ยนให้น้อยที่สุด

ผู้บอกภาษา 60 คนดังกล่าว มี 42 คนเป็นคนตำบลซวงเฉียว คิดเป็นร้อยละ 70 ของผู้บอกภาษาทั้งหมด นอกจากนั้น มีคนตำบลเฉิงเซียง (Chéng xiāng) 10 คน คนตำบลไท่ผิง (Tài píng) 7 คนและคนตำบลหนิงอู่ (Níng wǔ) อีก 1 คน

ค) ในผู้บอกภาษาแต่ละกลุ่ม นอกจากผู้บอกภาษาทุกคนต้องพูดภาษาจ้วงถิ่นอู่หมิงเป็นภาษาแม่แล้ว ยังต้องมีผู้บอกภาษาจำนวนหนึ่งสามารถพูดภาษาจีนกลางได้คล่องเท่ากับพูดภาษาจ้วง ส่วนอีกจำนวนหนึ่งไม่สามารถพูดภาษาจีนกลางได้หรือพูดได้แต่ไม่คล่อง เพื่อผู้วิจัยจะนำข้อมูลที่ได้จากผู้บอกภาษาสองกลุ่มดังกล่าวมาเปรียบเทียบและวิเคราะห์ความสัมพันธ์ระหว่างหน่วยเสียงย่อยที่เกิดขึ้นกับภาษาจีนกลาง

ในผู้บอกภาษา 60 คน มีผู้ที่สามารถพูดภาษาจีนกลางได้คล่องซึ่งเป็นภาษาที่ใช้ในชีวิตประจำวันคู่กับภาษาจ้วงได้คล่องแคล่วอยู่จำนวน 38 คน คนที่พูดภาษาจีนกลางไม่ได้หรือพูดได้ไม่คล่องมีจำนวน 22 คน คิดเป็นร้อยละ 63.3 และร้อยละ 36.7 ตามลำดับ

ง) ผู้บอกภาษามีระดับการศึกษาสูงกว่ามัธยมศึกษาปีที่ 1 และไม่เกินระดับปริญญาตรี เพื่อควบคุมตัวแปรทางการศึกษา

จ) ผู้บอกภาษามีสุขภาพดี และมีอวัยวะในการออกเสียงปรกติ สามารถออกเสียงได้ชัดเจน ไม่เป็นอุปสรรคในการให้สัมภาษณ์

3.2 การเก็บข้อมูล

ก) สถานที่สัมภาษณ์และบันทึกเสียง ผู้วิจัยสัมภาษณ์และบันทึกเสียงที่โรงเรียน

ที่พักหรือที่ทำงานของผู้บอกภาษาเอง โดยเลือกบริเวณที่ผู้คนไม่พลุกพล่าน

  ข) แบบสอบถามที่ใช้ในการบันทึกข้อมูลแบ่งออกเป็น 2 ส่วน ได้แก่ ส่วนที่หนึ่งแบบสอบถามข้อมูลส่วนตัวเกี่ยวกับผู้บอกภาษา (ชื่อ นามสกุล เพศ อายุ บ้านเกิด ที่อยู่ปัจจุบันสมรรถภาพภาษาจีนกลาง เป็นต้น) ส่วนที่สองเป็นรายการคำยืมที่ต้องการให้ผู้บอกภาษาออกเสียง

  ค) นอกจากบันทึกข้อมูลลงในแบบสอบถามแล้ว ผู้วิจัยยังบันทึกเสียงด้วยเครื่องบันทึกเสียง UnisCom รุ่น CU 106 ด้วย เพื่อใช้ตรวจสอบข้อมูลภายหลัง

3.3 รายการคำศัพท์ที่ใช้ในการทดสอบ

  ด้วยเหตุว่าผู้วิจัยรวบรวมคำยืมเหล่านี้จากรายการข่าว คำที่ได้มาส่วนใหญ่จึงเป็นคำศัพท์ที่ใช้ในภาษาแบบแผนหรือกึ่งแบบแผน ซึ่งไม่ค่อยใช้ในชีวิตประจำวัน บางคำอาจไม่เป็นที่รู้จักกันโดยทั่วไป ผู้วิจัยจึงคัดเลือกคำศัพท์ที่ผู้วิจัยเห็นว่าน่าจะปรากฏบ่อยในชีวิตประจำวัน เป็นที่รู้จักกันโดยทั่วไปของผู้บอกภาษาทั้ง 3 กลุ่ม เพื่อให้ผู้บอกภาษาทุกกลุ่มรู้จักคำศัพท์ทุกคำและสามารถบอกข้อมูลตามที่ผู้วิจัยต้องการได้ โดยคัดเลือกจากรายการคำศัพท์ที่ได้จากขั้นตอนที่ 1 ในข้อ 5.2 กรณีละ 5 คำ หากกรณีนั้นๆ พบจำนวนคำไม่ครบ 5 คำ ก็ใช้จำนวนเท่าที่พบ

  การคัดเลือกรายการคำศัพท์นั้นมีหลักเกณฑ์ดังนี้

  ก) หลีกเลี่ยงคำศัพท์ที่เป็นนามธรรมหรือเป็นคำแปลกใหม่ที่ผู้บอกภาษาบางคนไม่รู้จักและไม่สามารถให้ข้อมูลได้

  ข) หลีกเลี่ยงคำศัพท์พื้นฐานที่ผู้บอกภาษาจะให้คำจ้วง แทนที่จะให้คำยืมภาษาจีนกลาง เช่นคำว่า ganhce "อ้อย" เป็นต้น

  ค) หลีกเลี่ยงคำพยางค์เดียวที่อาจทำให้ผู้บอกภาษาเข้าใจความหมายผิดพลาด

  ในที่สุดผู้วิจัยก็ได้รายการคำยืมภาษาจีนกลางที่ใช้ทดสอบการออกเสียงของผู้บอกภาษาดังนี้

ตารางที่ 5.7 ตารางแสดงรายการคำศัพท์ที่จะใช้ทดสอบข้อมูลการออกเสียงของผู้บอกภาษา

	กรณี	รายการคำศัพท์				
เสียงพ่นลม	/tsh/>/ k/>[kh]	企业 "อุตสาหกรรม"	地区 "ภูมิภาค"	汽配 "อะไหล่รถยนต์"	亲戚 "ญาติพี่น้อง"	天气 "อากาศ"
	/ts/>/k/>[kh]	基本 "โดยพื้นฐาน"	布局 "โครงงาน"	级别 "ระดับชั้น"	蜜桔 "ส้มหวาน"	机关 "หน่วยงาน ราชการ"
	/kh/>/k/>[kh]	卡片 "การ์ด,บัตร"	卡车 "รถบรรทุก"	客运 "การขนส่งผู้ โดยสาร"	客车 "รถโดยสาร"	
	/s/>/k/>[kh]	吸引 "ดึงดูด"				
	/tɕh/>/ɕ/> [tɕh]	采访 "สัมภาษณ์"	测验 "ทดสอบย่อย"	村民 "ชาวบ้าน"	生存 "อยู่รอด"	
	/tʂh/>/ɕ/> [tɕh]	机场 "สนามบิน"	茶叶 "ใบชา"	宣传 "ประชาสัมพันธ์"	补偿 "ชดใช้"	生产 "ผลิต"
	/th/> /t/> [th]	体育 "พลศึกษา"	陶瓷 "เซรามิค"	弹簧 "สปริง"	儿童节 "วันเด็ก"	课堂 "ห้องเรียน"
	/t/> /t/> [th]	古董 "วัตถุโบราณ"	浮雕 "ภาพแกะสลัก นูน"			
เสียงกักเสียดแทรก	/ts/> /ɕ/> [tɕ]	便捷 "สะดวกรวดเร็ว"	芭蕉扇 "พัดใบตอง"	情节 "โครงเรื่อง"	文化节 "เทศกาล วัฒนธรรม"	
	/tɕ/> /ɕ/> [tɕ]	改造 "ปรับสร้าง"	讲座 "บรรยาย"	工作 "งาน"	创作 "สร้างผล งาน"	原则 "หลักการ"
	/tʂ /> /ɕ/> [tɕ]	群众 "ประชาชน"	保障 "คุ้มครอง"	蔗糖 "น้ำตาลอ้อย"	珍珠 "ไข่มุข"	专家 "ผู้เชี่ยวชาญ"

	กรณี	รายการคำศัพท์				
เสียงสระ	/ei/ >/ɯ/ >[ə]	北部湾 “อ่าวเป่ยปู้”	桂北 “ภาคเหนือของกวางสี”	华北 “ภาคเหนือของจีน”	东北 “ตะวันออกเฉียงเหนือ”	北湖 “ทะเลสาบเป่ยหู”
	/ai/ >/ɯ/ >[ə]	白海豚 “โลมาขาว”	百香果 “เสาวรส”	白内障 “ต้อกระจก”	白龙港 “ท่าเรือเป่ยหลง”	百色 “เมืองเป่ยเซ่อ”
	/ə/ >/ɯ/ >[ə]	政策 “นโยบาย”	负责 “รับผิดชอบ”	价格 “ราคา”	特技 “เทคนิคพิเศษ”	合格 “ได้มาตรฐาน”
	/ɤ/ >/ɯ/ >[ə]	部门 “หน่วยงาน”	文化 “วัฒนธรรม”	顺利 “ราบรื่น”	政府 “รัฐบาล”	工程 “งานก่อสร้าง”

ในรายการคำยืมในตารางที่ 5.7 มีคำยืมที่ทดสอบเสียงเบี่ยงเบนของเสียง [k] จำนวน 15 คำ คำยืมที่ทดสอบเสียงแปรของเสียง [t] จำนวน 7 คำ คำยืมที่ทดสอบเสียงเบี่ยงเบนของเสียง [ɕ] จำนวน 23 คำ โดยเบี่ยงเบนเป็นเสียง [tɕh] 9 คำ และเบี่ยงเบนเป็นเสียง [tɕ] 14 คำ และคำยืมที่ทดสอบเสียงเบี่ยงเบนของเสียงสระ [ɯ] จำนวน 20 คำ

ดังนั้น จึงได้รายการคำยืมที่จะใช้ในการทดสอบเสียงเบี่ยงเบนของคำยืมจีนกลางต่อผู้บอกภาษา 1 คนจำนวน 65 คำ รวมจำนวนรายการคำทดสอบสำหรับการวิเคราะห์สถิติการแปรในงานวิจัยนี้ทั้งหมด 3900 คำ (65 คำ x 60 คน =3900 คำทดสอบ)

นอกจากคำยืมภาษาจีนกลางแล้ว ผู้วิจัยยังได้เลือกคำศัพท์จ้วงจำนวนหนึ่งให้ผู้บอกภาษาออกเสียงด้วย คำศัพท์เหล่านี้ประกอบด้วย

1) คำที่มีเสียงสระเป็น [ɯ] จำนวน 5 คำ เพื่อทดสอบว่าหน่วยเสียง /ɯ/ ในคำจ้วงออกเสียงเบี่ยงเบนเป็นเสียง [ə] หรือไม่ อย่างไร

2) คำที่มีพยัญชนะต้นเป็นเสียงกักจำนวน 5 คำ เพื่อทดสอบว่าพยัญชนะกักใน

คำจ้วงออกเสียงเบี่ยงเบนเป็นเสียงมีลมเหมือนที่พบในคำยืมหรือไม่อย่างไร

3) คำจ้วงที่มีพยัญชนะต้นเป็นเสียงเสียดแทรก [ɕ] จำนวน 5 คำ เพื่อทดสอบว่าเสียงเสียดแทรก [ɕ] ในคำจ้วงออกเสียงเป็นเสียงพยัญชนะกักเสียดแทรก [tɕ] หรือเสียงพยัญชนะกักเสียดแทรกมีลม [tɕh] เหมือนที่พบในคำยืมหรือไม่อย่างไร

เนื่องจากชาวจ้วงส่วนใหญ่แม้จะพูดภาษาจ้วงได้ แต่ไม่รู้จักตัวเขียนภาษาจ้วง อ่านภาษาจ้วงไม่ได้ ผู้วิจัยจึงทำแบบสอบถามเป็นภาษาจีนกลาง ซึ่งประกอบด้วยข้อมูลส่วนตัวของผู้บอกภาษา และรายการคำศัพท์ที่จะให้ผู้บอกภาษาออกเสียงเป็นภาษาจ้วง หากมีผู้บอกภาษาที่อ่านภาษาจีนไม่ออก ผู้วิจัยจะสัมภาษณ์คำต่อคำโดยใช้ภาษาจ้วงหรือภาษาจีนถิ่นแล้วแต่ผู้บอกภาษาจะถนัด แต่ในการสัมภาษณ์จริงนั้น มีเพียงผู้บอกภาษากลุ่มวัยชรา 2 รายเท่านั้นที่อ่านภาษาจีนไม่ได้ ผู้วิจัยต้องอธิบายและสัมภาษณ์ด้วยภาษาจ้วง

3.4 ผลการทดสอบ

ผู้วิจัยดำเนินการทดสอบกับผู้บอกภาษาจ้วงในเดือนเมษายน 2554 และได้บันทึกข้อมูลไว้ในแบบสอบถามและบันทึกเสียงไว้สำหรับตรวจสอบภายหลัง หลังจากนั้นก็ดำเนินการในขั้นตอนต่อไป คือ การวิเคราะห์ข้อมูลตามตัวแปรสังคมที่ศึกษา ได้แก่ ความสามารถในการพูดภาษาจีนกลาง และ อายุของผู้บอกภาษา ผู้วิจัยจะนำเสนอข้อมูลโดยแสดงให้เห็นว่า เสียงเบี่ยงเบนในกรณีต่างๆ มีความถี่ในการปรากฏตามตัวแปรทางสังคมอย่างไร และวิเคราะห์ว่าความถี่ของการปรากฏนั้นได้บ่งบอกถึงการเปลี่ยนแปลงด้านเสียงที่เกิดในภาษาจ้วงหรือไม่อย่างไร

3.4.1 ผลการทดสอบตามความสามารถในการพูดภาษาจีนกลาง

ผู้บอกภาษาจำนวน 60 คน สามารถจำแนกเป็น 2 กลุ่มตามความสามารถในการพูดภาษาจีนกลางของผู้พูด คือ

กลุ่ม ก. ผู้บอกภาษาที่สามารถพูดภาษาจีนกลางได้คล่อง ผู้บอกภาษากลุ่มนี้นอกจากพูดภาษาจ้วงอู่หมิงเป็นภาษาแม่แล้ว ยังสามารถพูดภาษาจีนกลางได้ โดย

สามารถตอบโต้พูดคุยกับผู้วิจัยด้วยภาษาจีนกลางได้ ผู้บอกภาษากลุ่มนี้ยอมรับว่าจำเป็นต้องใช้ภาษาจีนกลางในโรงเรียนหรือสถานที่ทำงาน กลุ่มนี้มีผู้บอกภาษาจำนวน 38 คน

กลุ่ม ข. ผู้บอกภาษาที่ไม่สามารถพูดภาษาจีนกลางได้ ซึ่งในชีวิตประจำวันจะใช้เพียงภาษาจ้วง แต่สามารถอ่านอักษรจีนได้ และฟังภาษาจีนกลางหรือภาษาจีนถิ่นรู้เรื่องบ้าง แต่พูดได้ไม่ดีนัก กลุ่มนี้มีผู้บอกภาษาจำนวน 22 คน

จากการวิเคราะห์ทางสถิติผลการทดสอบข้อมูลจากผู้บอกภาษาทั้ง 2 กลุ่ม พบว่า จำนวนคำที่ออกเสียงเบี่ยงเบนและจำนวนคนที่ออกเสียงเบี่ยงเบนของกลุ่ม ก. นั้นมากกว่ากลุ่ม ข. อย่างเห็นได้ชัด ทั้งในกรณีเสียงเบี่ยงเบนที่เป็นพยัญชนะต้นเสียงกักมีลม กรณีเสียงเบี่ยงเบนเป็นพยัญชนะต้นกักเสียดแทรก และกรณีเสียงเบี่ยงเบน [ə] ดังมีรายละเอียดต่อไปนี้

ก) กรณีเสียงพยัญชนะต้นมีลม

จากการทดสอบเสียงอ่านคำยืมกรณีเสียงพยัญชนะต้นเสียงกักมีลม 31 คำ จากผู้บอกภาษา 60 คน พบว่า เสียงพยัญชนะต้นเสียงกักมีลมปรากฏถึง 24 ครั้ง คิดเป็นร้อยละ 1.3 คือ มีการออกเสียง [k] เบี่ยงเบนเป็น [kh] 20 ครั้ง ออกเสียง [ç] เบี่ยงเบนเป็น [tçh] 2 ครั้ง และออกเสียง [t] เบี่ยงเบนเป็น [th] 2 ครั้ง และพบว่าผู้บอกภาษากลุ่ม ก. ออกเสียงพยัญชนะต้นมีลมนับ 20 ครั้ง คิดเป็นร้อยละ 1.7 ของคำยืมทั้งหมดที่ออกเสียงโดยผู้บอกภาษากลุ่ม ก. ในขณะที่พบเพียง 4 ครั้งในผู้บอกภาษา กลุ่ม ข.

หากนับเป็นจำนวนคน ผู้บอกภาษากลุ่ม ก. ก็มีจำนวนคนที่ออกเสียงพยัญชนะต้นมีลมมากกว่ากลุ่ม ข. ซึ่งมี 12 คน กับ 4 คนตามลำดับ ดูรายละเอียดในตารางที่ 5.8

ตารางที่ 5.8 ตารางแสดงสถิติการออกเสียงพยัญชนะต้นมีลมของผู้บอกภาษา 2 กลุ่ม

กรณี	ความถี่ในการปรากฏ		จำนวนคนที่ออกเสียงเบี่ยงเบน	
	กลุ่ม ก.	กลุ่ม ข.	กลุ่ม ก.	กลุ่ม ข.
/tsh/>/k/>[kh]	5 ครั้ง	1 ครั้ง	5 คน	1 คน

กรณี	ความถี่ในการปรากฏ		จำนวนคนที่ออกเสียงเบี่ยงเบน	
	กลุ่ม ก.	กลุ่ม ข.	กลุ่ม ก.	กลุ่ม ข.
/ts/>/k/>[kh]	0 ครั้ง	0 ครั้ง	0 คน	0 คน
/kh/>/k/ >[kh]	12 ครั้ง	1 ครั้ง	12 คน	1 คน
/s/>/k/>[kh]	0 ครั้ง	1 ครั้ง	0 คน	1 คน
/tɕh/>/ɕ/>[tɕh]	0 ครั้ง	0 ครั้ง	0 คน	0 คน
/tʂh/>/ɕ/> [tɕh]	2 ครั้ง	0 ครั้ง	2 คน	0 คน
/th/> /t/> [th]	1 ครั้ง	1 ครั้ง	1 คน	1 คน
/t/> /t/> [th]	0 ครั้ง	0 ครั้ง	0 คน	0 คน
รวม	20 ครั้ง	4 ครั้ง	12 คน	4 คน

จากตารางที่ 5.8 จะเห็นว่า มี 3 กรณีที่ผู้บอกภาษากลุ่ม ก. มีความถี่ในการออกเสียงเป็นพยัญชนะมีลมมากกว่ากลุ่ม ข. คือ กรณี /tsh/>/k/>[kh] กรณี /kh/> /k/> [kh] และกรณี /tʂh/>/ɕ/> [tɕh] ส่วนกรณี /th/> /t/> [th] พบ 1 ครั้งเท่ากันในผู้บอกภาษาทั้ง 2 กลุ่ม กรณี /s/> /k/>[kh] พบ 1 ครั้งในผู้บอกภาษากลุ่ม ข. กรณีอื่นๆ อีก 3 กรณีไม่พบผู้บอกภาษาที่ออกเสียงเบี่ยงเบน

ในผู้บอกภาษากลุ่ม ก. เสียง [kh] มีความถี่ในการปรากฏมากที่สุดอย่างเห็นได้ชัด โดยเฉพาะในคำยืมที่ทับศัพท์จากคำที่มีพยัญชนะกักเป็นเสียงพยัญชนะต้น [kh] ในภาษาจีนกลาง รองลงมาคือคำยืมที่ทับศัพท์จากคำที่มีพยัญชนะกักเสียดแทรกเป็นเสียงพยัญชนะต้น /tsh/ ในภาษาจีนกลาง ซึ่งออกเสียงเป็นพยัญชนะต้นมีลม [kh] เช่นกัน ส่วนพยัญชนะมีลม [tɕh] และ [th] พบการปรากฏ 2 ครั้งและ 1 ครั้งตามลำดับ

ในผู้บอกภาษากลุ่ม ข. พบการออกเสียงเบี่ยงเบนใน 4 กรณี กรณีละ 1 คำ

หากนับความถี่จากจำนวนผู้บอกภาษาที่ออกเสียงพยัญชนะต้นไม่มีลมเป็นพยัญชนะต้นมีลม พบกรณี /kh/> /k/> [kh] กับกรณี /tsh/>/tsh/>[kh] มีจำนวนมากเป็นอันดับ 1และอันดับ 2 ตามลำดับเช่นกัน คือ 12 คนและ 5 คนตามลำดับ

ข) กรณีเสียงพยัญชนะต้นกักเสียดแทรก

จากการทดสอบพบว่า มีผู้บอกภาษากลุ่ม ก. 8 คน ออกเสียงพยัญชนะต้นเป็นเสียงกักเสียดแทรก 14 ครั้งด้วยกัน คิดเป็นร้อยละ 1.67 โดยมีรายละเอียดดังนี้

ตารางที่ 5.9 ตารางแสดงสถิติการออกเสียงพยัญชนะต้นกักเสียดแทรกของผู้บอกภาษา 2 กลุ่ม

กรณี	ความถี่ในการปรากฏ		จำนวนคนที่ออกเสียงเบี่ยงเบน	
	กลุ่ม ก.	กลุ่ม ข.	กลุ่ม ก.	กลุ่ม ข.
/ts/ > /ɕ/ > [tɕ]	1 ครั้ง	0 ครั้ง	1 คน	0 คน
/tɕ/ > /ɕ/ > [tɕ]	6 ครั้ง	0 ครั้ง	6 คน	0 คน
/tʂ/ > /ɕ/ > [tɕ]	7 ครั้ง	0 ครั้ง	4 คน	0 คน
รวม	14 ครั้ง	0 ครั้ง	8 คน	0 คน

จากตารางที่ 5.9 เห็นได้ว่าว่า ผู้บอกภาษากลุ่ม ข. ไม่มีการออกเสียงพยัญชนะต้น /ɕ/ เป็นเสียงกักเสียดแทรก [tɕ] ซึ่งเป็นเสียงที่ไม่มีในภาษาจ้วง ส่วนผู้บอกภาษากลุ่ม ก. ทั้งหมด 38 คนพบว่า มีผู้บอกภาษา 8 คนมีการออกเสียงพยัญชนะต้น /ɕ/ เป็นเสียงกักเสียดแทรก [tɕ] รวม 14 ครั้ง คิดเป็นร้อยละ 2.63 ของคำยืมที่ออกเสียงโดยกลุ่ม ก.

ค) กรณีเสียงเบี่ยงเบน [ə]

กรณีเสียงเบี่ยงเบน [ə] เป็นกรณีที่พบกับการออกเสียงคิดเป็นจำนวนครั้งมากที่สุด พบทั้งหมด 115 ครั้ง จากผู้บอกภาษา 60 คน คิดเป็นร้อยละ 9.58 แยกเป็นผู้บอกภาษากลุ่ม ก. ออกเสียงรวม 107 ครั้ง คิดเป็นร้อยละ 14.08 ในขณะที่กลุ่ม ข. ปรากฏเพียง 8 ครั้ง คิดเป็นร้อยละ 1.81 หากนับสถิติตามจำนวนผู้บอกภาษาทั้ง 2 กลุ่ม พบว่ามีผู้บอกภาษาจำนวน 26 คนออกเสียง /ɯ/ เป็นเสียง [ə] แยกเป็นผู้บอกภาษากลุ่ม ก. จำนวน 35 คนและผู้บอกภาษากลุ่ม ข. จำนวน 6 คน ดังรายละเอียดในตารางที่ 5.10

ตารางที่ 5.10 ตารางแสดงสถิติการออกเสียงสระ /ɯ/ เป็นเสียง [ə] ของผู้บอกภาษา 2 กลุ่ม

กรณี/	ความถี่ในการปรากฏ		จำนวนคนที่ออกเสียงเบี่ยงเบน	
	กลุ่ม ก.	กลุ่ม ข.	กลุ่ม ก.	กลุ่ม ข.
/ei/ > /ɯ/ > [ə]	10 ครั้ง	0 ครั้ง	9 คน	0 คน
/ai/ > /ɯ/ > [ə]	19 ครั้ง	2 ครั้ง	18 คน	2 คน
/ɤ/ > /ɯ/ > [ə]	56 ครั้ง	6 ครั้ง	34 คน	6 คน
/ə/ > /ɯ/ > [ə]	22 ครั้ง	0 ครั้ง	16 คน	0 คน
รวม	107 ครั้ง	8 ครั้ง	35 คน	6 คน

จากตารางที่ 5.10 จะเห็นได้ว่า ผู้บอกภาษากลุ่ม ก. มีความถี่ในการปรากฏและจำนวนคนที่ออกเสียงเบี่ยงเบนมากกว่าผู้บอกภาษากลุ่ม ข. ในทุกกรณี โดยกรณีที่ สระเดี่ยว /ɯ/ ออกเสียงเป็นเสียง [ə] ปรากฏมากที่สุด ถึง 56 ครั้งในผู้บอกภาษากลุ่ม ก. และ 6 ครั้งในผู้บอกภาษากลุ่ม ข. รองลงมาคือกรณี /ə/ > /ɯ/ > [ə] และกรณี /ai/ > /ɯ/ > [ə] พบจำนวนครั้งน้อยที่สุดคือกรณี /ei/ > /ɯ/ > [ə] ซึ่งพบเพียง 10 ครั้ง

หากนับความถี่จากจำนวนผู้บอกภาษา ผู้บอกภาษากลุ่ม ก. ก็มีจำนวนมากกว่าผู้บอกภาษากลุ่ม ข. อย่างเห็นได้ชัด ซึ่งกรณี /ɤ/ > /ɯ/ > [ə] พบมากที่สุดเช่นเดียวกับการนับความถี่จากคำศัพท์ คือ กลุ่ม ก. 34 คน และกลุ่ม ข. 6 คน รองลงมาคือกรณี /ai/ > /ɯ/ > [ə] กลุ่ม ก. 18 คน และกลุ่ม ข. 2 คน ส่วนกรณี /ə/ > /ɯ/ > [ə] และกรณี /ei/ > /ɯ/ > [ə] พบเฉพาะในผู้บอกภาษากลุ่ม ก. เท่านั้น ไม่พบในผู้บอกภาษากลุ่ม ข.

ตารางที่ 5.11 ตารางแสดงอัตราการปรากฏของเสียงแปรตามค่าร้อยละ

กลุ่มผู้บอกภาษา	จำนวนคนที่มีเสียงเพี้ยน	ร้อยละ	จำนวนคนที่ไม่มีเสียงเบี่ยงเบน	ร้อยละ	รวม
กลุ่มผู้บอกภาษาที่พูดภาษาจีนกลางได้คล่อง	38 คน	100	0 คน	0	38

กลุ่มผู้บอกภาษา	จำนวนคนที่มีเสียงเพี้ยน	ร้อยละ	จำนวนคนที่ไม่มีเสียงเบี่ยงเบน	ร้อยละ	รวม
กลุ่มผู้บอกภาษาที่พูดภาษาจีนกลางไม่ได้	8 คน	36.4	14 คน	63.6	22
	46 คน		14 คน		60

ความถี่ของการเกิดเสียงแปรในทั้ง 3 กรณีสามารถแสดงในรูปแบบแผนภูมิแท่งเพื่อให้เห็นชัดเจนยิ่งขึ้น ดังนี้

ภาพที่ 5.1 แผนภูมิเปรียบเทียบความถี่ของการเกิดเสียงแปรตามตัวแปรความสามารถในการพูดภาษาจีนกลางของผู้บอกภาษา

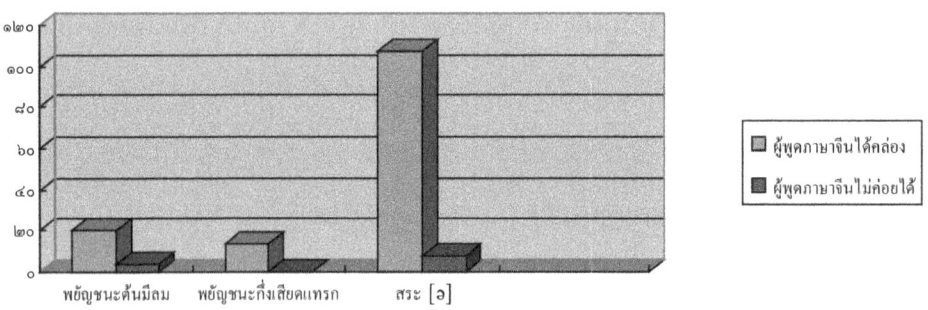

จากแผนภูมิในภาพที่ 5.1 ที่แสดงผลการวิจัยข้างต้น แสดงให้เห็นว่า ผู้บอกภาษากลุ่ม ก. มีความถี่ของการเกิดเสียงแปรสูงกว่าผู้บอกภาษากลุ่ม ข. ในทุกกรณี กรณีเสียงแปร [ə] มีความถี่สูงกว่ากรณีอื่นๆ อย่างเห็นได้ชัด คือ มีผู้บอกภาษากลุ่ม ก. ออกเสียง /ɯ/ เป็นเสียง [ə] มากถึง 107ครั้ง ส่วนในผู้บอกภาษากลุ่ม ข. พบเพียง 8 ครั้ง แต่ก็สูงกว่าความถี่ในกรณีอื่นๆ ของกลุ่ม ข.

3.4.2 ผลการทดสอบตามวัยของผู้บอกภาษา

การวิเคราะห์ผลการทดสอบตามวัยของผู้บอกภาษาแสดงให้เห็นความแตกต่างระหว่างกลุ่มต่างวัยและยังสามารถมองเห็นแนวโน้มของการเปลี่ยนแปลงของภาษา ในงานวิจัยครั้งนี้ ผู้วิจัยได้เก็บข้อมูลจากผู้บอกภาษา 3 กลุ่ม คือ กลุ่มวัยเยาว์ กลุ่มวัยกลาง

บทที่ 5

และกลุ่มวัยชรา จากการทดสอบกับผู้บอกภาษาทั้ง 3 กลุ่มก็พบว่า ความถี่ของการปรากฏเสียงแปรแตกต่างกันในทุกกรณี ดังรายละเอียดต่อไปนี้

ก) กรณีเสียงพยัญชนะต้นมีลม

จากการทดสอบเสียงอ่านคำยืมกรณีเสียงพยัญชนะต้นมีลมจำนวน 31 คำ จากผู้บอกภาษา 3 กลุ่ม พบว่า เสียงพยัญชนะต้นมีลมปรากฏถึง 24 ครั้ง โดยผู้บอกภาษา 3 คนในกลุ่มวัยเยาว์ออกเสียงพยัญชนะต้นมีลม 4 ครั้ง ผู้บอกภาษา 9 คนในกลุ่มวัยกลางออกเสียงพยัญชนะต้นมีลม 16 ครั้ง และผู้บอกภาษา 4 คนในกลุ่มวัยชราออกเสียงพยัญชนะต้นมีลม 4 ครั้งดังรายละเอียดในตารางที่ 5.12

ตารางที่ 5.12 ตารางแสดงสถิติการออกเสียงพยัญชนะต้นมีลมของผู้บอกภาษา 3 กลุ่ม

กรณี	วัยชรา		วัยกลาง		วัยเยาว์	
	ความถี่	จำนวนคน	ความถี่	จำนวนคน	ความถี่	จำนวนคน
/tsh/ > /k/ > [kh]	0	0	6	6	0	0
/ts/ > /k/ > [kh]	0	0	0	0	0	0
/kh/ > /k/ > [kh]	4	4	6	5	3	3
/s/ > /k/ > [kh]	0	0	1	1	0	0
/tçh/ > /ç/ > [tçh]	0	0	0	0	0	0
/tçh/ > /ç/ > [tçh]	0	0	2	2	0	0
/th/ > /t/ > [th]	0	0	1	1	1	1
/t/ > /t/ > [th]	0	0	0	0	0	0
รวม	4 ครั้ง	4 คน	16 ครั้ง	9 คน	4 ครั้ง	3 คน

จากตารางที่ 5.12 จะเห็นได้ว่า ความถี่ของการปรากฏและจำนวนคนที่ออกเสียงเบี่ยงเบนไม่ได้ลดหลั่นลงต่ำตามการเพิ่มขึ้นของอายุผู้พูดอย่างที่คาด แต่กลับพบว่ากลุ่มวัยกลางมีความถี่ของการปรากฏและจำนวนคนที่ออกเสียงเบี่ยงเบนมากกว่าอีก 2

กลุ่ม ในขณะที่ตัวเลขของอีก 2 กลุ่มต่างกันไม่มากนัก

ข) กรณีเสียงพยัญชนะต้นกักเสียดแทรก

จากการทดสอบกรณีเสียงพยัญชนะกักเสียดแทรก 14 คำจากผู้บอกภาษา 3 กลุ่ม พบว่า เสียงพยัญชนะต้นกักเสียดแทรกปรากฏ 14 ครั้ง โดยผู้บอกภาษา 5 คนในกลุ่มวัยเยาว์ออกเสียงพยัญชนะต้นกักเสียดแทรก 10 ครั้ง ผู้บอกภาษา 2 คนในกลุ่มวัยกลางออกเสียงพยัญชนะต้นกักเสียดแทรก 3 ครั้ง และผู้บอกภาษา 1 คนในกลุ่มชราออกเสียงพยัญชนะต้นกักเสียดแทรก 1 ครั้ง ดูรายละเอียดในตารางที่ 5.13

ตารางที่ 5.13 ตารางแสดงสถิติการออกเสียงพยัญชนะต้นกักเสียดแทรกของผู้บอกภาษา 3 กลุ่ม

กรณี	วัยชรา		วัยกลาง		วัยเยาว์	
	ความถี่	จำนวนคน	ความถี่	จำนวนคน	ความถี่	จำนวนคน
/ts/ > /ɕ/ > [tɕ]	0	0	1	1	0	0
/tɕ/ > /ɕ/ > [tɕ]	1	1	1	1	4	4
/tʂ/ > /ɕ/ > [tɕ]	0	0	1	1	6	3
รวม	1 ครั้ง	1 คน	3 ครั้ง	2 คน	10 ครั้ง	5 คน

จากตารางที่ 5.13 จะเห็นได้ว่า จำนวนคนและความถี่การเกิดเสียงพัญชนะกักเสียดแทรกนั้นลดหลั่นลงมาตามการเพิ่มสูงขึ้นของรุ่นอายุ กล่าวคือ อายุยิ่งน้อย จำนวนคนและความถี่ในการเกิดยิ่งมาก ผู้บอกภาษากลุ่มที่มีอายุสูงกว่ามีจำนวนคนและความถี่การเกิดที่น้อยกว่า

ค) กรณีเสียงสระ [ə]

จากการทดสอบกรณีเสียงสระ /ɯ/ ที่ประกฏในคำ 20 คำจากผู้บอกภาษา 3 กลุ่ม พบว่า เสียงสระ /ɯ/ นั้น ผู้บอกภาษาออกเสียงเป็นเสียง [ə] มากถึง 105 ครั้ง ในผู้บอกภาษากลุ่มวัยเยาว์ทั้งหมด 20 คน ออกเป็นเสียง [ə] รวม 75 ครั้ง ผู้บอกภาษา 15 คนใน

กลุ่มวัยกลางออกเป็นเสียง [ə] รวม 30 ครั้ง และผู้บอกภาษา 6 คนในกลุ่มชราออกเป็นเสียง [ə] รวม 10 ครั้ง ดังรายละเอียดในตารางที่ 5.14

ตารางที่ 5.14 ตารางแสดงสถิติการออกเสียงสระ [ɯ] เป็นเสียง [ə] ของผู้บอกภาษา 3 กลุ่ม

กรณี	วัยชรา		วัยกลาง		วัยเยาว์	
	ความถี่	จำนวนคน	ความถี่	จำนวนคน	ความถี่	จำนวนคน
/ei/ > /ɯ/ > [ə]	0	0	2	2	8	7
/ai/ > /ɯ/ > [ə]	2	2	6	6	13	12
/ɤ/ > /ɯ/ > [ə]	8	6	20	15	34	19
/ə/ > /ɯ/ > [ə]	0	0	2	2	20	14
รวม	10 ครั้ง	6 คน	30 ครั้ง	15 คน	75 ครั้ง	20 คน

จากตารางที่ 5.14 จะเห็นได้ว่า ความถี่ของการปรากฏของเสียง [ə] และจำนวนคนที่ออกเสียงเป็น [ə] เพิ่มมากขึ้นเมื่ออายุผู้บอกภาษาน้อยลง

ตารางที่ 5.15 ตารางแสดงอัตราการปรากฏของเสียงแปรตามค่าร้อยละ

กลุ่มผู้บอกภาษา	จำนวนคนที่มีเสียงเบี่ยงเบน	ร้อยละ	จำนวนคนที่ไม่มีเสียงเบี่ยงเบน	ร้อยละ	รวม
กลุ่มวัยชรา	10	50	10	50	20
กลุ่มวัยกลาง	16	80	4	20	20
กลุ่มวัยเยาว์	20	100	0	0	20
รวม	46	76.7	14	23.3	60

ความถี่ของการเกิดเสียงแปรในทั้ง 3 กรณีสามารถแสดงในรูปแบบแผนภูมิแท่งเพื่อให้เห็นชัดเจนยิ่งขึ้น ดังนี้

ภาพที่ 5.2 แผนภูมิเปรียบเทียบความถี่ของการเกิดเสียงแปรตามตัวแปรอายุของผู้บอกภาษา

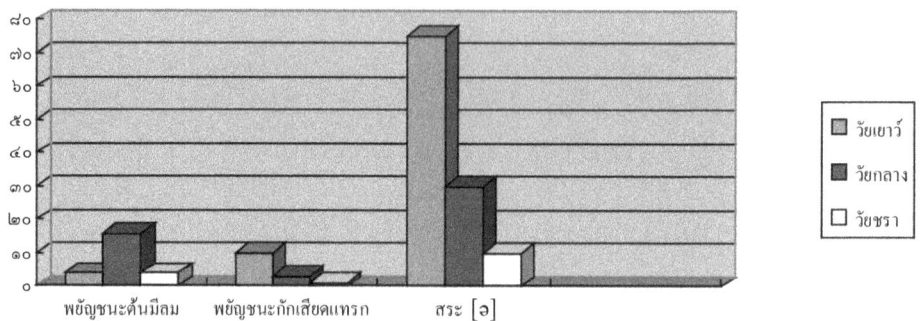

จากแผนภูมิในภาพที่ 5.2 แสดงให้เห็นว่า กรณีเสียงสระ [ə] มีความถี่ในการเกิดสูงกว่ากรณีอื่นอย่างเห็นได้ชัดในผู้บอกภาษาทุกรุ่นอายุ

4. สรุป

การศึกษาการเปลี่ยนแปลงด้านเสียงของภาษาจ้วงที่เกิดจากการยืมภาษาจีนกลาง พบว่ามีหน่วยเสียงย่อยเกิดขึ้นในภาษาจ้วงซึ่งเกิดเฉพาะในคำยืมจีนกลางและเกิดในผู้บอกภาษาทุกกลุ่ม ผลการวิจัยสามารถสรุปได้ดังนี้

จากการวิเคราะห์รูปแบบพยางค์ของคำยืมภาษาจีนกลาง พบว่า คำยืมภาษาจีนกลางมีรูปแบบพยางค์ 10 รูปแบบด้วยกัน คำยืมภาษาจีนกลางทุกคำถูกสะกดตามรูปแบบพยางค์ที่มีอยู่ในภาษาจ้วง จึงไม่พบรูปแบบพยางค์เกิดใหม่

การเก็บข้อมูลด้านเสียงจากรายการโทรทัศน์ภาษาจ้วงพบว่ามีเสียงที่ผู้พูดออกเสียงเบี่ยงเบนไปจากภาษาจ้วง กล่าวคือเกิดหน่วยเสียงย่อยเสียงใหม่ขึ้น ได้แก่ เสียงพยัญชนะต้นมีลม [kʰ, tʰ, tɕʰ] เสียงพยัญชนะกักเสียดแทรก [tɕ] และเสียงสระ [ə] เสียงเหล่านี้ไม่มีในระบบเสียงภาษาจ้วงเดิม หากนับความถี่การเกิดแล้ว พบว่า เสียงสระ [ə] มีความถี่ในการเกิดสูงที่สุด มากถึง 252 คำ ซึ่งเกิดในพยางค์ที่เป็นสระเดี่ยวและพยางค์ที่มีพยัญชนะท้าย [ŋ] มากที่สุด รองลงมาคือเสียงพยัญชนะต้นมีลม [kʰ] พบมากถึง 42

คำ ซึ่งส่วนใหญ่เกิดในพยางค์ที่มีสระเป็นเสียง [i]

จากการสัมภาษณ์ผู้บอกภาษาโดยให้ผู้บอกภาษาออกเสียงทั้งคำยืมและคำจ้วง ไม่พบเสียงแปรดังกล่าวข้างต้นเกิดในคำจ้วง แต่พบว่าเกิดเสียงแปรขึ้นในคำยืมภาษาจีนกลางในผู้บอกภาษาทุกกลุ่มโดยทั่วไป

ผลการสัมภาษณ์ผู้บอกภาษาจ้วงโดยมีตัวแปรเป็น "ความสามารถในการพูดภาษาจีนกลาง" นั้น พบว่า ผู้บอกภาษาที่สามารถพูดภาษาจีนกลางได้คล่องนั้นจะออกเสียงคำยืมภาษาจีนกลางเบี่ยงเบนจากเสียงมาตรฐานมากกว่าผู้บอกภาษาที่พูดภาษาจีนกลางได้ไม่คล่องนัก ในหน่วยเสียงย่อยทุกเสียงที่ทำการทดสอบ

การสัมภาษณ์ผู้บอกภาษาจ้วงโดยมีตัวแปรเป็น "อายุของผู้พูด" นั้นพบว่า พยัญชนะต้นกักเสียดแทรก [tɕ] และสระ [ɘ] เป็นเสียงที่ผู้บอกภาษากลุ่มวัยเยาว์ออกเสียงมากที่สุด และลดจำนวนน้อยลงตามลำดับเมื่อวัยของผู้บอกภาษาเพิ่มมากขึ้น ส่วนกรณีพยัญชนะต้นมีลมนั้น ผู้บอกภาษากลุ่มวัยกลางมีความถี่ในการออกเสียงมากกว่าผู้บอกภาษาอีก 2 กลุ่มอย่างเห็นได้ชัด

หน่วยเสียงย่อยทั้งหมดที่พบนี้ พบเฉพาะในคำยืมภาษาจีนกลางเท่านั้น จากการสัมภาษณ์ผู้บอกภาษาจ้วง ไม่พบว่าหน่วยเสียงย่อยดังกล่าวปรากฏในคำจ้วงที่อยู่ในรายการคำศัพท์ การที่หน่วยเสียงย่อยนั้นพบเฉพาะในคำยืมจีนกลาง ไม่พบในคำจ้วงนั้น ก็แสดงว่าหน่วยหน่วยเสียงย่อยเหล่านี้ยังไม่ได้เข้าสู่ระบบเสียงภาษาจ้วงจนทำให้ระบบเสียงภาษาจ้วงเปลี่ยนไป แต่เป็นเพียงหน่วยเสียงย่อยที่มากับคำยืมและเกิดกับผู้พูดบางกลุ่มเท่านั้น แต่หากสถานการณ์สัมผัสภาษาระหว่างภาษาจ้วงกับภาษาจีนต่อเนื่องยาวนานต่อไปและมีความเข้มข้นยิ่งขึ้น หน่วยเสียงย่อยเหล่านี้อาจกลายเป็นหน่วยเสียงในระบบภาษาจ้วงก็ได้ การวิเคราะห์ผลการสัมภาษณ์ผู้บอกภาษา สามารถมองเห็นแนวโน้มการเปลี่ยนแปลงที่กำลังดำเนินอยู่ในภาษาจ้วง ดังนี้

ในกรณีเสียงพยัญชนะต้นกักเสียดแทรก [tɕ] และกรณีเสียงสระ [ɘ] ความถี่การเกิดเพิ่มมากขึ้นเป็นลำดับเมื่ออายุของผู้บอกภาษาน้อยลง การที่ผู้บอกภาษากลุ่มวัย

เยาว์มีความถี่ในการออกเสียงแปรมาก แสดงให้เห็นการเปลี่ยนแปลงที่กำลังดำเนินอยู่ในภาษาจ้วง และเป็นแนวโน้มของการเปลี่ยนแปลงของภาษาในทิศทางที่มีหน่วยเสียงย่อยตรงกับภาษาจีนกลางซึ่งเป็นภาษาที่มีศักดิ์ศรีกว่านั้นมากขึ้น โดยกลุ่มที่มีส่วนร่วมในการเปลี่ยนแปลงที่กำลังดำเนินอยู่นี้มากที่สุด คือ ผู้บอกภาษากลุ่มวัยเยาว์ ในขณะที่ผู้บอกภาษากลุ่มวัยชรามีส่วนร่วมน้อยที่สุด

ส่วนกรณีเสียงพยัญชนะต้นมีลมกลับพบว่าผู้บอกภาษากลุ่มวัยกลางมีความถี่ในการออกเสียงมากกว่าผู้บอกภาษาอีก 2 กลุ่ม เนื่องมาจากปัจจัย 2 ประการ

ประการแรก นโยบายการศึกษาเชิงอนุรักษ์ภาษาจ้วง ก่อนที่คณะกรรมการกิจการงานชนเผ่าส่วนน้อยแห่งชาติจีนมีนโยบายให้เปิดสอนภาษาจ้วงในโรงเรียนนั้น ชาวจ้วงเรียนรู้ภาษาจ้วงจากพ่อแม่ จำนวนผู้พูดภาษาจ้วงมีแนวโน้มจะลดน้อยลงอย่างเห็นได้ชัด จากการสำรวจการใช้ภาษาในเขตกวางสีเมื่อทศวรรษที่ 1950 พบว่า อำเภอลี่ผู่ (Lìpǔ) อำเภอหลินกุ้ย (Línguì) หย่งฝู (Yǒngfú) มีผู้พูดภาษาจ้วงเกิน 3 หมื่นคน แต่ในการสำรวจเมื่อปี พ.ศ. 2544 พบว่าผู้พูดภาษาจ้วงในอำเภอดังกล่าวไม่ถึง 1 คน หลังจากที่รัฐบาลจีนนโยบายให้สอนสองภาษา คือ ภาษาจีนกลางและภาษาจ้วง ในระดับการศึกษาขั้นพื้นฐานของโรงเรียนเขตชางจ้วงตั้งแต่ทศวรรษที่ 1990 เพื่ออนุรักษ์ภาษาจ้วง เด็กชาวจ้วงจึงได้เรียนรู้ภาษาจ้วงมาตรฐานอย่างเป็นระบบและสามารถพูดภาษาจ้วงมาตรฐานได้ดีกว่าคนอีก 2 กลุ่ม ในขณะที่ชาวจ้วงวัยกลางและวัยชราไม่เคยได้เรียนภาษาจ้วงมาตรฐานจากโรงเรียน เมื่อเทียบประสบการณ์การศึกษาในโรงเรียนแล้ว กลุ่มวัยกลางย่อมได้รับการศึกษาภาษาจีนกลางมากกว่ากลุ่มวัยชรา ภาษาจ้วงที่กลุ่มวัยกลางพูดจึงมีลักษณะภาษาจีนมากกว่าชาวจ้วงกลุ่มวัยเยาว์

ประการที่ 2 เนื่องจากชาวจ้วงกลุ่มวัยกลางคนได้เรียนภาษาจีนกลางในโรงเรียน จึงพยายามจะแสดงตัวว่าตนสามารถพูดภาษาจีนกลางได้ รัฐบาลจีนได้กำหนดให้กิจกรรมเผยแพร่ภาษาจีนกลางมีความสำคัญเป็นลำดับแรกในกิจการงานด้านภาษาและอักษรเมื่อปี พ.ศ. 2529 และได้กำหนดไว้เป็นนโยบายของรัฐบาลเมื่อปี พ.ศ. 2535

ว่าจะต้องเพิ่มจำนวนผู้พูดภาษาจีนกลางในชนกลุ่มน้อยทุกกลุ่ม และกำหนดให้ภาษาจีนกลางเป็นภาษาในราชการและภาษาที่ใช้ในโรงเรียน ภาษาจีนกลางจึงเป็นภาษาที่มีศักดิ์ศรีเหนือกว่าภาษาอื่นๆ ที่ประชาชนชาวจีนใช้สื่อสารกัน ช่วงเวลาที่รัฐบาลจีนดำเนินนโยบายส่งเสริมภาษาจีนเป็นช่วงที่ชาวจ้วงวัยกลางคนในปัจจุบันอยู่ในวัยเรียน คนกลุ่มนี้จึงเป็นผู้ที่พูดภาษาจีนกลางได้คล่องแคล่ว ชาวจ้วงกลุ่มนี้จึงพยายามจะแสดงตนว่าเป็นผู้ที่สามารถพูดภาษาจีนกลางได้อย่างชาวจีนฮั่น จึงพยายามรักษาสัทลักษณะของเสียงภาษาจีนในคำยืมภาษาจีนไว้ สัทลักษณะของเสียงพยัญชนะในภาษจีนกลางกับภาษาจ้วงที่แตกต่างกันอย่างเห็นได้ชัดก็คือเสียงพยัญชนะต้นมีลมกับพยัญชนะต้นไม่มีลม ส่วนชาวจ้วงกลุ่มวัยชราซึ่งไม่ได้เรียนภาษาจีนกลางอย่างเป็นระบบมาก่อน และกลุ่มวัยเยาว์ซึ่งเห็นว่าการพูดภาษาจีนกลางได้เป็นเรื่องธรรมดา จึงไม่สนใจที่จะแสดงตนว่าออกเสียงพยัญชนะกลุ่มนี้ในภาษาจีนกลางได้ จึงส่งผลให้การทดสอบเสียงพยัญชนะต้นมีลมปรากฏผลดังได้อภิปรายมา

หากพิจารณาจากสภาพโดยรวมของลักษณะการเปลี่ยนแปลงด้านเสียงที่เกิดขึ้นในภาษาจ้วงแล้ว ไม่พบว่ามีหน่วยเสียงภาษาจ้วงที่ไม่มีในภาษาจีนกลางหายไปจากระบบเสียง ไม่พบหน่วยเสียงใหม่เพิ่มเข้ามาในคำศัพท์ภาษาผู้ยืม ไม่พบสัทพันธลักษณ์ (prosodic features) ใหม่ ไม่พบโครงสร้างพยางค์หายไปหรือเพิ่มเข้าในภาษาผู้ยืม ข้อค้นพบจากงานวิจัยนี้จึงไม่สอดคล้องกับลักษณะภาษาของระดับความเข้มข้นที่ 3 ที่ Thomason (Thomason, 2001:70-71) ได้เสนอไว้เกี่ยวกับลักษณะของภาษากับความเข้มข้นของการสัมผัสภาษา แต่สอดคล้องกับลักษณะภาษาระดับที่ 2 “การสัมผัสภาษาระดับเข้มข้นขึ้น” (Slightly more intense contact) มากกว่า ลักษณะด้านเสียงในระดับนี้คือ “เกิดเสียงใหม่ขึ้นเป็นหน่วยเสียงย่อย แต่พบเฉพาะในคำยืมเท่านั้น” (Thomason, 2001:70-71) และในภาษาจ้วงปัจจุบัน พบหน่วยเสียงย่อยในคำยืมเท่านั้น ยังไม่พบหน่วยเสียงย่อยปรากฏในคำจ้วง

สรุปได้ว่า ลักษณะการสัมผัสภาษาจ้วงกับภาษาจีนกลางในด้านคำศัพท์

สอดคล้องกับลักษณะภายใต้สถานการณ์การสัมผัสภาษาในระดับ 3 "การสัมผัสภาษาระดับค่อนข้างเข้มข้น" (More intense contact) ตามที่ Thomason (2001:70-71) ได้เสนอไว้ แต่ลักษณะด้านเสียงไม่ได้สอดคล้องกัน คือ ภาษาจ้วงกับภาษาจีนเกิดสัมผัสกันในระดับที่ 2 "การสัมผัสภาษาระดับเข้มข้นขึ้น" (Slightly more intense contact) อันเป็นระดับที่มีความเข้มข้นน้อยกว่า จึงกล่าวได้ว่า ภาษาจีนกลางมีอิทธิพลต่อภาษาจ้วงและทำให้ภาษาจ้วงเกิดการเปลี่ยนแปลงด้านเสียงน้อยกว่าการเปลี่ยนแปลงด้านคำศัพท์ ส่วนลักษณะการเปลี่ยนแปลงด้านวากยสัมพันธ์นั้น ผู้วิจัยจะนำเสนอในบทที่ 6

บทที่ 6

การเปลี่ยนแปลงด้านวากยสัมพันธ์ในภาษาจ้วงที่เกิดจากการสัมผัสภาษาจีนกลาง

การเปลี่ยนแปลงที่เกิดขึ้นในด้านวากยสัมพันธ์นั้น ผู้วิจัยมีสมมุติฐานว่า ภาวะสัมผัสภาษาจ้วงกับภาษาจีนกลางทำให้ภาษาจ้วงมาตรฐานเกิดวลีและประโยคที่มีโครงสร้างใหม่

นักภาษาศาสตร์รุ่นก่อนเชื่อว่าโครงสร้างของภาษายากที่จะเปลี่ยนแปลงในสถานการณ์สัมผัสภาษา เอ็ดเวิร์ด ซาเปียร์ พยายามชักจูงให้เชื่อว่า ไม่มีหลักฐานที่แท้จริงที่จะพิสูจน์ได้ว่าโครงสร้างภาษาได้รับอิทธิพลจากการแพร่กระจายของภาษา (Danchev, 1988:38; 1989) แต่การศึกษาวิจัยในปัจจุบันพิสูจน์แล้วว่า นอกจากระบบเสียงและคลังศัพท์จะถูกกระทบจากภาษาอื่นแล้ว ไวยากรณ์ก็ไม่พ้นที่จะถูกกระทบจากภาษาอื่น แท้จริงแล้ว โครงสร้างภาษาทุกส่วนสามารถถ่ายโอนจากภาษาหนึ่งสู่อีกภาษาหนึ่งได้ (Thomason & Kaufman, 1988:14; Harris & Campell, 1995: 149-150; Aikhenvald ,2002: 11-13)

Thomason & Kaufman (1988:37) เห็นว่า หากภาษามีระยะเวลาในการสัมผัสภาษานานพอ มีการสัมผัสภาษาในระดับที่สูงมากหรือมีแรงผลักดันทางวัฒนธรรม (culture pressure) ที่สูงมาก ก็จะเกิดการยืมโครงสร้างขึ้นได้ซึ่งอาจมีผลทำให้เกิดการเปลี่ยนแปลงในระบบไวยากรณ์ของภาษาผู้ยืมได้

จากการศึกษาวิจัยครั้งนี้ ผู้วิจัยพบว่า ภาษาจ้วงได้รับอิทธิพลจากภาษาจีนกลางจนเกิดการเปลี่ยนแปลงใน 3 กรณีต่อไปนี้

1) การเกิดโครงสร้างใหม่ที่ยืมเข้ามาใช้ในภาษาจ้วงพร้อมกับการยืมคำภาษา

จีนกลาง

2) การเกิดโครงสร้างใหม่โดยการเลียนแบบโครงสร้างภาษาจีนกลาง

3) การเปลี่ยนแปลงด้านหน้าที่ทางไวยากรณ์ของคำจ้วง

1. การนำโครงสร้างใหม่เข้ามาพร้อมกับคำยืมภาษาจีนกลาง

ในบทที่ 3 ผู้วิจัยได้กล่าวถึงการยืมคำจากภาษาจีนกลางแล้วว่า ภาษาจ้วงได้ยืมคำจากภาษาจีนกลางมาใช้รวมจำนวน 9 หมวดคำด้วยกัน คือ คำนาม คำกริยา คำคุณศัพท์ คำกริยาวิเศษณ์ คำลักษณนาม คำสันธาน คำบุพบท คำช่วยกริยา และคำอุทาน คำยืมเหล่านี้ คำบางประเภท เช่น คำลักษณนามและคำอุทาน ก็ถูกนำมาใช้ในโครงสร้างเดิมซึ่งภาษาจีนกลางกับภาษาจ้วงมีโครงสร้างที่เหมือนกัน และคำบางประเภท ได้แก่ คำสันธาน คำบุพบท และคำช่วยกริยา บางคำก็ได้นำมาใช้แทนคำในภาษาจ้วงในโครงสร้างประโยคเดิม จึงไม่มีผลทำให้เกิดโครงสร้างใหม่ขึ้นในภาษาจ้วง แต่ก็มีคำจำนวนหนึ่งที่ยืมเข้ามาในภาษาจ้วงพร้อมโครงสร้างของภาษาจีน จึงได้นำโครงสร้างของคำยืมนั้นๆ มาใช้ในภาษาจ้วงเป็นโครงสร้างใหม่ในภาษาจ้วงด้วย

เนื่องจากคำยืมบางคำพบตัวอย่างน้อยมาก ยังไม่อาจนำตัวอย่างมาสรุปได้ว่ามีบริบทการใช้อย่างไร และมีโครงสร้างประโยคอย่างไร ในการวิจัยครั้งนี้ จึงได้อภิปรายเฉพาะคำยืมที่พบมากกว่า 10 ครั้งเท่านั้น ซึ่งก็ได้พบคำยืมภาษาจีนกลางจำนวนเพียง 11 คำเท่านั้น ในจำนวนนี้ ประกอบด้วย

คำสันธานจำนวน 5 คำ ได้แก่ sojyij, danh, danhseih, cijaeu, mboujlwnh,

คำบุพบทจำนวน 1 คำ ได้แก่ youz

คำช่วยกริยาจำนวน 2 คำ ได้แก่ soj, gojyij

คำกริยาวิเศษณ์จำนวน 3 คำ ได้แก่ caiq, gizgiz, nanzdauh

ผู้วิจัยจะได้พิจารณาคำทั้ง 11 คำต่อไปนี้ทีละหมวดคำ โดยเน้นวิเคราะห์ให้เห็นโครงสร้างของภาษาจีนกลางเปรียบเทียบกับโครงสร้างของภาษาจ้วง และพิจารณาทีละ

กรณีว่า คำยืมจากภาษาจีนกลางทั้ง 11 คำนี้ มีคำใดบ้างที่นำโครงสร้างจากภาษาจีนติดเข้ามาใช้ในภาษาจ้วงด้วย

1.1 คำสันธาน

ในการวิจัยครั้งนี้ พบว่า ภาษาจ้วงได้ยืมคำสันธานจากภาษาจีนกลางมาใช้จำนวน 13 คำ ดังที่ได้กล่าวแล้วในบทที่ 3 คำสันธานจำนวนนี้ บางคำพบจำนวนครั้งน้อยมาก แต่ก็มีบางคำที่ปรากฏถี่มากจนเกือบจะใช้แทนที่คำสันธานในภาษาจ้วงที่ใช้มาแต่เดิม บางกรณีภาษาจ้วงก็ได้นำโครงสร้างประโยคภาษาจีนที่ใช้คำสันธานนั้นๆ เข้ามาในภาษาจ้วงด้วย

1.1.1 คำสันธานที่เชื่อมข้อความที่เป็นเหตุเป็นผลแก่กัน

คำสันธานที่เชื่อมข้อความที่เป็นเหตุและผลกันในภาษาจ้วงคือคำว่า "ndigah" (เพราะฉะนั้น) สันธานคำนี้ ในภาษาจ้วงใช้นำหน้าข้อความที่เป็นผลโดยใช้โครงสร้าง ก) ดังนี้

ก) ประโยคเหตุ + ndigah + ประโยคผล

ตัวอย่าง

Geij duz mou neix gueng mok ndei, ndigah ak maj lai. (韦庆稳,1985: 232-233)

กี่ ตัว หมู นี้ เลี้ยง อาหารหมู ดี, เพราะฉะนั้น แรง โต หลาย

"หมูพวกนี้เลี้ยงอาหารอย่างดี ก็เลยโตเร็ว"

ในภาษาจ้วงแต่เดิมไม่มีคำสันธานหน้าประโยคเหตุ ในขณะที่ภาษาจีนมักใช้คำสันธานคู่ สันธานคำหนึ่งใช้หน้าประโยคเหตุ สันธานอีกคำหนึ่งใช้หน้าประโยคผล ดังนี้

因为 (yīnwèi) "เพราะว่า" + ประโยคเหตุ + 所以 (suǒyǐ) "เพราะฉะนั้น" + ประโยคผล

ต่อมาภาษาจ้วงได้ยืมคำสันธานจากภาษาจีนว่า 因为 (yīnwèi) "เพราะว่า" มาใช้เป็น aenvih "เพราะว่า" เพื่อใช้นำหน้าข้อความที่เป็นประโยคเหตุ พิจารณาจากเสียง

แล้ว เห็นได้ชัดเจนว่า aenvih "เพราะว่า" เป็นคำยืมเก่าจากภาษาจีนถิ่น[①] ซึ่งในงานวิจัยนี้จัดให้เป็นคำจ้วงไปแล้ว ทำให้ได้โครงสร้างประโยคบอกเหตุผลใหม่ซึ่งใช้สันธานคู่อย่างภาษาจีนเป็นโครงสร้าง ข) ดังนี้

ข) aenvih + ประโยคเหตุ + ndigah + ประโยคผล

ตัวอย่าง

Aenvih gyoengqde cungzbaiq daengngoenz, ndigah bae coh baihdoeng

เพราะว่า พวกเขา นับถือ พระอาทิตย์, จึง ไป ยัง ทิศตะวัน

daengngoenz ok haenx. (1987-3-25)

ออก ตะวัน ออก นั้น

"พวกเขานับถือพระอาทิตย์ จึงเดินไปยังทิศตะวันออกที่พระอาทิตย์ขึ้น"

ในบางกรณี ก็ใช้คำสันธานนำหน้าประโยคเหตุเพียงคำเดียวโดยไม่ใช้คำสันธานนำหน้าประโยคผล ดังในโครงสร้าง ค) และในบางกรณี ได้ย้ายประโยคเหตุไปอยู่หลังประโยคผล ดังในโครงสร้าง ง)

ค) aenvih + ประโยคเหตุ + ประโยคผล

ตัวอย่าง

Aenvih mbouj miz yause, de simfanz ndaej geij ngoenz gwn mbouj

เพราะว่า ไม่ มี อาคารเรียน, เขา กลุ้มใจ ได้ หลาย วัน กิน ไม่

roengz hoz. (1987-3-15)

ลง คอ

"เพราะไม่มีอาคารเรียน เขาจึงกลุ้มใจจนกินไม่ลงมาหลายวัน"

ง) ประโยคผล, aenvih + ประโยคเหตุ

① การทับศัพท์ 因为 [jin55 wei51] เป็น aenvih [an24 vi33] เป็นไปตามลักษณะการถ่ายถอดเสียงของคำยืมจีนเก่า หากทับศัพท์ตามหลักเกณฑ์การทับศัพท์ภาษาจีนกลาง ควรทับศัพท์เป็น yinhvei [jin33vei24] ซึ่งไม่พบในการวิจัยครั้งนี้

ตัวอย่าง

Gyongq vunz ndaw mbanj cungj mbouj vuenheij guxsaeq geijlai, aenvih
กลุ่ม คน ใน บ้าน ล้วน ไม่ ชอบ น้าสี่ เท่าไร, เพราะ

de yawj hwnjdaeuj lumj miz di ngawz. (1992-3-25)
เขา ดู ขึ้นไป เหมือน มี นิดหน่อย โง่

"คนในหมู่บ้านไม่ค่อยชอบน้าสี่ เพราะเขาดูเหมือนปัญญาอ่อนนิดหน่อย"

เนื่องจากในภาษาจีนกลาง สันธานนำประโยคเหตุ 因为 (yīnwèi) "เพราะว่า" มักใช้คู่กับสันธานนำประโยคผล 所以 (suǒyǐ) "เพราะฉะนั้น" ดังนั้น ภาษาจ้วงมาตรฐานจึงได้ยืมคำสันธาน 所以 (suǒyǐ) "เพราะฉะนั้น" มาจากภาษาจีนกลางเพิ่มเข้ามาอีก โดยยืมแบบทับศัพท์มาใช้เป็น sojyij "เพราะฉะนั้น" เพื่อใช้คู่กับคำสันธาน aenvih ซึ่งยืมมาก่อนหน้า ทำให้ประโยคบอกเหตุผลแบบโครงสร้าง ข) มีรูปดังนี้

จ) aenvih + ประโยคเหตุ + sojyij + ประโยคผล

ตัวอย่าง

<u>Aenvih</u> meh youq ranz gaeuq seng gou, <u>sojyij</u> seizneix gou hix hawj de
เพราะว่า แม่ อยู่ บ้าน เก่า คลอด ฉัน, เพราะฉะนั้น ตอนนี้ ฉัน ก็ ให้ เขา

youq ranz gaeuq. (1993-6-10)
อยู่ บ้าน เก่า

"เพราะว่าแม่คลอดฉันที่บ้านเก่า ตอนนี้ฉันก็เลยให้เขาอยู่บ้านเก่า"

เมื่อเกิดประโยคบอกเหตุผลที่ใช้โครงสร้าง "aenvih + ประโยคเหตุ + sojyij + ประโยคผล" มากๆ เข้า ในที่สุด คำสันธานซึ่งเป็นคำยืมทับศัพท์จากภาษาจีนกลาง sojyij "เพราะฉะนั้น" ก็ค่อยๆ ใช้แทนที่คำสันธานของภาษาจ้วงมาตรฐาน ndigah "เพราะฉะนั้น" จากการเก็บข้อมูลในครั้งนี้ พบตัวอย่างการใช้คำสันธาน ndigah "เพราะฉะนั้น" น้อยมาก ซึ่งผู้วิจัยเองในฐานะผู้พูดภาษาจ้วง ก็ไม่ใช้คำนี้ กลับใช้คำว่า sojyij "เพราะฉะนั้น" ซึ่งพบตัวอย่างจำนวนมากในข้อมูลครั้งนี้ จึงคาดว่าคำว่า sojyij "เพราะ

ฉะนั้น" มีแนวโน้มจะค่อยๆ แทนที่คำว่า ndigah "เพราะฉะนั้น" ซึ่งเป็นคำจ้วงเดิม โดยสังเกตได้จากโครงสร้าง ฉ) ที่ใช้คำสันธาน sojyij "เพราะฉะนั้น" นำหน้าประโยคผลเพียงคำเดียวโดยไม่มีสันธานนำหน้าประโยคเหตุเช่นเดียวกับโครงสร้าง ก) ซึ่งเป็นโครงสร้งเก่าที่ผู้พูดภาษาจ้วงเคยชิน

ฉ) ประโยคเหตุ + sojyij + ประโยคผล

ตัวอย่าง

Daengz samnienzgaep dou cij haidaeuz hag Sawgun, sojyij Sawgun
ถึง ชั้นประถมปีที่สาม เรา จึง เริ่ม เรียน ภาษาจีน, เพราะฉะนั้น ภาษาจีน

cingzcik dou haemq ca. (1994-3-14)
ผลการเรียน เรา ค่อนข้าง ด้อย

"ฉันเพิ่งเริ่มเรียนภาษาจีนเมื่อชั้นประถมปีที่ 3 ผลการเรียนวิชาภาษาจีนของฉันจึงไม่ค่อยดี"

การยืมคำสันธาน sojyij "เพราะฉะนั้น" จึงได้ทำให้ประโยคบอกเหตุผลในภาษาจ้วงมีโครงสร้างรูปประโยคหลากหลายขึ้นโดยมีโครงสร้างใหม่ซึ่งใช้สันธานคู่อย่างภาษาจีนกลางเป็น "aenvih + ประโยคเหตุ + sojyij + ประโยคผล" และโครงสร้าง "ประโยคเหตุ + sojyij + ประโยคผล" ที่มีคำสันธานนำหน้าประโยคผลโดยอยู่หลังประโยคเหตุ ส่วนโครงสร้าง "ประโยคเหตุ + ndigah+ ประโยคผล" พบตัวอย่างน้อยมาก มีแนวโน้มที่จะถูกแทนที่

1.1.2 คำสันธานเชื่อมข้อความที่เป็นเงื่อนไขหรือการสมมติ

คำสันธานเชื่อมข้อความที่เป็นเงื่อนไขหรือการสมมติมี 2 คำ คือ cijaeu "ขอเพียงแต่" กับ mboujlwnh "ไม่ว่า"

1.1.2.1 คำสันธาน cijaeu "ขอเพียงแต่"

ในภาษาจ้วงเดิมมีคำว่า danh "ขอเพียงแต่" เป็นคำสันธานนำหน้าข้อความที่เป็นเงื่อนไข

บทที่ 6

ตัวอย่าง

Danh roengzreng, gijmaz cungj hag ndaej rox. (韦庆稳,1985:115)
ขอเพียง ลงแรง,   อะไร   ก็   เรียน ได้   รู้
"ขอเพียงเพียรพยายาม ทุกอย่างย่อมสามารถเรียนรู้ได้"

ในตัวอย่างนี้ Danh roengzreng "ขอเพียงเพียรพยายาม" เป็นประโยคเงื่อนไข ส่วน gijmaz cungj hag ndaej rox "ทุกอย่างย่อมสามารถเรียนรู้ได้" เป็นผลที่เกิดขึ้น

ต่อมาภาษาจ้วงยืมคำสันธาน cijaeu "ขอเพียงแต่" มาจากสันธานในภาษาจีนว่า 只要 (zhǐyào) "ขอเพียงแต่, ขอแต่" ด้วยวิธียืมแบบผสม คือ ทับศัพท์คำว่า 只 (zhǐ) "แค่ เพียง" มาเป็น cij และแปลคำว่า 要 (yào) "เอา" เป็น aeu แล้วนำมาผสมกันเป็น cijaeu "ขอเพียงแต่" ใช้เป็นคำสันธานที่นำหน้าข้อความที่เป็นเงื่อนไข หมายความว่า "ขอเพียงมีเงื่อนไขที่กล่าวมานี้ จะเกิดผลตามมาอย่างแน่นอน"

ตัวอย่าง

Cijaeu roengzreng, gou itdingh gauj ndaej hwnj dayoz. (1994-3-20)
ขอเพียง ลงแรง,   ฉัน   แน่นอน สอบ ได้   ขึ้น มหาวิทยาลัย
"ขอเพียงฉันพยายาม ฉันต้องสอบเข้ามหาวิทยาลัยได้แน่ๆ"

ในตัวอย่างนี้ roengzreng "พยายาม" เป็นเงื่อนไข ส่วน gou itdingh gauj ndaej hwnj dayoz "ฉันต้องสอบเข้ามหาวิทยาลัยได้แน่ๆ" เป็นผลที่ตามมา

ตัวอย่าง

Cijaeu miz ngaenz, byawz heuh de guh maz de cungj bae guh. (2005-3-23)
หาก มี เงิน,   ใคร   เรียก เขา ทำ อะไร เขา ล้วน ไป   ทำ
"ถ้ามีเงินให้ ใครจะให้เขาทำอะไร เขาก็ทำให้หมดทุกอย่าง"

ในตัวอย่างนี้ miz ngaenz "มีเงิน" เป็นเงื่อนไขที่ de cungj bae guh "เขาทำหมดทุกอย่าง"

คำสันธาน cijaeu "ขอเพียงแต่" ซึ่งเป็นคำยืมจากภาษาจีนกลางนำหน้าข้อความ

ที่เป็นเงื่อนไขเช่นเดียวกับคำว่า danh "ขอเพียงแต่" ซึ่งเป็นคำจ้วง แม้ว่าการยืมคำสันธาน cijaeu "ขอเพียงแต่" ไม่ได้นำโครงสร้างประโยคใหม่เข้ามาในภาษาจ้วง แต่ก็พบว่า ประโยคความรวมที่บอกเงื่อนไขในภาษาจ้วงมาตรฐานปัจจุบัน มีแนวโน้มว่าจะใช้คำสันธาน cijaeu "ขอเพียงแต่" ซึ่งยืมมาจากภาษาจีนกลางมากกว่าคำสันธาน danh "ขอเพียงแต่" ที่เป็นคำจ้วง

1.1.2.2 คำสันธาน mboujlwnh "ไม่ว่า"

คำสันธาน mboujlwnh "ไม่ว่า" ยืมมาจากคำว่า 不论 (búlùn) ในภาษาจีน ด้วยวิธียืมแบบผสม คือ คำ mbouj "ไม่" เป็นคำจ้วง ส่วน lwnh เป็นคำยืมทับศัพท์มาจากคำ 论(lùn) "ว่า กล่าว" mboujlwnh เป็นคำสันธานที่ใช้นำหน้าข้อความที่เป็นเงื่อนไข มีความหมายว่า "ไม่ว่าเงื่อนไขเป็นอย่างไร ย่อมเกิดผลเท่ากัน" ข้อความในประโยคเงื่อนไขหลังคำว่า mboujlwnh "ไม่ว่า" จึงต้องมีคำอนิยมสรรพนามอยู่ด้วย หรือไม่ก็มีคำว่า roxnaeuz "หรือว่า" อยู่ด้วย ส่วนข้อความตามหลังที่เป็นผล มักจะมีคำกริยาวิเศษณ์ goj "ก็" หรือ cungj "ล้วน" หรือ itdingh "แน่นอน" ปรากฏด้วย ดังตัวอย่างต่อไปนี้

ตัวอย่าง

<u>Mboujlwnh</u> dwg cwnggveih yozyau, roxnaeuz geiz dinj beizyinbanh,
ไม่ว่า   เป็น มาตรฐาน โรงเรียน, หรือว่า   ระยะ สั้น ชั้นอบรม,
godangz sonhag <u>cungj</u> dwg hag ndaej cihsiz ceiq cung'yau cungj soujdon
ห้องเรียน สอน ล้วนเป็น เรียน ได้ ความรู้ ที่สุด สำคัญ ชนิด วิธีการ
ndeu.(2004-4-5)
หนึ่ง

"ไม่ว่าจะเป็นการเรียนการสอนตามระบบในโรงเรียนหรือการอบรมระยะสั้นก็ตาม การเรียนการสอนในห้องเรียนก็เป็นวิธีการเรียนรู้ที่สำคัญที่สุด"

ในตัวอย่างนี้ mboujlwnh... roxnaeuz... "ไม่ว่า...หรือว่า..." ใช้คู่กันนำข้อความที่เป็นเงื่อนไขโดยจะหมายถึง ไม่ว่าเงื่อนไขใด ผลก็ย่อมเกิดเท่ากัน คือ godangz sonhag cungj dwg hag ndaej cihsiz ceiq cung'yau cungj soujdon ndeu "การเรียนการสอนในห้องเรียนเป็นวิธีการเรียนรู้ที่สำคัญที่สุด"

ตัวอย่าง

Mboujlwnh mwngz heuh gou bae guh gijmaz, gou itdingh aeu guh ndaej
ไม่ว่า   คุณ   เรียก ฉัน ไป ทำ อะไร, ฉัน แน่นอน เอา ทำ ได้
daengz. (2003-4-15)

ถึง

"ไม่ว่าคุณจะให้ฉันทำอะไร ฉันก็ต้องทำให้ได้"

ตัวอย่างข้างต้น อนุพากย์ที่คำว่า mboujlwnh "ไม่ว่า" นำมีอนิยมสรรพนาม gijmaz "อะไร" ด้วย หมายความว่า ไม่ว่าจะเป็นสิ่งใดก็ตาม ผลก็ต้องเกิดขึ้น คือ gou itdingh aeu guh ndaej daengz "ฉันก็ต้องทำให้ได้"

ภาษาจ้วงเดิมไม่มีคำสันธานที่นำหน้าข้อความเงื่อนไขที่มีความหมายว่า "ไม่ว่าเงื่อนไขเป็นอย่างไร ย่อมเกิดผลเท่ากัน" เหมือนคำว่า mboujlwnh "ไม่ว่า" แต่ข้อความหลังที่เป็นผลของเงื่อนไข มักจะมีคำ goj "ก็" cungj "ล้วน" หรือ itdingh "แน่นอน" ปรากฏด้วย ตัวอย่างข้างต้น หากไม่ใช้คำสันธานนำหน้า อนุพากย์แรกก็บอกเงื่อนไขเช่นกัน

ตัวอย่าง

Mwngz heuh gou bae guh gijmaz, gou itdingh guh ndaej daengz.
คุณ เรียก ฉัน ไป ทำ อะไร, ฉัน แน่นอน ทำ ได้ ถึง

"ไม่ว่าคุณจะให้ฉันทำอะไร ฉันก็ต้องทำให้ได้แน่"

จากข้อมูลในการวิจัยครั้งนี้ พบประโยคเงื่อนไขทั้งที่มีคำสันธาน mboujlwnh "ไม่ว่า" และที่ไม่มีคำสันธาน การยืมคำสันธาน mboujlwnh "ไม่ว่า" ทำให้มีรูปประโยคบอกเงื่อนไขและผลที่มีคำสันธาน mboujlwnh "ไม่ว่า" นำหน้า และมีการแปรที่อาจใช้คำสันธานหรือไม่ใช้ก็ได้

1.1.3 คำสันธานที่เชื่อมข้อความขัดแย้งกัน

คำสันธานที่เชื่อมข้อความขัดแย้งกันในภาษาจ้วงมีคำว่า hoeng "แต่" ใช้นำหน้าข้อความหลังซึ่งมีเนื้อความขัดแย้งกับข้อความหน้า

ตัวอย่าง

Bineix mbwn rengx, hoeng raeuz goj miz raemx mboq dwk naz. (韦庆稳,1985:115)

ปีนี้ ฟ้า แล้ง, แต่ เรา ก็ มี น้ำ บ่อ ใส่ นา

"ปีนี้ฝนแล้ง แต่เรายังมีน้ำบ่อเลี้ยงนา"

นอกจากคำสันธาน hoeng "แต่" แล้ว ภาษาจ้วงได้ยืมคำสันธานที่เชื่อมข้อความขัดแย้งกันมาจากภาษาจีนกลางด้วย คือ คำว่า danh "แต่" คำนี้ทับศัพท์มาจากคำว่า 但 (dàn) "แต่" และคำว่า danhseih "แต่" ซึ่งทับศัพท์มากจากคำว่า 但是 (dànshì) "แต่" ในภาษาจีนกลาง คำว่า 但(dàn) กับคำว่า 但是 (dànshì) ในภาษาจีนกลางใช้เชื่อมข้อความที่ขัดแย้งกับข้อความข้างหน้า หรืออาจใช้เสริมเนื้อความให้ข้อความที่อยู่ข้างหน้าก็ได้ คำ 2 คำนี้มีความหมายไม่ต่างกัน เช่นเดียวกับคำยืม danh "แต่" กับคำว่า danhseih "แต่" ในภาษาจ้วง ดังตัวอย่างต่อไปนี้

ตัวอย่าง

Dahcej gauj hwnj gauhcungh lo, danhseih dahcej mbouj gamj angq. (1998-4-10)

พี่สาว สอบ ขึ้น มัธยมปลาย แล้ว, แต่ พี่สาว ไม่ กล้า ดีใจ

"พี่สาวสอบมัธยมปลายติดแล้ว แต่พี่สาวกลับไม่กล้าดีใจ"

ตัวอย่าง

Youq ndaw singz, ra vanjhaeux he gwn mbouj nanz, danhseih siengj ra อยู่ ใน เมือง, หา ถ้วยข้าว หนึ่ง กิน ไม่ ยาก, แต่ อยาก หา vanjhaeux hom he mbouj you mbouj heiq gvaq saedceij cix gig nanz. (1997-3-15)

ถ้วยข้าว หอม หนึ่ง ไม่ ห่วง ไม่ กังวล ดำรง ชีวิต ก็ มาก ยาก

"จะหางานทำในเมืองไม่ใช่เรื่องยาก แต่จะหางานดีๆ ที่สามารถใช้ชีวิตได้อย่างสบายนั้นยากมาก"

คำยืม danh "แต่" และคำยืม danhseih "แต่" มีตำแหน่งเหมือนกับคำว่า hoeng "แต่" ของภาษาจ้วง คือใช้นำหน้าข้อความที่แย้งกับข้อความข้างหน้า จึงมีโครงสร้างประโยคเหมือนกันกับคำสันธานจ้วง hoeng "แต่" ดังนั้น การยืมคำว่า danh "แต่" และ danhseih "แต่" จากภาษาจีนกลางเข้ามาใช้ในภาษาจ้วง จึงไม่ได้ทำให้เกิดโครงสร้างใหม่ขึ้นในภาษาจ้วง

1.2 คำบุพบท

ในการวิจัยครั้งนี้พบว่าภาษาจ้วงมาตรฐานได้ยืมคำบุพบทจากภาษาจีนกลางมาใช้รวมจำนวน 6 คำด้วยกัน แต่มีเพียงคำบุพบทเพียงคำเดียว คือ youz "โดย" เท่านั้นที่พบตัวอย่างซ้ำมากกว่า 10 ครั้ง ซึ่งเป็นจำนวนมากพอที่จะวิเคราะห์หน้าที่ ความหมาย และรูปประโยคของคำยืมได้

คำบุพบท youz "โดย" ยืมทับศัพท์มาจากคำว่า 由 (yóu) "จาก, ด้วย, โดย" มาจากภาษาจีนกลาง ในภาษาจีนกลาง คำบุพบทคำนี้มีความหมาย และวิธีการใช้ 3 ประการ ดังนี้ (吕叔湘, 1999: 628)

1) ใช้นำหน้าคำนามหรือนามวลีซึ่งทำหน้าที่เป็นผู้กระทำ โดยอาจมีผู้ถูกกระทำปรากฏอยู่หน้าคำบุพบทในฐานะประธานของประโยค และมีคำนามทำหน้าที่เป็นกรรมปรากฏอยู่หลังคำกริยา ตัวอย่างเช่น

准备工作由我负责。(zhǔnbèi gōngzuò yóu wǒ fùzé)

เตรียม-งาน-โดย-ฉัน-รับผิดชอบ

"การเตรียมงานนี้ฉันรับผิดชอบ"

2) ใช้นำหน้าคำนามหรือคำกริยาเพื่อบอกรูปแบบ สาเหตุ หรือแหล่งที่มา ตัวอย่างเช่น

由感冒引起肺炎 (yóu gǎnmào yínqǐ fèiyán)

จาก-ไข้หวัด-ก่อ-ขึ้น-ปอดอักเสบ

"ไข้หวัดทำให้เกิดปอดอักเสบ"

3) ใช้บอกจุดเริ่มต้นของสถานที่หรือเวลา ตัวอย่างเช่น

由南到北 (yóu nán dào běi)

จาก-ใต้-ถึง-เหนือ

"จากใต้ไปเหนือ"

ในภาษาจ้วงเดิม มีคำบุพบท daj "จาก" ที่ตรงกับคำว่า 由 (yóu) "จาก" ในภาษาจีนกลาง ใช้บอกจุดเริ่มต้นของสถานที่และเวลา เมื่อภาษาจ้วงยืมคำว่า youz เข้ามา ก็ใช้ได้ทั้งสองคำดังตัวอย่างต่อไปนี้

ตัวอย่าง

daj Gvangjdungh geiq ngaenz ma. (1998-1-10)

จาก กวางตุ้ง   ส่ง เงิน มา

"ส่งเงินมาจากกวางตุ้ง"

ตัวอย่าง

youz baihrog gunghcoz dauq ranz gvaq cieng gij vunz haenx (2004-4-13)

จาก ภายนอก ทำงาน   กลับ บ้าน ฉลอง ตรุษจีน ลน. คน   นั้น

"คนที่กลับจากการทำงานต่างเมืองเพื่อกลับบ้านมาฉลองตรุษจีนนั้น"

นอกจากนี้ ยังได้นำคำว่า youz มาใช้บอกผู้กระทำหรือเครื่องมือ สาเหตุ แหล่งที่มา เช่นเดียวกับคำ 由 (yóu) "จาก" ในภาษาจีนกลาง โดยในภาษาจ้วงเดิม ไม่จำเป็นต้องมีคำบุพบทบอกผู้กระทำ

ตัวอย่าง

yozsiz youz yozsiz veijyenz guenj (2004-4-5)

เรียน โดย เรียน กรรมการ ดูแล

"เรื่องเรียนจะมีกรรมการด้านการเรียนดูแล"

ประโยคนี้สามารถพูดโดยไม่มีคำบุพบทดังนี้

ตัวอย่าง

yozsiz veijyenz guenj yozsiz

เรียน กรรมการ ดูแล เรียน

"กรรมการการเรียนดูแลเรื่องเรียน"

บุพบทวลีที่มีคำบุพบท youz "จาก, โดย, ด้วย" จะมีโครงสร้างเป็น "youz+คำนาม/นามวลี" ซึ่งก็เหมือนกับโครงสร้างบุพบทวลีที่มีอยู่ในภาษาจ้วง คือคำบุพบทอยู่หน้าคำนามหรือนามวลี การยืมคำ youz "จาก, โดย, ด้วย" จึงไม่ได้เกิดโครงสร้างวลีใหม่ขึ้นในภาษาจ้วงในกรณีที่ youz "จาก" ใช้บอกจุดเริ่มต้นของสถานที่หรือเวลา แต่การที่ youz "ด้วย, โดย" อยู่หน้าคำนามหรือนามวลีบอกผู้กระทำหรือสาเหตุ แหล่งที่มา เป็นโครงสร้างใหม่สำหรับภาษาจ้วงเนื่องจากเดิมภาษาจ้วงไม่มีคำบุพบทบอกผู้กระทำหรือสาเหตุหรือแหล่งที่มาเช่นนี้

1.3 คำช่วยกริยา

1.3.1 คำช่วยกริยา soj

คำว่า soj เป็นคำยืมทับศัพท์จากคำภาษาจีนกลางว่า 所 (suǒ) ในภาษาจีนกลาง 所 (suǒ) เป็นคำช่วยกริยาใช้บอกความสัมพันธ์ทางไวยากรณ์ (structural auxiliary word) โดยนำหน้าคำกริยาสกรรมเพื่อสร้างอนุประโยคขยายคำนามหรือนามวลีที่ตามมา 所 (suǒ) มีความหมายว่า "ทั้งหมดที่เป็นผลจากกริยานั้นๆ" ดังตัวอย่างต่อไปนี้

所需的费用由中方负责

所-ต้องการ-ของ-ค่าใช้จ่าย-โดย-ฝ่ายจีน-รับผิดชอบ

"ค่าใช้จ่ายที่ต้องการ ฝ่ายจีนเป็นฝ่ายรับผิดชอบ"

我厂所生产的风扇主要销往海外。

ฉัน-โรงงาน-所-ผลิต-ของ-พัดลม-เป็นหลัก-ขายไป-ต่างประเทศ

“พัดลมที่โรงงานเราผลิตส่วนใหญ่ส่งไปขายต่างประเทศ”

จะเห็นได้ว่า อนุประโยคที่มีคำช่วยกริยา所 (suǒ) มักมีคำช่วย 的 (de) “ของ” เชื่อมระหว่าง “所+ กริยาสกรรม” กับคำนามที่เป็นหน่วยหลัก คือมีโครงสร้างดังนี้

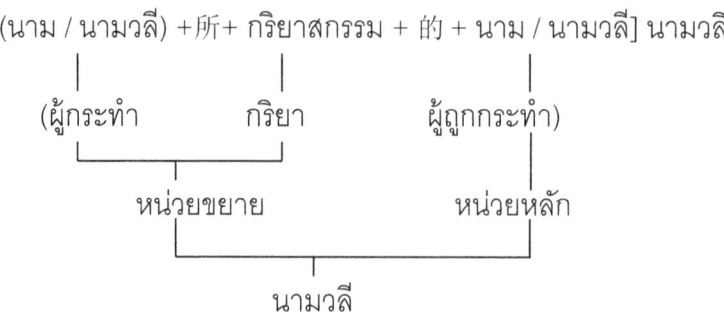

[(นาม / นามวลี) +所+ กริยาสกรรม + 的 + นาม / นามวลี] นามวลี

เมื่อคำว่า 所 (suǒ) ยืมเข้ามาใช้ในภาษาจ้วง soj ยังคงมีหน้าที่และความหมายเช่นเดียวกับคำว่า 所 (suǒ) ในภาษาจีนกลาง soj ในภาษาจ้วงจึงมีโครงสร้างนามวลีเช่นเดียวกับ 所 (suǒ) ภาษาจีนกลาง และในภาษาจ้วงจะใช้คำเชื่อม dih “ของ” เชื่อมระหว่างหน่วยขยายกับหน่วยหลักหรือไม่ก็ได้ soj ในภาษาจ้วงจึงมีโครงสร้างดังนี้

[(นาม / นามวลี) +soj + กริยาสกรรม (+ คำเชื่อม dih)+ นาม / นามวลี] นามวลี

ตัวอย่าง

buenqguen soj yungh ndei banhfap. (2005-4-20)

ผู้พิพากษา soj ใช้ ดี วิธี

“วิธีดีที่ผู้พิพากษาใช้”

ตัวอย่าง

Sawwgun soj gangj neiyungz (1987-4-25)

ภาษาจีน soj พูด เนื้อหา

“เนื้อหาที่อธิบายด้วยภาษาจีน”

ตัวอย่าง

bonjfaenh soj hag dih cihsiz (2004-5-13)

ตัวเอง   soj เรียน ของ ความรู้

"ความรู้ที่ตัวเองเรียนมา"

การยืมคำช่วยกริยา soj พร้อมกับโครงสร้างนามวลีที่มีคำว่า soj ด้วย จึงได้ทำให้ภาษาจ้วงมีนามวลีรูปแบบใหม่ คือ [(นาม / นามวลี) +soj + กริยาสกรรม (+ คำเชื่อม dih)+ นาม / นามวลี] นว. ซึ่งเป็นนามวลีที่มีหน่วยขยายอยู่หน้าหน่วยหลักเหมือนโครงสร้างนามวลีภาษาจีนกลาง ในขณะที่นามวลีภาษาจ้วง มีหน่วยขยายอยู่หลังหน่วยหลัก

1.3.2 คำช่วยกริยา gojyij "สามารถ ได้"

คำว่า gojyij เป็นยืมแบบทับศัพท์มาจากคำภาษาจีนกลางว่า 可以 (k ě y ĭ) ในภาษาจีนกลาง 可以 (k ě y ĭ) เป็นทั้งคำคุณศัพท์และคำช่วยกริยา แต่คำยืม gojyij ในภาษาจ้วงใช้เป็นคำช่วยกริยาเท่านั้น ไม่พบตัวอย่างที่ทำหน้าที่เป็นคำคุณศัพท์

คำว่า gojyij ในภาษาจ้วงมีความหมาย 2 ความหมาย คือ 1) มีความหมายว่า "สามารถ, ได้" 2) มีความหมายว่า "อนุญาต" ดังตัวอย่างต่อไปนี้

ตัวอย่าง gojyij ในภาษาจ้วงที่มีความหมายว่า "สามารถ"

ตัวอย่าง

Gou gojyij mbouj gwn ngaiz, ngoenz daengz haemh aeu lwgbiek guh can. (2003-6-15)

ฉัน สามารถ ไม่   กิน   ข้าว, วัน   ถึง   ค่ำ   เอา เผือก ทำ อาหาร

"ฉันสามารถกินเผือกเป็นอาหารทั้งวันโดยไม่ต้องกินข้าวได้"

ตัวอย่าง gojyij ในภาษาจ้วงที่มีความหมายว่า "ได้"

ตัวอย่าง

... raq rumz rauh he couh gojyij   dawz de bongj laemx nei. (1997-6-10)

ห่า ลม เล็ก หนึ่ง ก็   สามารถ ทำให้ เขา พัด   ล้ม   คำแสดงทัศนภาวะ

"...ลมเบาๆ ก็จะสามารถพัดให้เธอล้มได้"

ตัวอย่าง gojyij ในภาษาจ้วงที่มีความหมายว่า "อนุญาต"

ตัวอย่าง

...gyangngoenz gojyij bae ra de aeu, gaej youq banhaemh caeg. (1993-3-20)

กลางวัน   ให้   ไป หา เขา เอา, อย่า อยู่   กลางคืน   ขโมย

"ให้ไปขอเขาเอาตอนกลางวัน อย่าไปลักขโมยตอนกลางคืน"

เมื่อเปรียบเทียบกับภาษาจีนกลาง คำช่วยกริยา gojyij ในภาษาจ้วงมาตรฐานมีความหมายแคบกว่าคำช่วยกริยา 可以 (kěyǐ) ในภาษาจีนกลาง 可以 (kěyǐ) ยังมีอีกความหมายหนึ่ง คือ "ใช้ได้ ไม่เลว" ซึ่งเป็นความหมายที่ไม่พบในภาษาจ้วง

ในภาษาจ้วง คำช่วยกริยาที่มีความหมายว่า "สามารถ ได้" คือ ndaej คำนี้ใช้เป็นคำช่วยกริยาและมีตำแหน่งอยู่หน้าคำกริยาเช่นเดียวกับคำภาษาจีนกลาง 可以 (kěyǐ) ดังนั้น ประโยคตัวอย่างข้างต้นอาจพูดอีกอย่างหนึ่งได้ว่า

"... raq rumz rauh he couh ndaej dawz de bongj laemx..."

ห่า ลม เล็ก หนึ่ง ก็   สามารถ ทำให้ เขา พัด   ล้ม

"...ลมเบาๆ ก็จะสามารถพัดให้เธอล้มได้"

ส่วนคำที่มีความหมายว่า "อนุญาต" ในภาษาจ้วง พบเฉพาะในประโยคคำถามที่ถามเพื่อขออนุญาตเท่านั้น ดังนั้น คำว่า gojyij นำหน้าคำกริยาและมีความหมายว่า "อนุญาต" จึงเป็นรูปประโยคในภาษาจีน

1.4 คำกริยาวิเศษณ์

1.4.1 คำกริยาวิเศษณ์ caiq "อีก จึงค่อย"

คำว่า caiq "อีก จึงค่อย" เป็นคำยืมทับศัพท์มาจากคำภาษาจีนกลางว่า 再 (zài) "อีก" ในภาษาจีนกลางคำว่า 再 (zài) "อีก" เป็นคำกริยาวิเศษณ์ มีความหมายแตกต่างกัน 5 ประการดังนี้ (中国社会科学院语言研究所词典编辑室, 2002:1566-1567; 吕叔湘, 1999:642-643)

1) ความหมาย "อีกครั้ง" เช่น

再版 (zàibǎn)

อีก พิมพ์

"พิมพ์อีกครั้ง"

2) ความหมาย "กว่านี้" เช่น

再高一点儿 (zài gāo yī diǎnr)

อีก สูง นิดหนึ่ง

"สูงกว่านี้อีกนิด"

3) ความหมาย "สมมุติว่าหากทำอย่างนั้นต่อไปจะเกิดอะไรขึ้น" เช่น

再不走就赶不上火车了。(Zài bù zǒu jiù gǎn bú shàng huǒchē le)

อีก ไม่ ไป ก็ ไล่ ไม่ ทัน รถไฟ แล้ว

"ถ้ายังไม่ไปอีก ก็จะไม่ทันรถไฟแล้วนะ"

4) ความหมาย "จะเกิดขึ้นในเวลาใดเวลาหนึ่ง หรือเกิดขึ้นหลังจากเรื่องใดเรื่องหนึ่งเกิดขึ้นแล้ว" เช่น

明天再回答大家的问题吧。(Míngtiān zài huídá dàjiā de wèntí ba)

พรุ่งนี้ ค่อย ตอบ ทุกคน ปัญหา นะ

"พรุ่งนี้ค่อยตอบปัญหาของทุกคนนะ"

咱们看完了这个节目再走。(Zánmen kàn wán le zhège jiémù zài zǒu)

เรา ดู จบ แล้ว นี้ ลน. รายการ ค่อย ไป

"เราดูรายการนี้จบแล้วค่อยไป"

5) ความหมาย "เพิ่มเติมจากที่กล่าวมา" เช่น

懂英语的，一个是小王，一个是小李，再一个小张。

(Dǒng yīngyǔ de, yīgè shì xiǎowáng, yīgè shì xiǎolǐ, zài yīgè shì xiǎozhāng)

รู้ ภาษาอังกฤษ ที่,คนหนึ่ง คือ คุณหวัง,คนหนึ่ง คือ คุณหลี่,อีก คนหนึ่ง คุณจัง

"คนที่รู้ภาษาอังกฤษ มีคุณหวัง คุณหลี่ ส่วนอีกคนก็คือคุณจัง"

ในงานวิจัยนี้ พบว่าคำยืม caiq "อีก ค่อย" ในภาษาจ้วงใช้ใน 3 กรณีต่อไปนี้เท่านั้น

1) caiq ใช้หมายถึงกระทำเพิ่มจากเดิมหรือกระทำซ้ำอีก

ในภาษาจ้วงเดิมคำกริยาวิเศษณ์ที่มีความหมายคล้ายคำยืมภาษาจีนกลางว่า caiq "อีก ค่อย" คือคำว่า dem "อีก" คำนี้มีโครงสร้าง "กริยา + dem" (韦庆稳,1985:95-96)

ตัวอย่าง

Mwngz laengh caengz imq, couh engq gwn dem ma!

คุณ หาก ยังไม่ อิ่ม, ก็ ยิ่ง กิน อีก สิ

"ถ้าคุณยังไม่อิ่ม ก็กินอีกสิ"

อย่างไรก็ตาม คำยืมภาษาจีนกลาง caiq "อีก ค่อย" มีโครงสร้างต่างกับคำจ้วง dem คือใช้โครงสร้าง "caiq + กริยา" นอกจากนี้ จากตัวอย่างพบว่า คำว่า caiq "อีก ค่อย" ส่วนใหญ่จะปรากฏในประโยคปฏิเสธ หาก caiq อยู่หลังคำปฏิเสธ หมายความว่า "ไม่...อีก" หาก caiq อยู่หน้าคำปฏิเสธ จะใช้ในความหมายที่เน้นมากกว่ากรณีอยู่หลังคำปฏิเสธ คือ มีหมายความว่า "จะไม่...อีกตลอดไป"

ตัวอย่าง

Mwngz mbouj ndaej caiq ninz youq ranz gou. (1998-1-23)

คุณ ไม่ ได้ อีก นอน อยู่ บ้าน ฉัน

"คุณจะนอนบ้านฉันอีกไม่ได้"

2) caiq ใช้ในความสมมติว่าหากทำเช่นนั้นต่อไปจะเกิดอะไรขึ้น

ตัวอย่าง

De caiq mbouj lauxsaed, gou couh sousaeb de! (1997-1-5)

เขา อีก ไม่ เชื่อฟัง, ฉัน ก็ จัดการ เขา

"หากเขาไม่เชื่อฟังอีก ฉันก็จะจัดการเขา"

3) caiq ใช้ในความหมายว่าจะเกิดขึ้นในเวลาใดเวลาหนึ่ง หรือเกิดตามหลังกริยาอื่น

ในภาษาจ้วง คำกริยาวิเศษณ์ที่มีความหมายใกล้เคียงกับคำยืมภาษาจีนกลาง caiq ในความหมายนี้มี 2 คำ คือ คำว่า yaeng "ค่อย" และคำว่า vaeh "ค่อย" ในภาษาจ้วงทั้งคำว่า yaeng "ค่อย" และคำว่า vaeh "ค่อย" ปรากฏอยู่ระหว่างกริยา 2 กริยาที่เกิดขึ้นตามลำดับกัน

ตัวอย่าง

Rauq sat yaeng (หรือ vaeh) ndaem naz. (韦庆稳,1985:104)

พรวน เสร็จ ค่อย   ดำ   นา

"พรวนเรียบร้อยแล้วจึงค่อยดำนา"

ส่วนคำกริยาวิเศษณ์ caiq "อีก ค่อย" ปรากฏอยู่หน้าคำกริยา มีโครงสร้างเป็น "caiq + กริยา"

ตัวอย่าง

Lajbonghngoenz caiq daeuj lingx ndei lwi? (1998-1-10)

ช่วงบ่าย   ค่อย มา   รับ ดี ไหม

"ช่วงบ่ายค่อยมารับดีไหม"

ตัวอย่าง

Mbouj gib lo, hwnj hojceh caiq gangj.(2004-3-10)

ไม่   ทัน แล้ว,ขึ้น รถไฟ ค่อย พูด

"ไม่ทันเสียแล้ว ขึ้นรถไฟก่อนค่อยว่ากัน"

การยืมคำว่า caiq "อีก จึงค่อย" จากภาษาจีนกลางมาใช้ ทำให้ภาษาจ้วงเกิดโครงสร้าง "คำกริยาวิเศษณ์ caiq+กริยา/กริยาวลี" ขึ้น

1.4.2 คำกริยาวิเศษณ์ gizgiz "มากๆ"

ในภาษาจ้วง คำกริยาวิเศษณ์ raixcaix มีความหมายว่า "มากๆ" ปรากฏหลังคำคุณศัพท์หรือคำกริยาที่ขยาย คือ มีโครงสร้างเป็น "คำคุณศัพท์ / คำกริยา + raixcaix"

ส่วนในภาษาจีนกลาง คำว่า 极其(jíqí) "มาก" เป็นคำกริยาวิเศษณ์ ใช้ขยายคำคุณศัพท์หรือคำกริยา คำ极其 (jíqí) "มาก" จะวางไว้ในตำแหน่งหน้าคำคุณศัพท์หรือคำกริยา มีโครงสร้างเป็น "极其 (jíqí)+ คำคุณศัพท์ / คำกริยา"

ภาษาจ้วงยืมคำกริยาวิเศษณ์极其 (jíqí) "มาก" จากภาษาจีนมาใช้ว่า gizgiz "มากๆ" และจำกัดใช้เฉพาะในภาษาเขียนเท่านั้น (吕叔湘,1999:287) คำกริยาวิเศษณ์ gizgiz ในภาษาจ้วงมีโครงสร้างเหมือนคำ极其(jíqí) ในภาษาจีนกลาง คือมีโครงสร้าง "gizgiz + คำคุณศัพท์ / คำกริยา"

ตัวอย่าง

gij gingjsaek daihhaij gizgiz gyaeundei maez vunz haenx (2000-4-11)

ลน ทิวทัศน์ ทะเล มากๆ สวยงาม หลงใหล คน นั้น

"ทิวทัศน์ทะเลที่สวยงามน่าเพลิดเพลินนั้น"

ผู้วิจัยสังเกตว่า คำยืม gizgiz "มากๆ" ปรากฏมากกว่าคำจ้วง raixcaix "มากๆ" ในข้อมูลภาษาเขียน แต่ผู้วิจัยในฐานะผู้พูดภาษาจ้วง สังเกตว่าในภาษาพูด ยังคงใช้คำจ้วง raixcaix "มากๆ" มากกว่า

1.4.3 คำยืมกริยาวิเศษณ์บอกทัศนภาวะ (modality) nanzdauh "หรือว่า เชียวหรือ"

คำว่า nanzdauh "หรือว่า เชียวหรือ" เป็นคำที่ยืมแบบทับศัพท์มาจากภาษาจีนกลางว่า 难道 (nándào) ในภาษาจีนกลางใช้เป็นคำกริยาวิเศษณ์บอกทัศนภาวะ ใช้เน้นการถามย้อนว่า "เป็นไปไม่ได้ ไม่ควรเป็นเช่นนั้น" คำนี้ใช้ในตำแหน่งหน้าประธานของประโยคหรืออยู่หน้ากริยา ประโยคถามย้อนที่มีคำว่า 难道(nándào) อยู่มักจะมีคำอนุภาคว่า 吗 (ma)"หรือ" หรือ 不成 (bùchéng) "ไม่เป็น" อยู่ท้ายประโยค (吕叔湘,

บทที่ 6

1999:287) ดังตัวอย่างต่อไปนี้

ตัวอย่าง

你 难道 一点儿 都 不 知道吗?

(Nǐ nándào yīdiǎnr dōu bù zhīdào ma)

คุณ เชียวหรือ นิดเดียว ล้วน ไม่ รู้ หรือ

"เป็นไปได้ยังไงที่คุณไม่รู้อะไรเลย" หมายความว่า "คุณต้องรู้"

ส่วนคำว่า nanzdauh "หรือว่า เชียวหรือ" ในภาษาจ้วงไม่พบว่าจะต้องมีคำใดใช้คู่กันที่ท้ายประโยค

ตัวอย่าง

Guh gvanbaz cib bi, nanzdauh mwngz caengz rox sim gou? (1987-5-5)

ทำ ผัวเมีย สิบ ปี, nanzdauh คุณ ยังไม่ รู้ ใจ -ฉัน

"เป็นผัวเมียกันมาสิบปีแล้ว คุณยังไม่รู้ใจฉันเชียวหรือ" หมายความว่า "คุณต้องรู้ใจฉัน"

คำว่า nanzdauh ในภาษาจ้วง นอกจากใช้ถามย้อนและเน้นความแบบคำ 难道 (nán dào) ในภาษาจีนกลางแล้ว ยังพบกรณีที่เป็นคำถามแสดงความสงสัยหรือเอะใจ ดังตัวอย่างไปต่อนี้ ซึ่งเป็นตัวอย่างการถามเพราะสงสัยหรือเอะใจ

ตัวอย่าง

Beixnuengx gou gig gyaez ciengx roeg, nanzdauh caen dwg de caeg? (1994-6-14)

พี่น้อง ฉัน มาก ชอบ เลี้ยง นก, หรือว่า จริง เป็น เขา ขโมย

"ญาติฉันก็ชอบเลี้ยงนกมาก หรือว่าเขาเป็นคนขโมย?"

การยืมคำกริยาวิเศษณ์ nanzdauh จากภาษาจีนกลางมาใช้ ทำให้ภาษาจ้วงมีรูปประโยคถามย้อนแบบใหม่เกิดขึ้น โดยมีคำกริยาวิเศษณ์บอกทัศนภาวะ nanzdauh "หรือว่า เชียวหรือ" อยู่หน้ากริยาหรืออยู่หน้าประธานของประโยค เดิมในภาษาจ้วงจะ

แสดงการถามย้อนด้วยคำบอกมาลาท้ายประโยค

โดยสรุป การยืมคำสันธานและคำบุพบทจากภาษาจีนกลางมีลักษณะดังนี้

1) เดิมในภาษาจ้วงไม่มีคำหรือโครงสร้างนั้นๆ แต่ได้ยืมคำจีนกลางเข้ามา ทำให้เกิดโครงสร้างใหม่ เช่น การยืมคำสันธาน mboujlwnh "ไม่ว่า" ทำให้เกิดประโยคเงื่อนไขที่ขึ้นต้นด้วย mboujlwnh "ไม่ว่า" การยืมคำกริยาวิเศษณ์บอกทัศนภาวะ nanzdauh "เชียวหรือ" ทำให้เกิดประโยคถามย้อนที่ขึ้นต้นด้วย nanzdauh "เชียวหรือ" และการยืมคำช่วย soj ทำให้เกิดโครงสร้างนามวลีโครงสร้างใหม่ [(นาม / นามวลี) + soj + กริยาสกรรม (+ คำเชื่อม) + นาม / นามวลี] นามวลี

2) เดิมภาษาจ้วงมีคำและโครงสร้างนั้นๆ อยู่แล้ว แต่ได้ยืมคำและโครงสร้างจากภาษาจีน และพบว่ามีใช้ทั้งโครงสร้างเก่าและโครงสร้างใหม่ เช่น คำสันธานที่เชื่อมข้อความที่แย้งกัน danh/danhseih "แต่" คำกริยาวิเศษณ์ gizgiz "มากๆ" และคำช่วยกริยา gojyij "สามารถ ได้"

3) เดิมภาษาจ้วงมีคำและโครงสร้างนั้นๆ อยู่แล้ว เมื่อได้ยืมคำและโครงสร้างจากภาษาจีน และใช้จนเกือบจะแทนที่หรือมีแนวโน้มจะแทนที่คำและโครงสร้างแบบจ้วง เพราะว่าไม่พบโครงสร้างแบบจ้วงแล้วหรือพบน้อยมาก เช่น คำสันธานบอกเงื่อนไข cijaeu "ขอเพียงแต่"

4) เดิมภาษาจ้วงมีโครงสร้างแบบจ้วงอยู่แล้ว แต่ได้ยืมโครงสร้างแบบใหม่เข้ามาพร้อมกับคำสันธานจีนกลาง และพบว่ามีการใช้โครงสร้างจ้วงเดิมโดยใช้คำสันธานจีนกลางแทนที่คำสันธานจ้วง และยังคงพบโครงสร้างเดิมแบบจ้วงอยู่ เช่น การยืมคำสันธานเชื่อมข้อความที่เป็นเหตุและผลแก่กัน sojyij "เพราะฉะนั้น" พร้อมกับโครงสร้างประโยคที่ใช้คำสันธานคู่

2. การเกิดโครงสร้างใหม่โดยการเลียนแบบโครงสร้างภาษาจีนกลาง

ภาษาตระกูลไทเป็นภาษาที่เรียงคำในประโยคแบบ ประธาน-กริยา-กรรม (SVO)

จากผลการศึกษาภาษามากกว่า 30 ภาษาทั่วโลก กรีนเบิร์ก (Greenberg, 1966) ได้สรุปคุณสมบัติของภาษา SVO เป็น "SVO/Pr/NG/NA" กล่าวคือ ภาษา SVO มักมีคำบุพบทอยู่หน้าคำนาม (Pr) มีหน่วยขยายบอกความเป็นเจ้าของอยู่หลังคำนามหรือนามวลีที่เป็นหน่วยหลัก (NG) และมีหน่วยขยายที่เป็นคำคุณศัพท์หรือคุณศัพท์วลีอยู่หลังคำนามหรือนามวลีที่เป็นหน่วยหลัก (NA) ซึ่งภาษาตระกูลไทรวมทั้งภาษาจ้วงก็มีแบบลักษณ์ภาษาที่ตรงกับลักษณะดังกล่าว แต่ภาษาที่กรีนเบิร์กนำมาศึกษานั้นไม่มีภาษาจีน ซึ่งภาษาจีนก็เป็นภาษาแบบ SVO เช่นกัน แต่กลับมีลักษณะของภาษาแตกต่างกับลักษณะที่กรีนเบิร์กสรุปไว้ กล่าวคือ แม้ภาษาจีนจะมีคำบุพบทอยู่หน้าคำนามเช่นเดียวกับภาษา SVO อื่นๆ แต่ภาษาจีนก็มีหน่วยขยายที่บอกความเป็นเจ้าของอยู่หน้าคำนาม และมีหน่วยขยายที่เป็นคำคุณศัพท์หรือคุณศัพท์วลีอยู่หน้าคำนามหรือนามวลีที่เป็นหน่วยหลัก น่าสังเกตว่า แม้ว่าภาษาจีนกลางกับภาษาจ้วงซึ่งเป็นภาษาตระกูลไท จะเป็นภาษา SVO เหมือนกัน แต่การลำดับคำในวลีแตกต่างกัน ข้อแตกต่างระหว่างกันนั้นอาจทำให้เกิดการถ่ายโอนกันได้จนทำให้ภาษาเกิดการเปลี่ยนแปลงขึ้นเมื่อภาษา 2 ภาษาสัมผัสกันอย่างเข้มข้นพอและเป็นเวลานานพอ

ในการวิจัยครั้งนี้ ผู้วิจัยพบว่าการลำดับคำในนามวลีและบุพบทวลีของภาษาจ้วงค่อนข้างสลับซับซ้อน แม้ว่าภาษาจ้วงจะมีทั้งโครงสร้างวลีที่เหมือนกันกับภาษาไทสาขาอื่นๆ อันเป็นลักษณะร่วมของภาษาตระกูลไท แต่ภาษาจ้วงก็มีโครงสร้างวลีใหม่ที่ไม่พบในภาษาไทสาขาอื่นๆ อยู่ด้วย โครงสร้างวลีใหม่นี้เหมือนกับโครงสร้างวลีในภาษาจีนกลาง และไม่พบในภาษาไทสาขาอื่น

2.1 นามวลี

นามวลี คือ กลุ่มคำซึ่งมีคำนามเป็นส่วนประกอบสำคัญ เรียกว่าหน่วยหลัก และมีส่วนประกอบอื่นๆ ขยายหน่วยหลัก เรียกว่าหน่วยขยาย (นววรรณ พันธุเมธา, 2551:145)

หน่วยหลักของนามวลีในภาษาจ้วงอาจเป็นคำนามหรือคำลักษณนามคำเดียว

หากหน่วยหลักเป็นคำนาม 2 คำขึ้นไปต้องมีคำเชื่อมอยู่ด้วย ส่วนหน่วยขยายอาจเป็นคำนาม คำสรรพนาม คำลักษณนาม คำกริยาหรือกริยาวลี คำคุณศัพท์หรือคุณศัพท์วลี อนุพากย์คุณศัพท์ คำบอกจำนวน คำบอกลำดับที่ ฯลฯ ก็ได้ ตามสากลลักษณ์ของภาษา (Language Universals) และ ลักษณะสากลบ่งชี้ (Implicational Universals) ของแบบลักษณ์ภาษา ลำดับคำในนามวลีของภาษาจ้วงเป็นแบบ NN(head), NG, NA, N+Relv สรุปรวมเป็นโครงสร้าง "หน่วยหลัก + หน่วยขยาย" ยกเว้นนามวลีที่มีหน่วยขยายเป็นคำบอกจำนวนหรือคำบอกลำดับ ดังรายละเอียดต่อไปนี้ (韦庆稳, 1985: 169-189)

โครงสร้าง 1

นาม / ลักษณนาม + นาม / สรรพนาม / กริยา / คุณศัพท์

ตัวอย่าง

bat faex　　　　　　　　　　　　saw raeuz

กะละมัง-ไม้　　　　　　　　　　*หนังสือ-เรา*

"กะละมังที่ทำด้วยไม้"　　　　　　　"หนังสือของเรา"

va nding　　　　　　　　　　　doxgaiq yungh

ดอกไม้-แดง　　　　　　　　　　*สิ่งของ-ใช้*

"ดอกไม้แดง"　　　　　　　　　　"ของใช้"

โครงสร้าง 2

นาม / นามวลี + nem / caeuq / roxnaeuz + นาม / นามวลี

คำว่า nem "และ" กับ caeuq "กับ" เป็นคำสันธานที่เชื่อมหน่วย 2 หน่วยที่เหมือนกัน ส่วนคำว่า roxnaeuz "หรือ" เป็นคำสันธานที่เชื่อมหน่วย 2 งหน่วยที่ให้เลือก

ตัวอย่าง

boh caeuq meh　　　　　　　　roegfek roxnaeuz roegxraeu

พ่อ　กับ　แม่　　　　　　　　　*นกกระทา หรือว่า　นกเขา*

"พ่อกับแม่"　　　　　　　　　　　"นกนกกระทาหรือนกเขา"

บทที่ 6

นามวลีที่บอกจำนวนหรือลำดับมีโครงสร้าง 2 โครงสร้างดังนี้

โครงสร้าง 1

คำบอกจำนวน / คำบอกลำดับที่ + ลักษณนาม (+ นาม / นามวลี)

ตัวอย่าง

sam duz   daihroek bonj

สาม ตัว   ที่หก   เล่ม

"สามตัว"   "เล่มที่หก"

โครงสร้าง 2

"ลักษณนาม + (นาม/นามวลี +) คำบอกลำดับที่/คำบ่งชี้"

ตัวอย่าง

aen haenx   mbaw cibsam

อัน นั้น   ใบ   สิบสาม

"อันนั้น"   "ใบที่สิบสาม"

ส่วนนามวลีของภาษาจีนกลาง มีหลายรูปแบบด้วยกัน ได้แก่

1) นามวลีเชื่อมความ

ตัวอย่าง   他和我(tā hé wǒ) "เขาและฉัน"

2) นามวลีที่มีหน่วยหลักหน่วยขยาย

ตัวอย่าง   他的书(tā de shū) "หนังสือของเขา"

3) นามวลีที่มีหน่วยอ้างถึงสิ่งเดียวกัน

ตัวอย่าง   我们渔民(wǒmen yúmín) "เราชาวประมง"

4) นามวลีบอกสถานที่

ตัวอย่าง   桌子上(zhuōzi shàng) "บนโต๊ะ"

5) นามวลีที่มีลักษณนามเป็นหน่วยหลัก

ตัวอย่าง   一个（人）(yī gè) "คนเดียว"

6) นามวลีที่ลงท้ายด้วยคำช่วยเชิงโครงสร้าง (structural auxiliary word) 的 (de)

ตัวอย่าง 卖菜的 (mài cài de) "คนขายผัก"

7) นามวลีที่มีคำช่วยเชิงโครงสร้าง 所 (suǒ)

ตัวอย่าง 所需 (suǒ xū) "ที่ต้องการ"

ส่วนนามวลีที่มีหน่วยหลักกับหน่วยขยาย หน่วยขยายอาจเป็นนามหรือนามวลี เป็นคุณศัพท์หรือคุณศัพท์วลี เป็นกริยาหรือกริยาวลี เป็นสรรพนาม เป็นปริมาณวลี เป็นอนุพากย์คุณศัพท์ หรือเป็นบุพบทวลี (陆剑明,1983) โดยมีการลำดับคำตรงข้ามกับภาษาจ้วง คือ หน่วยขยายอยู่หน้าหน่วยหลัก (หน่วยขยาย + หน่วยหลัก) ในกรณีที่นามวลีมีหน่วยขยายมากกว่า 1 หน่วย ลำดับก่อนหลังของหน่วยขยายแต่ละหน่วยจะค่อนข้างแน่นอน

ส่วนในภาษาจ้วง หน่วยขยายส่วนใหญ่จะอยู่หลังหน่วยหลัก มีหน่วยขยายที่บอกจำนวน (มากกว่า 1) และลำดับเท่านั้นที่อยู่หน้าหน่วยหลัก

จากการรวบรวมข้อมูลพบว่า หน่วยหลักของนามวลีในภาษาจ้วงอาจจะเป็นคำนามหรือนามวลี คำลักษณนาม หรือคำสรรพนาม ส่วนหน่วยขยายนั้น อาจเป็นคำนามหรือนามวลี คำคุณศัพท์หรือคุณศัพท์วลี คำกริยาหรือกริยาวลี อนุพากย์คุณศัพท์ ปริมาณวลี ซึ่งอาจปรากฏมากกว่า 1 หน่วยก็ได้ โครงสร้างนามวลีที่พบในภาษาจ้วงมี 4 แบบด้วยกัน คือ "หน่วยหลัก + หน่วยขยาย" "หน่วยขยาย + หน่วยหลัก" "หน่วยขยาย + หน่วยหลัก + หน่วยขยาย" และนามวลีที่ไม่มีหน่วยหลัก ดังรายละเอียดต่อไปนี้

2.1.1 นามวลีโครงสร้าง "หน่วยหลัก + หน่วยขยาย"

โครงสร้างนามวลีนี้เป็นโครงสร้างที่มีอยู่แล้วในภาษาจ้วง หน่วยหลักและหน่วยขยายอาจเป็นคำจ้วงหรือคำยืมภาษาจีนกลางก็ได้ ดังรายละเอียดต่อไปนี้

1) **หน่วยหลัก** + หน่วยขยาย

นามหลัก + นามวลี

ตัวอย่าง

diuz roen seveicujyi miz daegsaek Cungguek (2007-3-4)

เส้น ถนน สังคมนิยม มี เอกลักษณ์ จีน

"เส้นทางสังคมนิยมเอกลักษณ์จีน"

2) **หน่วยหลัก**   + หน่วยขยาย

   นามหลัก   + คำคุณศัพท์ + คำนาม + คำบ่งชี้

ตัวอย่าง

Gij gingjsaek gyaeundei caujyenz haenx (1997-1-8)

ลน. ทิวทัศน์ สวยดี สนามหญ้า นั้น

"ทิวทัศน์อันสวยงามของสนามหญ้า"

3) **หน่วยหลัก**   + หน่วยขยาย

   นามหลัก   + คำนาม + กริยาวลี + คำบ่งชี้

ตัวอย่าง

gij saeh raen mbouj ndaej vunz haenx (1997-6-5)

ลน เรื่อง เห็น ไม่ ได้ คน นั้น

"เรื่องที่น่าอับอายแบบนั้น"

4) **หน่วยหลัก**   + หน่วยขยาย

   นามหลัก   + กริยาวลี + คำสรรพนาม

ตัวอย่าง

Gij **dan** gai byaekheu yendaiva gou hix mbouj beij aen dan mwngz ca. (2003-5-10)

ลน.แผง ขาย ผักเขียว ทันสมัย ฉัน ก็ ไม่ กว่า อัน แผง คุณ แย่

"แผงขายผักแบบทันสมัยของฉันก็ไม่ได้แย่กว่าของคุณ"

5) **หน่วยหลัก**   + หน่วยขยาย

   นามหลัก   + คำกริยา + คำนาม

ตัวอย่าง

Boux cejfou dang le **boux gicej** okmingz Nanzgyangh lo mbouj bang ndaej gijmaz. (2005-2-5)

*ผู้ พี่เขย เป็น แล้ว **ผู้ นักข่าว** มีชื่อเสียง เมืองนันยาง แล้ว ไม่ ช่วย ได้ อะไร*

"พี่เขยเป็นถึงนักข่าวที่มีชื่อเสียงของเมืองนันยางแล้วก็ยังช่วยอะไรไม่ได้"

6) **หน่วยหลัก** + หน่วยขยาย

นามหลัก + คุณศัพท์+กริยาวลี

ตัวอย่าง

Neix coudwg **gij cozbinj** ndei diciz yindung he. (2007-2-15)

นี่ ก็คือ ลน. ผลงาน ดี ธรณี เคลื่อนไหว คำแสดงทัศนภาวะ.

"นี่เป็นผลของการเคลื่อนตัวของแผ่นดินที่ให้ผลในทางที่ดี"

2.1.2 นามวลีโครงสร้าง "หน่วยขยาย + หน่วยหลัก"

โครงสร้างนามวลีแบบ "หน่วยขยาย + หน่วยหลัก" เป็นโครงสร้างใหม่ที่พบในภาษาจ้วงปัจจุบัน โครงสร้างแบบใหม่นี้ตรงกับโครงสร้างนามวลีของภาษาจีนกลาง หน่วยหลักอาจเป็นคำนามหรือนามวลี ส่วนหน่วยขยายอาจเป็นคำนามหรือนามวลี กริยาหรือกริยาวลี คุณศัพท์หรือคุณศัพท์วลี อนุพากย์คุณศัพท์ ฯลฯ และส่วนขยายสามารถปรากฏมากกว่า 1 หน่วยก็ได้

เมื่อหน่วยหลักและหน่วยขยายเป็นคำนาม และหน่วยขยายมีเพียงหน่วยเดียวและเป็นคำนามคำเดียว คำนามทั้งที่ใช้เป็นหน่วยหลักและหน่วยขยายจะเป็นคำนามที่ยืมมากจากภาษาจีนกลางเท่านั้น ไม่พบคำนามที่เป็นคำจ้วงอยู่ในโครงสร้างนี้

1) โครงสร้าง	หน่วยขยาย	+ **หน่วยหลัก**
	นาม	นามหลัก
	คำเดี่ยว	คำเดี่ยว

คำยืมจีนกลาง คำยืมจีนกลาง

ตัวอย่าง

yizbwnj **canjbinj** (2003-5-15)

ญี่ปุ่น ผลิตภัณฑ์

"ผลิตภัณฑ์ญี่ปุ่น"

คำนามที่ทำหน้าที่ขยายหน่วยหลักอาจมีมากกว่า 1 หน่วย และขยายหน่วยหลักเป็นขั้นๆ จากหน่วยที่อยู่ใกล้หน่วยหลักที่สุดไปจนถึงหน่วยที่อยู่ไกลหน่วยหลักที่สุด

ตัวอย่าง

seiqgyaiq cungj **canjlieng** (2007-4-11)

โลก รวม ปริมาณการผลิต

"ปริมาณการผลิตโดยรวมของโลก"

2) โครงสร้าง	หน่วยขยาย	+ **หน่วยหลัก**
	นามวลี	นามหลัก
		คำยืมจีนกลาง

นามวลีในโครงสร้างนี้ นามหลักยังคงเป็นคำนามที่ยืมจากภาษาจีน

ตัวอย่าง

gunghgung veiswngh dijhi **gensez** ndaej daengz gyagiengz. (2007-3-4)

สาธารณะ อนามัย ระบบ การสร้างสรรค์ ได้ ถึง เสริมให้แกร่ง

"การสร้างสรรค์ระบบอนามัยสาธารณสุขได้เสริมให้แข็งแกร่งขึ้น"

หน่วยขยายอีกลักษณะหนึ่งเป็นนามวลีที่ประกอบด้วยข้อความคู่ขนานโดยมีคำ

caeuq “กับ, และ” เชื่อมระหว่างสองข้อความที่ทำหน้าที่ขยายหน่วยหลักร่วมกัน

ตัวอย่าง

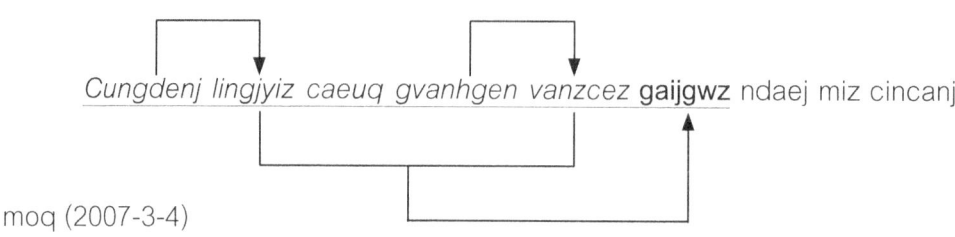

Cungdenj lingjyiz caeuq gvanhgen vanzcez **gaijgwz** ndaej miz cincanj moq (2007-3-4)

สำคัญ แขนง กับ สำคัญ ขั้นตอน ***การปฏิรูป*** *ได้ มี ความคืบหน้าใหม่*

“การปฏิรูปในขั้นตอนปลีกย่อยและขั้นตอนสำคัญคืบหน้าใหม่ไป”

3) โครงสร้าง	หน่วยขยาย	+ **หน่วยหลัก**
	คุณศัพท์ / คุณศัพท์วลี	นามหลัก
		คำยืมจีนกลาง

ในภาษาจ้วงคำคุณศัพท์อยู่ในตำแหน่งหลังหน่วยหลัก อย่างไรก็ตาม ผู้วิจัยพบตัวอย่างคำคุณศัพท์ที่อยู่ในตำแหน่งหน้าหน่วยหลักอย่างโครงสร้างของภาษาจีนกลางด้วย แม้จะพบตัวอย่างไม่มากนักก็ตาม แต่หากหน่วยขยายเป็นคุณศัพท์วลีแล้ว พบตัวอย่างทั้งที่อยู่ในตำแหน่งหลังหน่วยหลักและตำแหน่งหน้าหน่วยหลัก คุณศัพท์วลีที่อยู่ในตำแหน่งหลังหน่วยหลักพบได้ทั่วไปมากกว่าคำคุณศัพท์ที่อยู่ในตำแหน่งหน้าหน่วยหลัก คำคุณศัพท์หรือคุณศัพท์วลีที่อยู่ในตำแหน่งหน้าหน่วยหลักทำหน้าที่ขยายคำนามหรือนามวลีที่เป็นหน่วยหลักนั้น เป็นโครงสร้างนามวลีใหม่ที่นำเข้ามาจากภาษาจีนกลางอันเป็นผลมาจากภาวะสัมผัสภาษา ไม่พบในภาษาจ้วงและภาษาไทอื่นมาก่อน

ตัวอย่าง

gij ndei **gyahyung dengi** (2006-2-18)

ลน. ดี ใช้ที่บ้าน เครื่องใช้ไฟฟ้า

"เครื่องใช้ไฟฟ้าดีๆ ที่ใช้ในบ้าน"

ตัวอย่าง

mbouj noix **mauzdun caeuq vwndiz.**(2007-3-5)

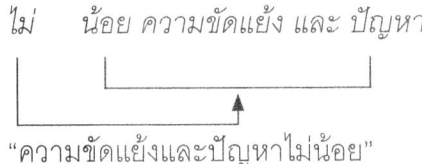

ไม่ น้อย ความขัดแย้ง และ ปัญหา

"ความขัดแย้งและปัญหาไม่น้อย"

4) โครงสร้าง	หน่วยขยาย	+ **หน่วยหลัก**
	นาม / นามวลี + คุณศัพท์ / คุณศัพท์วลี	นามหลัก คำยืมจีนกลาง

โครงสร้างนามวลีนี้ คำนามหรือนามวลีที่เป็นหน่วยขยายมักบอกขอบเขตของสถานที่

ตัวอย่าง

seiqgyaiq ceiq daemq maxmijniz. (2007-4-11)

โลก ที่สุด เตี้ย ม้ามินิ

"ม้ามินิที่เตี้ยที่สุดในโลก"

5) โครงสร้าง	หน่วยขยาย	+ **หน่วยหลัก**
	นาม / นามวลี + คุณศัพท์ + นาม / นามวลี	นามหลัก คำยืมจีนกลาง

นามวลีโครงสร้างนี้ คำนามหรือนามวลีที่อยู่ใกล้นามหลักจะเป็นนามหรือนามวลีที่บอกลักษณะของนามหลัก ไม่พบนามหรือนามวลีที่บอกความเป็นเจ้าของ ส่วน

นามหรือนามวลีที่อยู่ห่างออกไปอีก จะเป็นหน่วยขยายที่บอกขอบเขตสถานที่หรือเวลา ดังตัวอย่างสองตัวอย่างต่อไปนี้

ตัวอย่าง

cienzguek ceiqdaih batgak **canjdieg**. (2007-4-10)

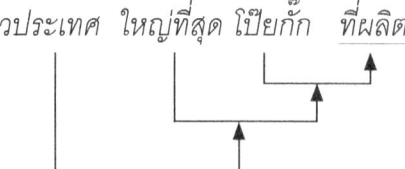

วประเทศ ใหญ่ที่สุด โป๊ยกั๊ก ที่ผลิต

"แหล่งผลิตโป๊ยกั๊กที่ใหญ่ที่สุดในประเทศ"

ตัวอย่าง

Mingzdai okmingz youzgi **cozgyah** (2007-2-15)

*ราชวงศ์หมิง มีชื่อเสียง นิราศ-**นักเขียน***

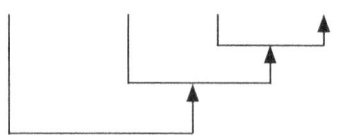

"นักเขียนนิราศที่มีชื่อเสียงสมัยราชวงศ์หมิง"

6) โครงสร้าง   หน่วยขยาย   + **หน่วยหลัก**
              กริยา   นามหลัก
                           คำยืมจีนกลาง

ผู้วิจัยพบตัวอย่างนามวลีที่มีคำกริยาเป็นหน่วยขยายน้อยมาก โครงสร้าง "กริยา+นาม / นามวลี" ส่วนใหญ่จะมีความสัมพันธ์แบบ "ภาคแสดง+กรรม" ในภาษาจีนกลางระหว่างคำกริยาที่เป็นหน่วยขยายกับคำนามหรือนามวลีที่เป็นหน่วยหลักมักมีคำเชื่อม 的 (de) เชื่อมอยู่ แต่ในภาษาจ้วงไม่มีคำเชื่อมในลักษณะนี้ ในโครงสร้างนามวลีแบบนี้คำนามที่เป็นหน่วยหลักมักเป็นคำยืมจากภาษาจีนกลาง ส่วนคำกริยาที่เป็นหน่วยขยายมักบอกขอบเขตและลักษณะของคำนามที่เป็นหน่วยหลัก

ตัวอย่าง

senhconz **yaugoj** (2006-8-7)

ประชาสัมพันธ์ ประสิทธิผล

"ประสิทธิผลของการประชาสัมพันธ์"

7) โครงสร้าง   หน่วยขยาย   + **หน่วยหลัก**
               กริยาวลี   นามหลัก
                                        คำยืมจีนกลาง

กริยาวลีที่ทำหน้าที่หน่วยขยายมักมีโครงสร้างเป็น "ภาคแสดง + กรรม" ดังตัวอย่าง

ตัวอย่าง

ok   guek   **soujsuz** (2006-8-5)

ออก ประเทศ **ธรรมเนียม**

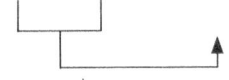

"ธรรมเนียมออกนอกประเทศ"

8) โครงสร้าง   หน่วยขยาย   + **หน่วยหลัก**
               อนุพากย์คุณศัพท์   นามหลัก
                                        คำยืมจีนกลาง

อนุพากย์คุณศัพท์ที่ทำหน้าที่เป็นหน่วยขยาย มักลดฐานะมาจาก "ประธาน + ภาคแสดง(+ กรรม)" ดังตัวอย่างต่อไป

ตัวอย่าง

meh Gyauhgyauh doek huz   deihfueng. (2007-5-60)

แม่ GYAUHGYAUH ตก ทะเลสาบ ***สถานที่***

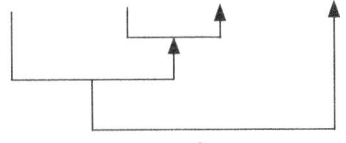

"ที่ที่แม่ GYAUHGYAUH ตกน้ำ"

สรุปโครงสร้างนามวลีในภาษาจ้วงที่มีโครงสร้างการเรียงลำดับ หน่วยหลัก-หน่วยขยาย เหมือนภาษาจีนกลาง ได้แก่โครงสร้างดังต่อไปนี้

ตารางที่ 6.1 ตารางแสดงโครงสร้างนามวลีภาษาจ้วงที่มีลำดับเป็น "หน่วยหลัก-หน่วยขยาย"

หน่วยขยาย	หน่วยหลัก
(นาม / นามวลี+)(คุณศัพท์ / คุณศัพท์วลี+) นาม / นามวลี	นาม / นามวลี
(นาม/นามวลี+) กริยา / กริยาวลี	
คุณศัพท์ / คุณศัพท์วลี	
อนุพากย์คุณศัพท์	

ผู้วิจัยพบว่านามวลีมีหน่วยขยายหลายหน่วยได้ จึงได้วิเคราะห์ลำดับหน่วยขยายนามวลีว่าหน่วยขยายลักษณะใดมักอยู่ใกล้ชิดกับหน่วยหลักและหน่วยขยายลักษณะใดอยู่ห่างกับหน่วยหลักไกลที่สุด หน่วยขยายต่างๆ เหล่านี้มีการลำดับอย่างไร

จากตัวอย่างนามวลีในภาษาจ้วงมาตรฐานที่ใช้โครงสร้าง "หน่วยขยาย + หน่วยหลัก" ทั้งหมด 131 ตัวอย่างที่ผู้วิจัยรวบรวมได้ พบว่าหน่วยขยายที่อยู่ใกล้หน่วยหลักส่วนใหญ่มักเป็นคุณศัพท์ แต่หากมีคำนามหรือนามวลีที่บอกลักษณะของหน่วยหลักอยู่ด้วย คำนามหรือนามวลีจะอยู่ใกล้กับหน่วยหลักมากที่สุด และพบว่า หน่วยขยายที่เป็นคำนามหรือนามวลีบอกขอบเขตสถานที่หรือบอกเวลา คำนามหรือนามวลีบอกความเป็นเจ้าของ มักปรากฏอยู่ตอนต้นของนามวลี ส่วนหน่วยขยายที่เป็นคำกริยาหรือกริยาวลี และหน่วยขยายที่เป็นอนุพากย์คุณศัพท์ มักลำดับอยู่หลังคำนามหรือนามวลีบอกสถานที่หรือบอกเวลา และคำนามและนามวลีบอกความเป็นเจ้าของ ดังตัวอย่างต่อไปนี้

ตัวอย่างนามวลีที่ลำดับแบบ "คำนามบอกขอบเขต-คำคุณศัพท์-คำนามบอกลักษณะ-**นามหลัก**"

ตัวอย่าง

Cunghyangh cujyau lingjdauj **dungzci** (1987-4-25)

*ส่วนกลาง   สำคัญ   ผู้นำ   **สหาย***

"สหายผู้นำสำคัญจากส่วนกลาง"

ตัวอย่างนามวลีที่ลำดับแบบ "นามวลีบอกขอบเขต-คำนามบอกสถานที่-สรรพนาม-**นามหลัก**"

ตัวอย่าง

guek raeuz baihnamz gak **minzcuz**.(1987-3-25)

*ประเทศ เรา ภาคใต้ ต่าง **ชนเผ่า***

"ชนเผ่าต่างๆ ทางตอนใต้ของประเทศเรา"

2.1.3 นามวลีโครงสร้าง "หน่วยขยาย + หน่วยหลัก + หน่วยขยาย"

ในงานวิจัยนี้ พบว่ามีนามวลีส่วนหนึ่งมีหน่วยขยายอยู่ทั้งข้างหน้าและข้างหลังของหน่วยหลัก ซึ่งในภาษาจีนกลางไม่พบโครงสร้างลักษณะนี้

เมื่อวิเคราะห์ลักษณะของหน่วยขยายของนามวลีในภาษาจ้วงก็พบว่า ในภาษาจ้วงเดิม หน่วยขยายที่อยู่หน้าหน่วยหลักได้ มีเพียงปริมาณวลีเท่านั้น

ตัวอย่าง

sam aen gyongdoengz

สาม อัน กลองสัมฤทธิ์

"กลองสัมฤทธิ์ 3 ใบ"

แต่ในงานวิจัยนี้ พบว่าหน่วยขยายประเภทอื่นๆ ที่อยู่หลังหน่วยหลักก็สามารถอยู่หน้าหน่วยหลักได้เช่นกัน ยกเว้นคำบ่งชี้และคำบอกจำนวนที่มีความหมายว่า "เดียว"

ในภาษาจ้วง คำบ่งชี้ neix "นี้" และ haenx "นั้น" ปรากฏอยู่หลังหน่วยหลักได้ทุกกรณี และจะปรากฏอยู่ลำดับท้ายสุดของนามวลี

ตัวอย่างนามวลีที่มีโครงสร้างเป็น "**นามหลัก** + คำบ่งชี้ นี้ / นั้น"

ตัวอย่าง

yawjnoix gou gij vunz haenx. (2007-5-47)

ดูถูก　　ฉัน ลน. คน นั้น

"พวกคนที่ดูถูกฉันนั้น"

ในกรณีที่คำบอกจำนวน ndeu "เดียว" ขยายหน่วยหลัก คำบอกจำนวน ndeu "หนึ่ง" จะอยู่หลังหน่วยหลักเสมอ และไม่เกิดร่วมกับคำบ่งชี้

ตัวอย่างนามวลีที่มีโครงสร้าง "นามหลัก + ndeu"

ตัวอย่าง

miz boux doengzhag ndeu soundaej daj ranz geiq daeuj fung saengq ndeu (1987-4-25)

มี ผู้ เพื่อนักเรียน หนึ่ง ได้รับ จาก บ้าน ส่ง มา ฉบับ จดหมาย หนึ่ง

"มีเพื่อนคนหนึ่งได้รับจดหมายฉบับหนึ่งที่ส่งมาจากทางบ้าน"

นอกจากคำบ่งชี้ neix "นี้" haenx "นั้น" และคำบอกจำนวน ndeu "หนึ่ง" แล้ว หน่วยขยายอื่นไม่ว่าจะเป็นคำนามหรือนามวลี คำกริยาหรือกริยาวลี คำคุณศัพท์หรือคุณศัพท์วลี อนุพากย์ พบว่ามีทั้งอยู่หน้าหน่วยหลักและอยู่หลังหน่วยหลัก ดังนั้น นามวลีโครงสร้าง "หน่วยขยาย + หน่วยหลัก + หน่วยขยาย" ในภาษาจ้วงจึงมีรายละเอียดโครงสร้างดังตารางที่ 6.2

ตารางที่ 6.2 ตารางแสดงโครงสร้างนามวลีภาษาจ้วงที่มีลำดับเป็น "หน่วยขยาย-หน่วยหลัก - หน่วยขยาย"

หน่วยขยาย	**หน่วยหลัก**	หน่วยขยาย
คำนาม / นามวลี คำกริยา / กริยาวลี คำคุณศัพท์ / คุณศัพท์วลี อนุพากย์ ปริมาณวลี	นามหลัก	คำนาม / นามวลี คำกริยา / กริยาวลี คำคุณศัพท์ / คุณศัพท์วลี อนุพากย์ neix "นี้" haenx "นั้น ndeu "หนึ่ง"

ตัวอย่างนามวลีที่มีโครงสร้างเป็น "นามบอกขอบเขต-กริยาวลี-นามบอกสถานที่-**นามหลัก**-คำบอกจำนวนหนึ่ง"

ตัวอย่าง

seigyaiq miz daih yingjyangj dih Ngozlozswh **boux sihyinz** ndeu. (1987-4-25)

โลก มี ใหญ่ อิทธิพล ที่ รัสเซีย ***ผู้ กวี*** *หนึ่ง)*

"กวีรัสเซียที่มีชื่อเสียงทั่วโลก"

ตัวอย่างนามวลีที่มีโครงสร้างเป็น "นามบอกขอบเขต + **นามหลัก** + คำบอกลำดับที่"

ตัวอย่าง

Guek raeuz boux **godijhu** daih'it (2004-8-18-2)

ประเทศ เรา ผู้ ผู้ประกอบธุรกิจส่วนตัว ที่หนึ่ง

"ผู้ประกอบธุรกิจส่วนตัวคนแรกของประเทศเรา"

ตัวอย่างนามวลีที่มีโครงสร้างเป็น "นามบอกลักษณะ-**นามหลัก**-นามวลีบอกเจ้าของ"

ตัวอย่าง

Minzcuz **cwngcwz** dangj raeuz (1987-5-20)

ชนชาติ ***นโยบาย*** *พรรค เรา*

"นโยบายชนชาติของพรรคเรา"

ตัวอย่างนามวลีที่มีโครงสร้างเป็น "นามบอกลักษณะ-นามหลัก-กริยาวลี-คำบอกชี้"

ตัวอย่าง

Nungzyez dwg aen canloz **canjnieb** sawj beksingq sim'onj haenx. (2009-1-10)

การเกษตร เป็น อัน ยุทธศาสตร์ อุตสาหกรรม ทำให้ ชาวบ้าน มั่นใจ นั้น

"เกษตรกรรมเป็นอุตสาหกรรมเชิงยุทธศาสตร์ที่สามารถทำให้ประชาชนรู้สึกมั่นคง"

ตัวอย่างนามวลีที่มีโครงสร้างเป็น "นามวลีบอกขอบเขต-นามวลีบอกขอบเขต-นามวลี soj –นามหลัก-คุณศัพท์-คำบ่งชี้"

ตัวอย่าง

daengx gih ginghci sevei soj ndaej daengz gij **cingzcik** ronghlwenq haenx (2009-1-5)

ทั้ง เขต เศรษฐกิจ สังคม ที่ ได้ ถึง ลน. **ผล** *สว่าง นั้น*

"**ผลสำเร็จ**อันยิ่งใหญ่ด้านเศรษฐกิจและสังคมที่ได้รับของทั้งเขต"

ตัวอย่างนามวลีที่มีโครงสร้างเป็น "นามวลีบอกขอบเขต-**นามหลัก**-อนุพากย์คุณศัพท์"

ตัวอย่าง

aen danvih he ndawde **boux** rap miz cwzyin naekgywg (2006-3-5)

อัน หน่วยงาน หนึ่ง ในนั้น ผู้ หาบ มี ความรับผิดชอบ หนักหน่วง

"ผู้มีหน้าที่รับผิดชอบอย่างหนักในหน่วยงานนั้นๆ"

ตัวอย่างนามวลีที่มีโครงสร้างเป็น "นามวลีบอกขอบเขต-**นามหลัก**-คุณศัพท์วลี"

ตัวอย่าง

Mboujgvaq de cijdwg gwnz digiuz aen **nyaeuq** mbouj yienhda he. (2007-2-15)

แต่ มัน เป็นเพียง บน โลก อัน **รอยย่น** *ไม่ สดุดตา คำแสดงทัศนภาวะ*

"แต่มันเป็นเพียงรอยย่นที่ไม่เด่นชัดบนโลกนี้"

ตัวอย่างนามวลีที่มีโครงสร้างเป็น "อนุพากย์คุณศัพท์-**นามหลัก**-คำบ่งชี้"

ตัวอย่าง

Haxbaenh dwk denva **boux** haenx dwg sai roxnaeuz dwg mbwk? (2005-4-20)

เมื่อกี้ ตี โทรศัพท์ **ผู้** นั้น เป็น ชาย หรือว่า เป็น หญิง

"คนที่โทรศัพท์มาเมื่อกี้เป็นผู้ชายหรือผู้หญิง?"

เมื่อพิจารณาลงไปในรายละเอียด ผู้วิจัยยังได้พบอีกว่า หน่วยขยายในโครงสร้าง "หน่วยขยาย + หน่วยหลัก + หน่วยขยาย" ของภาษาจ้วง มีตำแหน่งก่อนหลังดังนี้

1) หน่วยขยายที่มีตำแหน่งอยู่หลังหน่วยหลักเสมอ" ได้แก่

คำบ่งชี้ neix "นี้" haenx "นั้น

คำบอกจำนวน "หนึ่ง"

2) หน่วยขยายที่มักปรากฏอยู่หลังหน่วยหลัก ได้แก่

คำคุณศัพท์หรือคุณศัพท์วลีหรืออนุพากย์คุณศัพท์

คำนามหรือนามวลีบอกเจ้าของ

คำนามบอกลักษณะ (ปรากฏไม่บ่อยนัก)

คำกริยาหรือกริยาวลี (ปรากฏไม่บ่อยนัก)

3) หน่วยขยายที่มักปรากฏอยู่หน้าหน่วยหลัก ได้แก่

คำนามหรือนามวลีบอกขอบเขตสถานที่หรือบอกเวลา

นามวลี soj

คำกริยาหรือกริยาวลี

คำนามหรือนามวลีบอกลักษณะ

ลำดับตำแหน่งก่อนหลังของหน่วยขยายหน่วยต่างๆ ของนามวลีในโครงสร้าง "หน่วยขยาย + หน่วยหลัก + หน่วยขยาย" สามารถสรุปได้ดังแสดงในตารางที่ 6.3

ตารางที่ 6.3 ตารางแสดงลำดับหน่วยขยายในนามวลีภาษาจ้วง “หน่วยขยาย - หน่วยหลัก - หน่วยขยาย”

<table>
<tr><th colspan="3">หน่วยขยายหน้าหน่วยหลัก</th><th></th><th colspan="2">หน่วยขยายหลังหน่วยหลัก</th></tr>
<tr><td rowspan="4">(กริยาวลี)</td><td rowspan="4">นามวลี บอกขอบเขต</td><td>อนุพากย์คุณศัพท์</td><td rowspan="5">นามหลัก</td><td>(นามวลีบอกลักษณะ)</td><td rowspan="5">(คำบ่งชี้) / (คำบอกจำนวน “หนึ่ง”)</td></tr>
<tr><td>(นามวลี soj)</td><td>คุณศัพท์ / คุณศัพท์วลี / อนุพากย์คุณศัพท์</td></tr>
<tr><td rowspan="2">นามวลี บอกลักษณะ</td><td>กริยาวลี</td></tr>
<tr><td rowspan="2">นามวลี บอกเจ้าของ</td></tr>
<tr><td>นามวลี บอกขอบเขต</td><td>กริยาวลี</td><td>นามวลี บอกสถานที่</td></tr>
</table>

2.1.4 นามวลีที่ไม่มีหน่วยหลัก

ในงานวิจัยนี้ ผู้วิจัยยังพบวลีที่ทำหน้าที่อย่างเดียวกับนามวลี แต่ไม่ปรากฏคำนามหรือคำลักษณนามที่ทำหน้าเป็นหน่วยหลักด้วย ดังตัวอย่างนี้

ตัวอย่าง

daihgya ceiq yawjnaek haenx couh suenq dwg cienzngaenz lo. (2005-2-10)

ทุกคน ที่สุด ให้ความสำคัญ นั้น ก็ นับ เป็น เงินทอง แล้ว

“สิ่งที่ทุกคนให้ความสนใจมากที่สุดนั้นคือเรื่องเงิน”

ในตัวอย่างข้างต้น นามวลี daihgya ceiq yawjnaek haenx “ที่ทุกคนให้ความสำคัญมากที่สุดนั้น” ทำหน้าที่เป็นประธานของประโยค นามวลีนี้ประกอบด้วย daihgya “ทุกคน” ceiq “ที่สุด” yawjnaek “ให้ความสำคัญ” haenx “นั้น” นามวลีนี้ไม่ปรากฏคำ

นามหรือลักษณนามหรือสรรพนามที่ทำหน้าที่เป็นหน่วยหลักแม้แต่หน่วยเดียว

นามวลีโครงสร้างนี้ตรงกับนามวลีในภาษาจีนกลางที่ลงท้ายด้วยคำช่วยโครงสร้าง (structural auxiliary word) 的 (de) ซึ่งก็เป็นนามวลีที่ไม่ปรากฏหน่วยหลักเช่นกัน เมื่อนามวลีมีคำว่า 的 (de) อยู่หลังคำหลักหรือวลี มักหมายถึงคนหรือสิ่งของ สามารถทำหน้าที่เป็นประธานหรือกรรมของประโยค ตัวอย่างเช่น

该来的不来 (gāi lái de bù lái)

ควร มา de ไม่ มา

"ที่ควรมาก็ไม่มา"

最伤人心的是离别。(zuì shāng rén xin de shì lí bié)

ที่สุด ทำร้าย คน ใจ de คือ ห่าง จาก

"ที่น่าเศร้าที่สุดก็คือพลัดพรากจากกัน"

根据我所陈述的给点意见和建议 (gēnjù wǒ suǒ chénshù de gěi diǎn yìjiàn he jiànyì)

ตาม ฉัน soj กล่าว de ให้ หน่อย ความคิดเห็น และ ข้อเสนอแนะ

"ให้ความคิดเห็นและข้อเสนอแนะตามที่ฉันได้กล่าวมา"

ภาษาจ้วงเลียนแบบนามวลีโครงสร้างนี้จากภาษาจีนกลางโดยใช้คำบ่งชี้ haenx "นั้น" ปิดท้ายนามวลี ซึ่งปรกติ คำบ่งชี้ haenx ก็มีตำแหน่งอยู่ลำดับท้ายสุดของนามวลีอยู่แล้ว นามวลีที่ไม่มีหน่วยหลักเป็นนามวลีโครงสร้างใหม่ที่เกิดขึ้นในภาษาจ้วง

กล่าวโดยสรุป ผู้วิจัยพบว่านามวลีในภาษาจ้วงปัจจุบันมีนามวลีใหม่ที่มีโครงสร้างตรงกับภาษาจีนกลาง ได้แก่ นามวลีโครงสร้าง "หน่วยขยาย + หน่วยหลัก" และนามวลีที่ไม่มีหน่วยหลัก นอกจากนี้ยังพบนามวลีที่มีโครงสร้างผสมระหว่างภาษาจ้วงกับภาษาจีนกลาง คือโครงสร้าง "หน่วยขยาย + หน่วยหลัก + หน่วยขยาย"

2.2 บุพบทวลี

บุพบทวลี หมายถึง กลุ่มคำที่ประกอบด้วยคำบุพบทกับนามวลี บุพบทวลีทำ

หน้าที่ขยายกริยาเพื่อบอกเวลา สถานที่ เครื่องมือ เหตุผล วัตถุประสงค์ ผู้กระทำ ผู้ถูกกระทำ เป็นต้น ในภาษาที่มีโครงสร้างแบบ SVO คำบุพบทจะมีตำแหน่งอยู่หน้าคำนาม (preposition) มีโครงสร้างเป็น "บุพบท + นาม / นามวลี" ภาษาจ้วงก็เป็นภาษา SVO เช่นเดียวกัน (韦庆稳,1985:119-121)

ตัวอย่าง

ndaw ranz "ในบ้าน"

ใน   บ้าน

 (Pre-N)

ตัวอย่าง

Youq Baekging daeuj "มาจากปักกิ่ง"

 อยู่   ปักกิ่ง   มา

 (Pre-N)

ตัวอย่าง

mbin coh byai faex "บินยังยอดต้นไม้"

 บิน   ยัง ปลาย ต้นไม้

     (Pre-N)

บุพบทวลีที่บอกสถานที่นั้น   นอกจากมีคำบุพบทบอกความสัมพันธ์กับสถานที่นั้นๆ อยู่หน้าคำนามแล้ว ยังอาจมีคำบุพบทบอกตำแหน่งปรากฏร่วมกันด้วย คำบุพบททั้งสองนี้จะปรากฏเรียงกันอยู่หน้าคำนาม

ตัวอย่าง

daj ndaw fuengz byaij ok daeuj

จาก ใน   ห้อง   เดิน ออก มา

"เดินออกจากห้อง"

คำว่า daj "จาก" เป็นคำบุพบทที่บอกสถานที่ก่อนเกิดเหตุ มีคำบุพบท ndaw

"ใน" บอกตำแหน่งที่ชัดแจ้งซึ่งไม่สามารถบอกได้โดยอาศัยแต่คำบุพบท daj "จาก" เพียงคำเดียวได้ จึงจำเป็นต้องใช้คำบุพบท 2 คำซ้อนกัน

ตัวอย่าง

ndoj youq laj daiz

ซ่อน อยู่ ใต้ โต๊ะ

"ซ่อนอยู่ใต้โต๊ะ"

ทำนองเดียวกัน คำว่า youq "อยู่" เป็นคำบุพบทที่บอกสถานที่ที่กำลังเกิดเหตุ มีคำบุพบท laj "ใต้" บอกตำแหน่งที่ชัดแจ้งตามมาเพื่อระบุตำแหน่งที่แน่นอน

ภาษาจีนกลางเป็นภาษา SVO เช่นกัน แต่คำบุพบทบอกตำแหน่งจะอยู่หลังนามวลีหรือกริยาวลี ในขณะที่คำบุพบทบอกสถานที่อยู่หน้านามวลีหรือกริยาวลี (黄伯荣,廖旭东,2007: 37-38,49) คือ มีโครงสร้างเป็น "คำนาม / นามวลี + บุพบทบอกตำแหน่ง"

ตัวอย่าง

桌子上 (zhuōzi shàng)

โต๊ะ บน

"บนโต๊ะ"

ในตัวอย่างข้างต้นนี้ บุพบทวลีมีโครงสร้างเป็น "นาม/นามวลี+บุพบทบอกตำแหน่ง"

ในภาษาจีนกลาง นอกจากมีบุพบทวลีที่มีโครงสร้าง "คำนาม / นามวลี + บุพบทบอกตำแหน่ง" แล้ว ยังมีโครงสร้างคำบุพบทแบบห้อมล้อม (circumposition) คือ คำบุพบททั้งข้างหน้าและข้างหลังคำนามด้วย คือ มีโครงสร้างเป็น "บุพบทบอกความสัมพันธ์กับสถานที่ + คำนาม / นามวลี + บุพบทบอกตำแหน่ง"

ตัวอย่าง

从 大 门 外 进来 (cóng dàmén wài jìnlái)

จาก ใหญ่ ประตู นอก เข้ามา

"เข้ามาจากนอกประตูใหญ่"

从 (cóng) เป็นบุพบทบอกความสัมพันธ์กับสถานที่ ส่วน 外 (wài) เป็นบุพบทบอกตำแหน่ง

ตัวอย่าง

在 陈 老师 的 帮助 下, 周亮 进步 很 快。

(zài chén lǎoshī de bāngzhù xià, Zhōuliàng jìnbù hěn kuài)

อยู่ เฉิน ครู ของ ช่วยเหลือ ใต้, โจวเลี่ยง ก้าวหน้า มาก เร็ว

"ภายใต้การช่วยเหลือของครูเฉิน โจวเลี่ยงก้าวหน้าได้เร็วมาก"

在 (zài) เป็นบุพบทบอกความสัมพันธ์กับสถานที่ ส่วน 下 (xià) เป็นบุพบทบอกตำแหน่ง

นอกจากนี้ บุพบทบอกตำแหน่งในภาษาจีนกลางอาจมีคำสรรพนาม 之 (zhī) อยู่ข้างหน้า เป็น 之中 (zhīzhōng) "ใน...นั้น" 之前 (zhīqián) "ก่อน...นั้น" 之后 (zhīhòu) "หลัง...นั้น" 之下 (zhīxià) "ใต้...นั้น" 之上 (zhīshàng) "บน...นั้น"

ตัวอย่าง

在 大家 的 共同 努力 之下, 展板 终于 完成 了。

(zài dàjiā de gòngtóng nǔlì zhīxià, zhǎnbǎn zhōngyú wánchéng le)

อยู่ ทุกคน ของ ร่วมกัน พยายาม ใต้, บูธโชว์ ในที่สุด เสร็จ แล้ว

"ด้วยความพยายามร่วมกันของทุกคน ในที่สุดบูธโชว์ก็เรียบร้อยจนได้"

ส่วนบุพบทวลีบอกสถานที่ของภาษาจ้วงปัจจุบัน มีโครงสร้าง 3 แบบ ดังต่อไปนี้

1) โครงสร้างบุพบทวลีแบบ "บุพบทบอกความสัมพันธ์กับสถานที่ / บุพบทบอกตำแหน่ง + คำนาม / นามวลี"

ตัวอย่าง

Raeuz youq ndaw fwn doxbungz. (1998-1-5)

เรา อยู่ ใน ฝน พบกัน

"เราพบกันท่ามกลางสายฝน"

ตัวอย่าง

Daxboh daj ndaw daeh dawz ok haj faenh ngaenz. (1996-3-10)

พ่อ   จาก ใน กระเป๋า เอา ออก ห้า เฟิน   เงิน

"พ่อควักเงินห้าสตางค์ออกมาจากกระเป๋า"

2) โครงสร้างบุพบทวลีแบบ "คำนาม / นามวลี + บุพบทบอกตำแหน่ง"

ตัวอย่าง

Guek raeuz ginghci sevei fazcanj ndawde (2007-3-5)

ประเทศ เรา เศรษฐกิจ สังคม พัฒนา ในนั้น

"ในการพัฒนาเศรษฐกิจและสังคมประเทศเรา"

ตัวอย่าง

Gujgouhdinghgoz ndawde ceiq hung diuz dah he. (2007/3/25)

ประเทศเกาติงโบราณ ในนั้น   ที่สุด ใหญ่ สาย แม่น้ำ คำแสดงทัศนภาวะ.)

"แม่น้ำที่ใหญ่ที่สุดในประเทศเกาติงโบราณ"

3) โครงสร้างบุพบทวลีแบบ "บุพบทบอกความสัมพันธ์กับสถานที่ + คำนาม / นามวลี+ บุพบทบอกตำแหน่ง"

บุพบทวลีในโครงสร้างนี้ ส่วนใหญ่ไม่ได้ใช้บอกเพียงสถานที่ ตำแหน่ง หรือทิศทางที่เป็นรูปธรรมเท่านั้น แต่ใช้บอกเงื่อนไขและขอบเขต ฯลฯ ด้วย

ตัวอย่าง

Youq ronghndwen baihlaj miz boux lwgnyez he cingq vad raemx. (2007-5-59)

อยู่ พระจันทร์   ภายใต้ มี ผู้   เด็ก   หนึ่ง กำลัง ว่าย น้ำ

"มีเด็กคนหนึ่งกำลังว่ายน้ำอยู่ใต้แสงจันทร์"

ตัวอย่าง

Youq saeseng　　caez roengzrengz baihlaj (2008-1-18)
อยู่　ครูและนักเรียน ร่วม ลงแรง　　ภายใต้
"ภายใต้ความพยายามของทั้งครูและนักเรียน"

โดยสรุป บุพบทวลีโครงสร้างที่ 1) เป็นบุพบทวลีโครงสร้างที่มีอยู่เดิมในภาษาจ้วง ส่วนบุพบทวลีโครงสร้างที่ 2) และโครงสร้างที่ 3) เป็นบุพบทวลีโครงสร้างใหม่ในภาษาจ้วงปัจจุบัน และเป็นโครงสร้างเดียวกับโครงสร้างบุพบทวลีของภาษาจีนกลางในตัวอย่างที่แสดงมาแล้วเมื่อกล่าวถึงโครงสร้างบุพบทวลีในภาษาจีนกลาง　ผู้วิจัยจึงสันนิษฐานว่าภาษาจ้วงได้เลียนแบบโครงสร้างบุพบทวลีของภาษาจีนกลางมาโดยยังคงใช้คำบุพบทของภาษาจ้วงเอง การนำเข้าโครงสร้างบุพบทวลีโครงสร้างที่ 2) และโครงสร้างที่ 3) ทำให้ภาษาจ้วงมีโครงสร้างบุพบทแบบใหม่ขึ้น แต่ก็จำกัดเฉพาะบุพบทวลีที่บอกสถานที่และตำแหน่งเท่านั้น

3. การเปลี่ยนแปลงหน้าที่ทางไวยากรณ์ของคำจ้วง

นอกจากว่าคำในภาษาจ้วงมีความหมายเพิ่มขึ้นแล้ว ผู้วิจัยยังพบว่าคำในภาษาจ้วงบางคำมีหน้าที่และความหมายเปลี่ยนแปลงไป คือ เกิดการกลายเป็นคำไวยากรณ์เนื่องด้วยการถ่ายแบบไวยากรณ์ (grammatical replication) มาจากภาษาจีนกลาง

การถ่ายแบบไวยากรณ์ (grammatical replication) เป็นรูปแบบ (type) การถ่ายโอนภาษารูปแบบหนึ่งที่เกิดจากการสัมผัสภาษา (Contact-induced linguistic transfer)

การถ่ายโอนภาษาจากภาษาหนึ่งไปสู่อีกภาษาหนึ่งอันเนื่องมาจากการสัมผัสภาษา อาจถ่ายโอนโดยวิธีการยืม (borrowing) ซึ่งการยืมก็สามารถนำไปสู่การเปลี่ยนแปลงด้านวากยสัมพันธ์ได้ เช่น การยืมคำไวยากรณ์พร้อมกับโครงสร้าง ส่วนการถ่ายโอนภาษาด้วยวิธีการถ่ายแบบไวยากรณ์ (grammatical replication) หมายถึง กระบวนการที่ผู้พูดสร้างความหมายหรือโครงสร้างไวยากรณ์ใหม่ขึ้นในภาษาผู้ยืมตามรูปแบบภาษาผู้ให้ยืมโดยใช้รูปภาษาที่มีอยู่แล้วในภาษาผู้ยืม (Heine & Kuteva, 2010 :

บทที่ 6

86-105) ซึ่งส่งผลให้รูปภาษาที่มีอยู่แล้วในภาษาผู้ยืมเกิดการเปลี่ยนแปลงด้านหน้าที่และความหมายขึ้น

ในการวิจัยครั้งนี้ ผู้วิจัยสังเกตเห็นว่า คำกริยา dawz "ถือ" ของภาษาจ้วงมีหน้าที่และความหมายเปลี่ยนแปลงไปจากเดิม โดยสามารถอธิบายความเปลี่ยนแปลงนั้นได้ว่าเกิดจากการสัมผัสกับภาษาจีนกลาง และถ่ายแบบการกลายเป็นคำไวยากรณ์ของคำว่า 把bǎ จากภาษาจีนกลาง

พจนานุกรมภาษาจ้วง-จีน "SAWLOIH CUENGH GUN" ได้ให้ความหมายของคำว่า dawz "ถือ" ไว้ดังนี้ (广西壮族自治区少数民族语言文字工作委员会, 1983:215)

1) ถือ จับ ถือครอง เช่น dawz bingzlaeuj ถือขวดเหล้า

2) เฝ้า ดูแล เช่น dawz lan เลี้ยงหลาน

3) ใส่ (ตุ้มหู นาฬิกา แว่น) เช่น dawz gingqda ใส่แว่น

4) เอา รับเอา เช่น de hawj mwngz, mwngz couh dawz ba. เขาให้เธอ เธอก็รับไว้เถอะ

5) ทำการ เช่น dawz cae ไถนา dawz ci ขับรถ

6) จับได้ เช่น ngaiz dawz lo ถูกจับได้แล้ว

7) (ไฟ)ติด เช่น cit feiz mbouj dawz จุดไฟไม่ติด

8) ถูก โดน เช่น ndek dawz gyaeuj vunz โยนไปโดนหัวคน

9) ติดลูก มีลูกมีผล เช่น dawz mak มีผล

ในงานวิจัยนี้ ผู้วิจัยพบว่า คำว่า dawz "ถือ" ในภาษาจ้วงมาตรฐาน นอกจากมีความหมายและหน้าที่ดังปรากฏในพจนานุกรมภาษาจ้วง-จีนข้างต้นแล้ว คำว่า dawz "ถือ" ยังสามารถทำหน้าที่เป็นคำบุพบทได้โดยอยู่หน้าคำนามหรือนามวลีที่เป็นกรรมและมีกริยาสกรรมตามหลังกรรม คือ มีโครงสร้างเป็น "dawz + นามวลี + X + กริยาสกรรม (+ ส่วนเติมเต็ม)" คำว่า dawz ในโครงสร้างดังกล่าว แสดงความหมายแตกต่างกัน 3 ความหมาย ดังนี้

1) คำ dawz หมายถึง "ถูกกระทำ ถูกจัดการ" ปรากฏในตำแหน่งหน้าคำนามหรือนามวลีที่เป็นผู้ถูกกระทำ เช่น

ตัวอย่าง

De cijndei dawz ngaenz dawz bae gien hawj hagdangz. (2004-1-15)

เขา ได้แต่ dawz เงิน นำ ไป บริจาค ให้ โรงเรียน

"เขาได้แต่นำเงินไปบริจาคให้โรงเรียน"

คำ dawz คำแรกเป็นคำบุพบท คำนามที่ตามมาคือ "เงิน" เป็นกรรมของกริยา dawz คำที่ 2 ซึ่งทำหน้าที่เป็นกริยาหลักของประโยค หมายถึง "เอา นำ"

ตัวอย่าง

Lauxsae dawz bohmeh gou heuh daengz hagdangz. (2008-1-17)

ครู dawz พ่อแม่ ฉัน เรียก ถึง โรงเรียน

"ครูเรียกพ่อแม่ฉันมาโรงเรียน"

นามวลี bohmeh gou "พ่อแม่ฉัน" อยู่หลังบุพบท dawz เป็นผู้ถูกกระทำ คือ ผู้ที่ถูกเรียกให้มาโรงเรียน

ตัวอย่าง

Lauxsae dawz gij cingzgvangq haenx lwnh boh de nyi. (1988-6-10)

ครู dawz ลน. เรื่องราว นั้น เล่า พ่อ เขา ฟัง

"ครูเล่าเรื่องราวทั้งหมดให้พ่อเขาฟัง"

นามวลี gij cingzgvangq haenx "เรื่องราวนั้น" อยู่หลังบุพบท dawz ทำหน้าที่เป็น "ผู้ถูกกระทำ" ของกริยา "เล่า...(ฟัง)"

2) คำ dawz หมายถึง "ทำให้" หลังคำกริยาจะต่อด้วยหน่วยเติมเต็มที่บอกผลของกริยานั้นๆ เช่น

ตัวอย่าง

Mbouj hawj doiqfueng dawz gij gyaeq swhgeij ndawfwngz haenx bungq

ไม่ ให้ ฝ่ายตรงข้าม ทำให้ ลน. ไข่ ตัวเอง ในมือ นั้น ชน

vaih. (2008-3-25)

แตก

"ไม่ให้ฝ่ายตรงข้างชนไข่ในมือตัวเองแตก"

"dawz gij gyaeq swhgeij ndawfwngz haenx bungq vaih" หมายถึง "ทำให้ไข่ในมือตัวเองถูกชนแตก"

3) คำ dawz ใช้เป็นบุพบท หมายถึง "ต่อ กับ"

ตัวอย่าง

Caen dawz mwngz mbouj miz banhfap (2005-4-15)

จริง ต่อ คุณ ไม่ มี วิธี

"ไม่มีปัญญาจะทำอะไรคุณจริงๆ"

ความหมายของคำว่า dawz "ถือ" ในภาษาจ้วงทั้งกรณีที่เป็นคำกริยาและกรณีที่เป็นคำบุพบทคล้ายคลึงกับคำว่า 把 (bǎ) ในภาษาจีนกลาง ผู้วิจัยจึงสันนิษฐานว่า เหตุที่คำว่า dawz มีหน้าที่และความหมายใหม่ใช้เป็นคำบุทพบทนั้น เป็นผลจากการสัมผัสภาษาระหว่างภาษาจ้วงกับภาษาจีนกลาง ซึ่งสามารถพิสูจน์ได้จากเส้นทางการกลายเป็นคำไวยากรณ์ของคำว่า dawz ในภาษาจ้วงและคำว่า 把 (bǎ) ในภาษาจีนกลาง และบริบทการเกิดของประเภททางไวยากรณ์ (grammatical category) ของคำทั้ง 2 คำนี้

คำว่า 把 (bǎ) ในภาษาจีนกลางมีหน้าที่และความหมายที่หลากหลายมากกว่าคำว่า dawz ในภาษาจ้วง ดังนี้ (中国社会科学院语言研究所词典编辑室, 2004:19)

1) ก. ถือ จับ กำ, เฝ้า ดูแล, กุม ควบคุม, ให้, จับ (ชีพจร) เช่น 把门 (bǎmén) "เฝ้าประตู"

2) น. ด้าม ที่จับ, ผู้ชำนาญการ เช่น 门把手 (mén bǎshǒu) "ที่จับบนประตู"

3) ลน. ด้าม,กำ เช่น一把米 (yī bǎ mǐ) "ข้าวสารหนึ่งกำ"

4) คุณ. ประมาณ ราวๆ เช่น 个把月 (gè bǎ yuè) “เดือนกว่าๆ”

5) บ. นำหน้าคำนามหรือนามวลีที่เป็นเครื่องมือ วัตถุหรือวิธีที่จะทำกริยานั้นๆ หมายถึง “โดย ด้วย” เช่น 只把黄金买身贵 (zhǐ bǎ huángjīn mài shēn guì) “ได้แต่ยกฐานะตนด้วยทองเหลือง” (ได้แต่-把-ทองเหลือง-ซื้อ-ค่าตัว-แพง)

6) บ. นำหน้ากรรมตรง กริยาสกรรมตามหลังกรรมตรง เป็นโครงสร้าง “把 + นามวลี + X + กริยา (+ส่วนเติมเต็ม)” เช่น

把头一扭 (bǎ tóu yī niǔ)

(把-หัว-หนึ่ง-หัน)

“ทำให้หัวหันไป”

把她羞哭了 (bǎ tā xiū kū le)

(把-เขา-อาย-ร้องไห้-แล้ว)

“ทำให้เขาอายจนร้องไห้”

你把我的心都哭乱了 (ní bǎ wǒ de xīn dōu kū luàn le)

(คุณ-把-ฉัน-ของ-ใจ-ก็-ร้องไห้-วุ่น-แล้ว)

“คุณร้องไห้จนใจฉันวุ่นไปหมด”

ความหมายเดิมของคำว่า 把 (bǎ) ในภาษาจีนคือ “ก. ถือ จับด้วยมือ” ซึ่งก็ตรงกับความหมายดั้งเดิมของคำว่า dawz ในภาษาจ้วง ส่วนกรณีที่คำว่า dawz ทำหน้าที่เป็นคำบุพบทในโครงสร้าง “dawz + นามวลี + X + กริยา (+ส่วนเติมเต็ม)” นั้นก็ตรงกับโครงสร้าง “把 + นามวลี + X + กริยา (+ส่วนเติมเต็ม)” ในภาษาจีนกลาง

หลี จิ่นซี (黎锦熙, 1992) และ หลิน อวิ้นอวิ้น (林运运, 2007) ได้ศึกษาการกลายเป็นคำไวยากรณ์ของคำว่า 把 (bǎ) ในภาษาจีนกลาง พบว่า คำว่า 把 (bǎ) ในภาษาจีนได้กลายเป็นคำไวยากรณ์ตั้งแต่สมัยราชวงศ์ถัง (Tang Dynasty) มีเส้นทางการกลายเป็นคำบุพบทดังนี้

ภาพที่ 6.1 แผนผังการกลายเป็นคำไวยากรณ์ของคำว่า 把 (bǎ) ในภาษาจีนกลาง

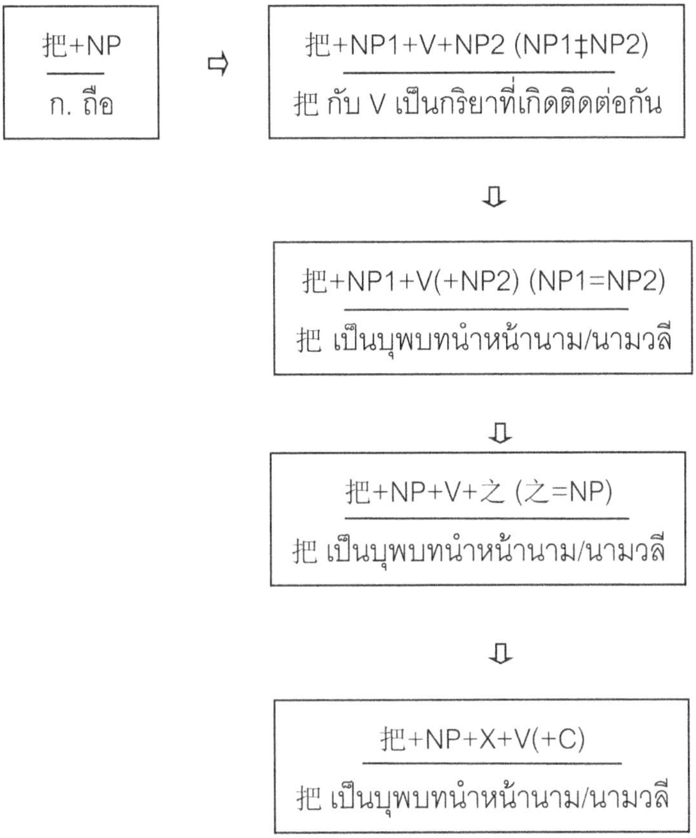

```
┌─────────────┐         ┌──────────────────────────────────────┐
│   把+NP     │   ⇨    │  把+NP1+V+NP2 (NP1≠NP2)              │
│   ก. ถือ    │         │  把 กับ V เป็นกริยาที่เกิดติดต่อกัน  │
└─────────────┘         └──────────────────────────────────────┘
```

⇩

┌──────────────────────────────────────┐
│ 把+NP1+V(+NP2) (NP1=NP2)   │
│ 把 เป็นบุพบทนำหน้านาม/นามวลี   │
└──────────────────────────────────────┘

⇩

┌──────────────────────────────────────┐
│ 把+NP+V+之 (之=NP)   │
│ 把 เป็นบุพบทนำหน้านาม/นามวลี   │
└──────────────────────────────────────┘

⇩

┌──────────────────────────────────────┐
│ 把+NP+X+V(+C)   │
│ 把 เป็นบุพบทนำหน้านาม/นามวลี   │
└──────────────────────────────────────┘

การกลายเป็นคำไวยากรณ์ของคำว่า 把 (bǎ) ในภาษาจีนกลางเป็นไปอย่างเป็นขั้นเป็นตอน จากคำกริยาที่เป็นคำหลัก กลายเป็นคำหลักที่มีลักษณะคำหลักน้อยลง จนกลายเป็นคำไวยากรณ์ ซึ่งในภาษาจีนกลางปัจจุบัน ยังคงพบการใช้คำว่า 把 (bǎ) ทั้งที่เป็นคำกริยาและคำบุพบท

ส่วนคำว่า dawz ในภาษาจ้วง ไม่พบเส้นทางการกลายเป็นคำไวยากรณ์ที่เป็นขั้นเป็นตอน แต่พบโครงสร้าง "dawz+นามวลี + X + กริยา (+ส่วนเติมเต็ม)" โครงสร้างนี้จึงไม่น่าจะเป็นผลจากการกลายเป็นคำไวยากรณ์ของคำว่า dawz ในภาษาจ้วงเอง แต่เป็นประเภททางไวยากรณ์ (grammatical category) ที่ถ่ายแบบ (replication) มาจากภาษาจีนกลาง

คำว่า 把 (bǎ) กับคำว่า dawz ในภาษาจ้วงมีความหมายคล้ายคลึงกันในกรณีที่เป็นคำกริยา เมื่อผู้พูดภาษาจ้วงสังเกตเห็นว่าภาษาจีนกลางมีคำบุพบท把+นามวลี + X + กริยา (+ส่วนเติมเต็ม) จึงสร้างโครงสร้างแบบเดียวกันนี้ขึ้นโดยใช้รูปภาษาที่มีอยู่แล้วในภาษาจ้วงมาเทียบ ผู้พูดภาษาจ้วงได้เลือกใช้คำ dawz โดยอาศัยกระบวนการกลายเป็นคำไวยากรณ์ "กริยาที่มีความหมาย ถือครอง>คำบุพบท" ในภาษาจีนกลางมาเป็นแบบ ในที่สุด คำ dawz จึงมีหน้าที่และความหมายเพิ่มขึ้นเป็นคำบุพบทปรากฏในโครงสร้าง dawz +นามวลี + X + กริยา (+ส่วนเติมเต็ม)

การศึกษาการถ่ายแบบไวยากรณ์ (grammatical replication) พบว่า ประเภททางไวยากรณ์ใหม่ซึ่งเกิดจากการกลายเป็นคำไวยากรณ์อันเนื่องจากการสัมผัสภาษามักจะมีข้อจำกัดในการปรากฏ อย่างน้อยในช่วงแรกๆ ของการถ่ายแบบ เช่น มีความถี่การปรากฏต่ำ ความสามารถในการผลิตต่ำ (low productivity) และบริบทการเกิดมีข้อจำกัด เป็นต้น ดังนั้น หากประเภททางไวยากรณ์ F ในภาษา A มีข้อจำกัดในการปรากฏในขณะที่ในภาษา B ไม่มีข้อจำกัด ก็สามารถยืนยันได้ว่า ประเภททางไวยากรณ์ F นี้ ในภาษา A ได้ถูกถ่ายแบบมาจากภาษาB และการถ่ายแบบในทางกลับกันเป็นไปได้น้อย (Heine and Kuteva, 2007)

หากเปรียบเทียบความถี่ในการใช้โครงสร้าง 把(bǎ) / dawz แล้ว จะพบว่าภาษาจีนกลางจะมีความถี่ในการใช้โครงสร้าง 把 (bǎ) ค่อนข้างสูง ส่วนภาษาจ้วงมีความถี่ต่ำกว่า (张元生, 覃晓航, 1993: 214) หากวิเคราะห์บริบทการเกิดของคำทั้ง 2 คำนี้ในทั้งสองภาษา พบว่าคำว่า把 ในภาษาจีนกลางมีบริบทการเกิดที่กว้างกว่า กล่าวคือ คำบุพบท 把 (bǎ) ในภาษาจีนกลางสามารถขยายด้วยคำปฏิเสธได้ สามารถขยายด้วยคำกริยาช่วยก็ได้ แต่คำว่า dawz ในภาษาจ้วงไม่สามารถขยายด้วยคำปฏิเสธและคำกริยาช่วยได้ (张元生, 覃晓航, 1993: 213) ดังตัวอย่างในภาษาจีนกลาง

ตัวอย่าง

别把衣服弄脏了 (bié bǎ yīfu nòng zāng le)

(อย่า-把-เสื้อผ้า-ทำ-เปื้อน-แล้ว)

"อย่าทำเสื้อผ้าเปื้อน"

ตัวอย่าง

我能把他找回来 (wǒ néng bǎ tā zhao huílái)

(ฉัน-สามารถ-把-เขา-หา-กลับ-มา)

"ฉันตามหาเขากลับมาได้"

ดังนั้น จึงสรุปได้ว่า การถ่ายแบบไวยากรณ์ (grammatical replication) ที่เกิดจากการสัมผัสภาษา (contact-induced) ได้ทำให้หน้าที่และความหมายของคำว่า dawz ในภาษาจ้วงมาตรฐานเกิดการเปลี่ยนแปลง ทำให้คำ dawz เดิมซึ่งเป็นเพียงคำกริยามีหน้าที่ใหม่เพิ่มขึ้น คือ เป็นคำบุพบทด้วย โดยอาศัยคำ 把 (bǎ) ในภาษาจีนกลางเป็นต้นแบบ

4. สรุปและอภิปราย

จากการศึกษาพบว่า ระบบไวยากรณ์ภาษาจ้วงได้รับอิทธิพลจากภาษาจีนกลางจนเกิดการเปลี่ยนแปลงบางประการ ซึ่งพบว่ามีการเปลี่ยนแปลงใน 3 กรณี คือ

1) การเกิดโครงสร้างใหม่ที่ยืมเข้ามาใช้ในภาษาจ้วงพร้อมกับการยืมคำไวยากรณ์ภาษาจีนกลาง อย่างเช่นการยืมคำกริยาวิเศษณ์ gizgiz "มากๆ" และ caiq "อีก" ทำให้มีกริยาวลีโครงสร้าง "กริยาวิเศษณ์+คำกริยา / กริยาวลี" ขึ้นโดยมีหน่วยขยายอยู่หน้าหน่วยหลัก การยืมคำช่วยกริยา soj ทำให้มีนามวลีโครงสร้างใหม่ขึ้นโดยมีหน่วยขยายอยู่หน้าหน่วยหลักเช่นกัน การยืมคำกริยาวิเศษณ์แสดงทัศนภาวะ nanzdauh ทำให้มีรูปประโยคถามย้อนแบบใหม่ขึ้น ส่วนการยืมคำสันธาน sojyij (เพราะฉะนั้น) ทำให้มีรูปประโยคความรวมที่เป็นเหตุและผลแก่กันในรูปแบบใหม่ คำสันธาน mboujlwnh "ไม่ว่า" ก็นำรูปประโยคใหม่เข้าภาษาจ้วงเช่นกัน

อย่างไรก็ตาม การยืมคำสันธาน danh / danhseih "แต่" การยืมคำบุพบท youz

“ด้วย, โดย, จาก” การยืมคำช่วยกริยา gojyij ไม่ได้ทำให้เกิดโครงสร้างใหม่ขึ้นในภาษาจ้วง เนื่องจากตำแหน่งหน้าที่ของคำยืมกับคำจ้วงที่มีอยู่ก่อนไม่แตกต่างกัน ส่วนคำสันธาน cijaeau “ขอเพียงแต่” พบว่าปรากฏมากกว่าคำจ้วงที่มีอยู่แล้วคือคำว่า danh “ขอแต่” มีแนวโน้มที่จะแทนที่คำว่า danh “ขอแต่”

2) การเกิดโครงสร้างใหม่โดยการเลียนแบบโครงสร้างภาษาจีนกลาง เช่น โครงสร้างนามวลีที่ประกอบด้วยหน่วยหลัก หน่วยขยาย มีโครงสร้าง “หน่วยขยาย-หน่วยหลัก” และโครงสร้าง “หน่วยขยาย-หน่วยหลัก-หน่วยขยาย” ขึ้น ส่วนบุพบทวลี ก็พบว่ามีโครงสร้าง “คำนาม / นามวลี-บุพบท” และโครงสร้าง “บุพบท-คำนาม /นามวลี / คำกริยา / กริยาวลี-บุพบท” ขึ้นโดยมีบุพบทห้อมล้อมเหมือนในภาษาจีนกลาง

3) การเปลี่ยนแปลงด้านหน้าที่ทางไวยากรณ์ของคำ ซึ่งเป็นผลจากการถ่ายโอนภาษา ที่พบในการวิจัยครั้งนี้มี คำว่า dawz “ถือ” ซึ่งมีการเปลี่ยนแปลงหน้าที่และความหมายโดยการถ่ายแบบไวยากรณ์ที่เกิดจากการสัมผัสภาษา ซึ่งสามารถพิสูจน์ได้จากประวัติการกลายเป็นคำไวยากรณ์ของคำในทั้งสองภาษา และการศึกษาขอบเขตการใช้ของคำในภาษาปัจจุบัน

จากการศึกษาแบบลักษณ์ภาษากับการลำดับคำ พบว่าภาษา SVO มีลักษณะร่วมคือ หน่วยขยายของนามวลีมักอยู่หลังหน่วยหลักซึ่งเป็นลักษณะร่วมของภาษาตระกูลไท ส่วนภาษาจีนกลาง แม้จะเป็นภาษา SVO เหมือนกัน แต่ก็มีลักษณะหลายประการที่ไม่ได้เป็นไปตามลักษณะร่วมที่ภาษาส่วนใหญ่เป็นอยู่ เช่น หน่วยขยายของนามวลีอยู่หน้าหน่วยหลัก คำบุพบทมีตำแหน่งทั้งที่อยู่หน้าคำนามกับที่อยู่หลังคำนาม เป็นต้น เมื่อภาษาจ้วงสัมผัสกับภาษาจีนกลางอย่างใกล้ชิดมายาวนาน ภาษาจ้วงได้รับโครงสร้างวลีของภาษาจีนที่แตกต่างจากภาษาจ้วงมาใช้จึงทำให้ภาษจ้วงมีโครงสร้างวลีแบบใหม่เกิดขึ้น ในภาษาจ้วงปัจจุบันจึงปรากฏทั้งโครงสร้างแบบเก่าและโครงสร้างแบบใหม่ การเปลี่ยนแปลงที่กำลังดำเนินอยู่นี้ก็ทำให้ภาษาจ้วงมีโครงสร้างแบบผสมที่มีทั้งลักษณะเดิมของภาษาจ้วงและลักษณะของภาษาจีนกลาง เช่น โครงสร้างนามวลี

แบบ "หน่วยขยาย-หน่วยหลัก-หน่วยขยาย" ในกรณีที่นามวลีมีหน่วยขยายหลายหน่วย ซึ่งโครงสร้างนี้ก็ถือว่าเป็นผลโดยอ้อมของการยืมภาษาจีนกลาง

การพบการลำดับคำแบบใหม่ในภาษาจ้วงนั้น สอดคล้องกับลักษณะภาษาของระดับความเข้มข้นที่ 3 ที่ Thomason (Thomason, 2001:70-71) ได้เสนอไว้เกี่ยวกับลักษณะของภาษากับความเข้มข้นของการสัมผัสภาษา แต่การลำดับคำแบบใหม่ที่เกิดขึ้นยังไม่ได้แทนที่การลำดับคำแบบเก่า ยังคงปรากฏร่วมกันทั้งสองแบบ ลักษณะการเปลี่ยนแปลงภาษาด้านวากยสัมพันธ์กับลักษณะการเปลี่ยนแปลงภาษาด้านคำศัพท์จึงสอดคล้องกัน คือ อยู่ในระดับความเข้มข้นและลักษณะภาษาระดับที่ 3 ที่ Thomason ได้เสนอไว้ ส่วนลักษณะการเปลี่ยนแปลงด้านเสียงจะอยู่ระดับที่ต่ำกว่าดังที่ได้กล่าวไว้ในบทที่ 5

บทที่ 7

สรุปผล อภิปรายผล และข้อเสนอแนะ

งานวิจัยนี้มีวัตถุประสงค์เพื่อศึกษาการเปลี่ยนแปลงในภาษาจ้วงอันเป็นผลมาจากการสัมผัสภาษาระหว่างจ้วงมาตรฐานกับภาษาจีนกลางทั้งในระดับเสียง ระดับคำ และระดับวากยสัมพันธ์ โดยมีสมมติฐานว่า ภาวะสัมผัสภาษาจ้วงกับภาษาจีนกลางทำให้ภาษาจ้วงมีหน่วยเสียงย่อยเพิ่มขึ้น มีรูปแบบพยางค์ใหม่เกิดขึ้น มีวิธีการสร้างคำแบบใหม่ มีโครงสร้างคำประสมแบบใหม่ มีวลีและประโยคที่มีโครงสร้างใหม่

ผู้วิจัยได้เก็บข้อมูลทั้งข้อมูลลายลักษณ์และข้อมูลภาษาพูดเพื่อนำข้อมูลเหล่านี้มาศึกษาวิเคราะห์ ข้อมูลที่เก็บ ได้แก่ คำยืมภาษาจีนกลางในภาษาจ้วงมาตรฐาน วลีและประโยคในภาษาจ้วงมาตรฐานที่ใช้โครงสร้างซึ่งมีโครงสร้างตรงกับโครงสร้างของภาษาจีนกลางแต่เป็นโครงส้รางที่ไม่เคยปรากฏใช้ในภาษาจ้วงมาก่อน ข้อมูลที่เป็นลายลักษณ์นั้น ผู้วิจัยเลือกเก็บจากหนังสือพิมพ์และนิตยสารภาษาจ้วงต่อไปนี้

1) หนังสือพิมพ์ภาษาจ้วง Gvangjsih Minzcuz Bau (banj Sawcuengh)— “หนังสือพิมพ์ชนชาติกวางสีฉบับภาษาจ้วง” ซึ่งออกตั้งแต่ปี พ.ศ. 2525-2552 เดือนละ 1 ฉบับ รวมจำนวน317 ฉบับ

2) นิตยสารภาษาจ้วง Sam Nyied Sam— “วันขึ้น 3 ค่ำเดือน 3” ตั้งแต่ปี พ.ศ. 2529-2552 รวม 24 ปี 162 ฉบับ

ส่วนข้อมูลภาษาพูดผู้วิจัยเก็บจากข้อมูลต่อไปนี้

1) รายการโทรทัศน์ภาษาจ้วง Vahcuengh Bauqdauj —“รายงานข่าวภาษาจ้วง” ระหว่างเดือน มิถุนายน 2551-ธันวาคม 2552 เดือนละ 2 วัน รวมเป็น 38 ตอน

2) การสัมภาษณ์ผู้บอกภาษาจ้วงจำนวน 60 คนเมื่อเดือนเมษายน พ.ศ. 2554

1. สรุปผล

การศึกษาข้อมูลด้านเสียงจากรายการข่าวโทรทัศน์ที่ออกอากาศเป็นภาษาจ้วงพบว่า เมื่อชาวจ้วงออกเสียงคำยืมภาษาจีนกลางในภาษาจ้วงประเภทคำยืมแบบทับศัพท์ ก็ได้ออกเสียงพยัญชนะและสระบางเสียงเบี่ยงเบนไปจากค่าเสียงภาษาจ้วงมาตรฐานโดยไปออกเสียงเหมือนหรือคล้ายคลึงกับเสียงของคำในภาษาจีนกลางซึ่งเป็นต้นศัพท์ของคำยืมในภาษาจ้วง เสียงที่ออกเบี่ยงเบนไปมีฐานะเป็นเพียงเสียงย่อยซึ่งจะเกิดเมื่อชาวจ้วงออกเสียงคำยืมจากภาษาจีนกลางแบบทับศัพท์เท่านั้น ไม่พบตัวอย่างที่แสดงว่าเสียงที่มีลักษณะเหมือนนี้มีฐานะเป็นหน่วยเสียงในภาษาจ้วง

เสียงเหล่านี้ได้แก่ เสียงพยัญชนะต้นประเภทเสียงกัก มีลม [kh, th] ซึ่งออกเสียงที่เบี่ยงเบนจากหน่วยเสียงประเภทเดียวกันแต่เป็นเสียงประเภทไม่มีลม /k, t/ ตามลำดับ และเสียงพยัญชนะต้นประเภทเสียงกักเสียดแทรก มีลม [tɕh] ซึ่งออกเสียงที่เบี่ยงเบนจากหน่วยเสียงประเภทเดียวกันแต่เป็นเสียงประเภทไม่มีลม [tɕ] นอกจากนี้ เมื่อออกเสียงคำยืมภาษาจีนกลาง ชาวจ้วงยังออกเสียงพยัญชนะเสียดแทรกเกิดที่เพดานแข็ง /ɕ/ เบี่ยงเบนไปเป็นเสียงกักเสียดแทรกเกิดที่เดียวกัน /tɕ/ ตามคำเดิมในภาษาจีนกลางซึ่งออกเป็นเสียงกักเสียดแทรกเกิดที่ปลายลิ้น /ts/ และออกเสียงสระ /ɯ/ ของคำยืมภาษาจีนกลางในภาษาจ้วงเบี่ยงเบนเป็นเสียง [ə] ตามเสียงของคำเดิมในภาษาจีนกลาง นอกจากนี้ ยังพบว่า การออกเสียงสระ /ɯ/ ของคำยืมภาษาจีนกลางในภาษาจ้วงเบี่ยงเบนเป็นเสียง [ə] นั้น ยังขยายไปเกิดกับเสียงสระ /ɯ/ ของคำยืมภาษาจีนกลางในภาษาจ้วงซึ่งคำเดิมในภาษาจีนใช้เสียงสระประสม /ei, ai/ ด้วย

เสียงแปรทั้งหมดที่เกิดกับคำยืมภาษาจีนกลางในภาษาจ้วงเป็นเสียงที่ไม่มีในระบบเสียงภาษาจ้วงมาตรฐานแต่มีในระบบเสียงภาษาจีนกลาง และพบเฉพาะกับคำยืมแบบทับศัพท์จากภาษาจีนกลางในปัจจุบันเท่านั้น ไม่พบในคำจ้วงแท้ๆ หรือแม้แต่คำยืมภาษาจีนถิ่นที่ได้ยืมเข้ามาในภาษาจ้วงนานแล้ว

เพื่อตรวจสอบว่าหน่วยเสียงย่อยซึ่งออกเบี่ยงเบนไปจากเสียงมาตรฐานในภาษาจ้วงดังกล่าวเกิดกับผู้พูดภาษาจ้วงโดยทั่วไปหรือไม่ และการเกิดของหน่วยเสียงย่อยเป็นแนวโน้มการเปลี่ยนแปลงที่กำลังดำเนินอยู่หรือไม่ อย่างไร ผู้วิจัยจึงได้สัมภาษณ์และทดสอบกับผู้บอกภาษาจ้วงจำนวน 60 คนโดยให้อ่านคำยืมแบบทับศัพท์ซึ่งมีรายการคำตามที่กำหนด พบว่าชาวจ้วงทุกรุ่นอายุมีการออกเสียงเบี่ยงเบนดังกล่าว แต่มีจำนวนมากน้อยต่างกัน โดยมีตัวแปรทางสังคม 2 ตัวแปร คือ ตัวแปรความสามารถในการพูดภาษาจีนกลาง กับ อายุของผู้พูด

ผู้วิจัยพบว่า "ความสามารถในการพูดภาษาจีนกลาง" นั้นเป็นตัวแปรทางสังคมที่สำคัญ กล่าวคือ ผู้บอกภาษาที่สามารถพูดภาษาจีนกลางได้คล่องจะออกเสียงคำยืมภาษาจีนกลางเบี่ยงเบนจากเสียงมาตรฐานมากกว่าผู้บอกภาษาที่พูดภาษาจีนกลางได้ไม่คล่อง ไม่ว่าจะทดสอบกับเสียงย่อยใดก็ตาม

ส่วนตัวแปร "อายุของผู้พูด" นั้น พบว่า เสียงพยัญชนต้นกักเสียดแทรก ไม่มีลม [tɕ] และเสียงสระ [ə] มีความถี่การเกิดเพิ่มมากขึ้นเป็นลำดับเมื่ออายุของผู้บอกภาษาน้อยลง ส่วนพยัญชนะต้นมีลมทั้งพยัญชนะกักมีลมและพยัญชนะกักเสียดแทรกมีลมนั้น ผู้บอกภาษากลุ่มวัยกลางคนมีความถี่ในการออกเสียงมากกว่าผู้บอกภาษาอีก 2 กลุ่มอย่างเห็นได้ชัด

เมื่อพิจารณาจำนวนพยางค์ของคำยืม พบว่าคำยืมภาษาจีนกลางในภาษาจ้วงมีจำนวนพยางค์ 1-5 พยางค์ ในจำนวนนี้ คำสองพยางค์มีจำนวนมากที่สุด คิดเป็นร้อยละ 73.3 รองลงมาคือคำสามพยางค์ พบจำนวน 500 คำ

ในด้านคำ ผู้วิจัยใช้ข้อมูลคำยืมจำนวน 2,315 คำที่เก็บจากข้อมูลลายลักษณ์อักษรมาศึกษา พบว่า ภาษาจ้วงยืมคำภาษาจีนกลางมาใช้จากคำในหมวดคำต่างๆ รวม 9 หมวดด้วยกัน ประกอบด้วยคำหลักและคำไวยากรณ์ ได้แก่ คำนาม คำลักษณนาม คำกริยา คำคุณศัพท์ คำกริยาวิเศษณ์ คำบุพบท คำสันธาน คำช่วยกริยา และคำอุทาน ในจำนวนคำทั้ง 9 หมวดนี้ คำนามมีจำนวนมากที่สุด คือ 1,693 คำ รองลงมาคือ

คำกริยา จำนวน 457 คำ

เมื่อจำแนกคำยืมภาษาจีนกลางในภาษาจ้วงมาตรฐานตามความหมายและจัดกลุ่มเป็นหมวดต่างๆ พบว่า พบคำในหมวดต่างๆ รวม 26 หมวด ในจำนวนนี้ คำยืมที่อยู่ในหมวดชีวิตมนุษย์มีจำนวนมากที่สุด คือ 417 คำ รองลงไปเป็นคำยืมในหมวดการเมืองจำนวน 370 คำ หมวดการทหารจำนวน 159 คำ หมวดการศึกษาจำนวน 148 คำ หมวดอุตสาหกรรมจำนวน 116 คำ และหมวดธุรกิจการค้าจำนวน 115 คำ คำยืมเหล่านี้ล้วนแต่เป็นคำในวงการใหม่สำหรับชาวจ้วงซึ่งมีวิถีชีวิตอยู่ในสังคมเกษตรมาแต่เดิม คือ เป็นคำยืมเกี่ยวกับสิ่งประดิษฐ์ใหม่ ความคิดใหม่ และวิทยาการใหม่ที่ชาวจ้วงรับรู้และเรียนรู้มาจากชาวจีนฮั่นผ่านภาษาจีนกลางในระยะเวลาประมาณ50ปี นับตั้งแต่สงครามโลกครั้งที่ 2 สิ้นสุดลง ในขณะเดียวกันก็พบว่า แม้ความคิดและสิ่งของที่มีอยู่แล้วในสังคมจ้วงและมีคำจ้วงที่ใช้เรียกความคิดและสิ่งของนั้นๆ อยู่แล้ว ภาษาจ้วงก็ยังยืมคำที่มีความหมายเดียวกันจากภาษาจีนกลางเพิ่มเข้ามาอีก ทำให้ภาษาจ้วงมีคำพ้องความหมายเพิ่มมากขึ้น คำพ้องความหมายเหล่านี้ ส่วนใหญ่ใช้ในบริบทภาษาที่ต่างกันหรือใช้เป็นภาษาต่างระดับกัน โดยคำยืมจะใช้ในภาษาระดับเป็นทางการมากกว่าคำจ้วง นอกจากนี้ ยังพบว่า คำจ้วงบางคำมีความหมายใหม่เพิ่มขึ้น ความหมายที่เพิ่มขึ้นนี้เป็นความหมายที่ยืมมาจากภาษาจีนกลาง

เมื่อพิจารณาลักษณะของคำยืม ก็พบว่าคำยืมภาษจีนกลางในภาษาจ้วงมาตรฐานมีทั้งคำยืมแบบทับศัพท์ คำยืมแบบแปล คำยืมแบบผสมระหว่างคำทับศัพท์กับคำยืมแบบแปล นอกจากนี้ ยังพบคำยืมความคิด คือ คำที่สร้างขึ้นใหม่ในภาษาจ้วงโดยยืมความคิดหรือความหมายของคำมาจากคำภาษาจีนกลาง ในจำนวนทั้งหมดนี้ คำยืมแบบทับศัพท์มีจำนวนมากที่สุด คิดเป็น 87 ของคำยืมจีนกลางทั้งหมด ส่วนคำยืมแบบแปลพบจำนวน 104 คำ คำยืมแบบผสมพบจำนวน 169 คำ และคำที่ยืมความคิดพบจำนวน 28 คำ

เมื่อวิเคราะห์โครงสร้างของคำยืมที่เป็นคำประสมนาม พบว่า คำประสมนามของภาษาจีนกลางจำนวนหนึ่งที่ยืมมาใช้ในภาษาจ้วงไม่ว่าจะเป็นคำยืมแบบแปลหรือคำยืม

แบบผสม ไม่ได้สลับลำดับของคำให้เป็นไปตามลำดับ "หน่วยคำหลัก-หน่วยคำขยาย" แบบที่ใช้ในภาษาจ้วง คือ ยังคงการลำดับคำแบบ "หน่วยคำขยาย-หน่วยคำหลัก" ตามจีนกลางอยู่ ซึ่งเป็นการลำดับคำที่ไม่พบในภาษาจ้วงมาก่อน ทำให้ภาษาจ้วงมีคำประสมนามที่มีโครงสร้างการเรียงแบบทั้ง 2 แบบ คือ โครงสร้างแบบจ้วง (หน่วยคำหลัก-หน่วยคำขยาย) และโครงสร้างแบบจีน (หน่วยคำขยาย-หน่วยคำหลัก) และมีแนวโน้มว่าโครงสร้างคำประสมคำนามแบบจีน (หน่วยคำหลัก-หน่วยคำขยาย) มีจำนวนเพิ่มมากขึ้น

นอกจากนี้ ยังพบว่ามีการนำคำยืมแบบทับศัพท์จากภาษาจีนมาประสมกับคำจ้วงเพื่อสร้างเป็นคำประสมใหม่ คำประสมใหม่เหล่านั้น นอกจากมีสร้างตามโครงสร้างตามโครงสร้างคำประสมเดิมที่มีอยู่ในภาษาจ้วง ได้แก่ [น.+น.] น., [น.+ก.] น. และ [ก.+ก.] ก.แล้ว ยังพบ คำประสมบางคำ มีโครงสร้างแบบคำประสมของภาษาจีนกลาง ได้แก่ [ว.+ก.] น. และ [ก.+ก.] น. ซึ่งโครงคำประสม 2 แบบหลังนี้ไม่เคยพบในภาษาจ้วงมาก่อน อย่างไรก็ตาม พบผู้วิจัยพบตัวอย่างคำประสมที่มีโครงสร้างใหม่โดยเลียนแบบโครงสร้างภาษาจีนไม่มากนัก

ส่วนการเปลี่ยนแปลงที่เกิดขึ้นกับวากยสัมพันธ์ พบว่ามี 3 กรณี คือ

1) การเกิดโครงสร้างใหม่ที่ยืมเข้ามาใช้ในภาษาจ้วงพร้อมกับการยืมคำไวยากรณ์ภาษาจีนกลาง ได้แก่โครงสร้างใหม่มี 4 ลักษณะ ดังนี้

ลักษณะแรก เกิดโครงสร้างใหม่ เดิมในภาษาจ้วงไม่มีโครงสร้างนี้ แต่เมื่อยืมคำไวยากรณ์จากจีนกลางเข้ามา ทำให้ภาษาจ้วงเกิดโครงสร้างใหม่ขึ้นซึ่งติดมากับโครงสร้างของคำไวยากรณ์ภาษาจีนกลางที่ยืมเข้ามา ได้แก่ โครงสร้าง "Mboujlwnh + ประโยคเงื่อนไข + ประโยคผล" เดิมภาษาจ้วงไม่มีโครงสร้างประโยคเช่นนี้ แต่เมื่อภาษาจ้วงยืมคำสันธาน mboujlwnh "ไม่ว่า" มาจากคำภาษาจีนกลาง 不论 (búlùn) ก็ได้นำโครงสร้างของประโยคภาษาจีนแบบที่ใช้ 不论 (búlùn) เป็นคำสันธานเข้ามาใช้ในภาษาจ้วงด้วย การยืมคำกริยาวิเศษณ์บอกทัศนภาวะ nanzdauh "เชียวหรือ" มาจากภาษาจีนกลาง ก็ได้ทำให้ภาษาจ้วงมาตรฐานมีรูปประโยคถามย้อน "nanzdauh + ประโยคถาม

ย้อน" เกิดขึ้น ทั้งๆ ที่ในภาษาจ้วงไม่เคยมีประโยคลักษณะนี้มาก่อน และการยืมคำช่วย soj มาจากภาษาจีนกลาง ก็ได้ทำให้มีนามวลีโครงสร้าง "หน่วยขยาย + หน่วยหลัก" คือ [(นาม / นามวลี) +soj + กริยาสกรรม (+ คำเชื่อม dih)+ นาม / นามวลี] เกิดขึ้นในภาษาจ้วง

ลักษณะที่สอง เดิมภาษาจ้วงมีคำและโครงสร้างของตนอยู่แล้ว แต่ยังยืมคำและโครงสร้างจากภาษาจีนเข้ามาอีก จึงพบว่าภาษาจ้วงมาตรฐานใช้ทั้งโครงสร้างเก่าและโครงสร้างใหม่ เช่น การยืมคำกริยาวิเศษณ์ gizgiz "มาก ๆ" มาจากภาษาจีนกลาง 极其 (jíqí) ทำให้ภาษาจ้วงมีโครงสร้าง คุณศัพท์วลี / กริยาวลีที่มีหน่วยขยายอยู่หน้าหน่วยหลัก และใช้ปนกับคุณศัพท์วลี / กริยาวลีที่มีหน่วยขยายอยู่หลังหน่วยหลักแบบที่ใช้ในภาษาจ้วงมาแต่เดิม ในทำนองเดียวกัน คำกริยาวิเศษณ์ caiq "อีก" ซึ่งยืมมาจากคำภาษาจีนกลาง 再 (zài) ทำให้ภาษาจ้วงเกิดกริยาวลีที่ใช้โครงสร้างหน่วยขยายอยู่หน้าหน่วยหลัก คือ โครงสร้าง "กริยาวิเศษณ์ + กริยา / กริยาวลี" ขึ้น ในขณะที่ยังพบโครงสร้างเก่า "คุณศัพท์ / กริยา + หน่วยขยาย" ก็ยังใช้อยู่ และการยืมคำสันธานที่เชื่อมข้อความที่แย้งกัน danh / danhseih "แต่" มาจากคำภาษาจีนกลาง 但/但是 (dàn/ dànshì) และการยืมคำช่วยกริยา gojyij "สามารถ ได้" มาจากคำภาษาจีนกลาง 可以 (kěyǐ) ก็ทำให้เกิดปรากฏการณ์เดียวกัน

ลักษณะที่สาม เดิมภาษาจ้วงมีคำและโครงสร้างของตนอยู่แล้ว เมื่อได้ยืมคำและโครงสร้างจากภาษาจีน และใช้จนเกือบจะแทนที่หรือมีแนวโน้มจะแทนที่คำและโครงสร้างแบบจ้วงไปแล้ว เพราะว่าไม่พบโครงสร้างแบบจ้วงอีกต่อไปหรือพบน้อยมาก เช่น คำสันธาน cijaeau "ขอเพียงแต่" ซึ่งยืมมาจากคำภาษาจีนกลาง 只要 (zhǐyào) พบว่าปรากฏมากกว่าคำจ้วงที่มีอยู่แล้วคือคำว่า danh "ขอเพียงแต่" และมีแนวโน้มว่าภาษาจ้วงมาตรฐานจะใช้คำสันธาน cijaeau "ขอเพียงแต่" (< 只要 zhǐyào) แทนที่คำจ้วงว่า danh "ขอเพียงแต่"

ลักษณะที่สี่ เดิมภาษาจ้วงมีโครงสร้างแบบจ้วงอยู่แล้ว แต่ยังได้ยืมโครงสร้างแบบใหม่เข้ามาพร้อมกับคำสันธานจีนกลาง แล้วใช้โครงสร้างจ้วงเดิมแต่ใช้คำสันธาน

จีนกลางแทนที่จะใช้คำสันธานจ้วง เช่น ประโยคความรวมที่เป็นเหตุและผลกัน ในจ้วงมีโครงสร้างเป็น "ประโยคเหตุ + ndigah + ประโยคผล" เมื่อยืมคำสันธาน sojyij "เพราะฉะนั้น" มาจากคำภาษาจีนกลาง 所以 (suǒyǐ) เข้ามา ก็ทำให้มีรูปประโยคความรวมที่เป็นเหตุและผลแก่กันแบบใหม่คือ " (aenvih +) ประโยคเหตุ + sojyij + ประโยคผล"

2) การเกิดโครงสร้างใหม่โดยการเลียนแบบโครงสร้างภาษาจีนกลาง ได้แก่ โครงสร้างนามวลีที่ประกอบด้วยหน่วยหลักกับหน่วยขยายซึ่งใช้โครงสร้าง "หน่วยขยาย-หน่วยหลัก" และโครงสร้าง "หน่วยขยาย-หน่วยหลัก-หน่วยขยาย" ส่วนบุพบทวลีก็พบว่ามีโครงสร้าง "นาม / นามวลี-บุพบท" และโครงสร้าง "บุพบท-นาม / นามวลี / กริยา / กริยาวลี-บุพบท" คือใช้บุพบทห้อมล้อมทั้งหน้าและหลังเหมือนในภาษาจีนกลาง

3) การเปลี่ยนแปลงด้านหน้าที่ทางไวยากรณ์ของคำจ้วง ซึ่งเป็นผลจากการถ่ายโอนภาษา ในการวิจัยครั้งนี้พบคำว่า dawz "ถือ" (< 把 bǎ) ซึ่งเกิดการเปลี่ยนแปลงหน้าที่และความหมายโดยการถ่ายแบบไวยากรณ์ที่เกิดจากการสัมผัสภาษา กรณีนี้สามารถพิสูจน์ได้จากประวัติการกลายเป็นคำไวยากรณ์ของคำในทั้ง 2 ภาษา และการศึกษาขอบเขตการใช้คำในภาษาจ้วงปัจจุบัน

2. อภิปรายผล

ภาษาจ้วงกับภาษาจีนได้สัมผัสมาเป็นเวลาช้านานแล้วและมีความเข้มข้นพอที่ส่งผลให้ภาษาจ้วงเกิดการเปลี่ยนแปลงทั้งในระดับเสียง ระดับคำ และระดับวากยสัมพันธ์ ข้อค้นพบในการวิจัยครั้งนี้ส่วนใหญ่สอดคล้องกับสมมติฐานการวิจัยที่ผู้วิจัยได้ตั้งไว้ แต่สมมติฐานที่เกี่ยวกับรูปแบบพยางค์และวิธีการสร้างคำไม่พบหลักฐานตามที่คาดหมาย อาจเนื่องมาจากภาษาจ้วงมีรูปแบบพยางค์และวิธีการสร้างคำคล้ายคลึงกับภาษาจีนกลางมาก จึงไม่พบลักษณะใหม่ที่ผิดแปลกออกไปจากลักษณะเดิมที่มีอยู่ในภาษาจ้วง

การเปลี่ยนแปลงในระดับเสียงนั้น ผู้วิจัยได้ตั้งสมมติฐานการวิจัยไว้ว่า น่าจะพบ

หน่วยเสียงย่อยเพิ่มขึ้น และมีรูปแบบพยางค์ใหม่เกิดขึ้น เนื่องจากเห็นว่าความแตกต่างระหว่างระบบเสียงของภาษาจ้วงกับภาษาจีนกลางอาจทำให้ภาษาจ้วงต้องใช้รูปแบบพยางค์แบบใหม่เพื่อใช้ถ่ายถอดเสียงภาษาจีนกลางเป็นภาษาจ้วง แต่การศึกษาครั้งนี้ไม่พบรูปแบบพยางค์แบบใหม่ เสียงของภาษาจีนทุกเสียงถูกปรับให้เข้ากับระบบเสียงภาษาจ้วงหมด จึงไม่พบการสร้างรูปแบบใหม่มารองรับคำทับศัพท์จากภาษาจีนกลาง

การเปลี่ยนแปลงที่เกิดขึ้นในระดับเสียงพบหน่วยเสียงย่อยหน่วยใหม่เฉพาะในคำยืมภาษาจีนกลางเท่านั้น ยังไม่มีผลกระทบถึงระบบเสียงของภาษาจ้วง สอดคล้องกับผลการศึกษาที่ภาษาจีนกลางมีต่อภาษาจ้วงถิ่นอื่นที่เซี่ย เอินหลิน (谢恩临, 2007) และหลิว ลี่เชียน (刘力坚, 2005) เคยศึกษาไว้ คือ เกิดเสียงพยัญชนะต้นมีลมและเสียงสระ [ə] เป็นเสียงย่อยในภาษาจ้วง

จากการศึกษาตัวแปรด้านอายุและความสามารถในการพูดภาษาจีนกลางที่มีต่อการออกเสียงเบี่ยงเบนในภาษาจ้วง พบว่าชาวจ้วงวัยเด็กออกเสียงสระ [ə] เป็นเสียงย่อยที่เบี่ยงเบนจากเสียงสระมาตรฐานในภาษาจ้วงได้มากกว่าชาวจ้วงวัยกลางคนและวัยชราตามลำดับ แสดงให้เห็นว่าเสียงย่อย [ə] มีแนวโน้มจะมีบทบาทมากขึ้นและมีฐานะกลายเป็นหน่วยเสียงในภาษาจ้วงในอนาคต ส่วนเสียงพยัญชนะต้นมีกลมนั้น ผู้บอกภาษากลุ่มวัยกลางคนมีความถี่ในการออกเสียงพยัญชนะต้นมีลมมากกว่ากลุ่มวัยชราและกลุ่มวัยเยาว์ ซึ่งผู้วิจัยวิเคราะห์ว่าเป็นผลจากนโยบายภาษาของรัฐบาลจีนและเป็นเหตุผลด้านจิตวิทยา กล่าวคือ การดำเนินนโยบายเผยแพร่ภาษาจีนกลาง ทำให้กลุ่มคนวัยกลางที่เติบโตมากับการดำเนินนโยบายเผยแพร่ภาษาจีนกลาง ได้เรียนภาษาจีนกลางในโรงเรียนจึงสามารถพูดภาษาจีนกลางได้คล่องแคล่ว และเนื่องจากชาวจ้วงเป็นชนกลุ่มน้อยในสังคมจีน ชาวจ้วงวัยกลางคนจึงพยายามจะแสดงตนว่าตนว่าพูดภาษาจีนกลางได้ โดยพยายามรักษาเสียงเดิมของคำยืมภาษาจีนกลางไว้เมื่อพูดคำยืมเพื่อหวังว่าจะได้รับการยอมรับในสังคม ส่วนกลุ่มวัยชราไม่เคยเรียนภาษาจีนกลาง และกลุ่มวัยเยาว์ได้เรียนภาษาจ้วงในระบบโรงเรียนตามนโยบายภาษาของรัฐบาลจีนที่

เปลี่ยนแปลงไป คือ เป็นนโยบายเชิงอนุรักษ์ที่ให้ส่งเสริมภาษาของชนกลุ่มน้อย คนวัยชรากับคนวัยเยาว์จึงไม่ออกเสียงพยัญชนต้นมีลมถี่เท่าคนวัยกลาง นโยบายเชิงอนุรักษ์ภาษาจ้วงของรัฐบาลทำให้เด็กจ้วงได้เรียนรู้ภาษาจีนกลางจนกลายเป็นผู้ทวิภาษา และการเรียนรู้ภาษาจ้วงมาตรฐานจากโรงเรียนก็ทำให้การออกเสียงภาษาจ้วงของเด็กจ้วงถูกต้องตามมาตรฐานมากกว่าผู้บอกภาษาอีกสองกลุ่มซึ่งเรียนรู้ภาษาจ้วงจากพ่อแม่ไม่เคยเรียนภาษาจ้วงจากโรงเรียนมาก่อน การออกเสียงพยัญชนะต้นมีลมซึ่งเป็นแนวโน้มการเปลี่ยนแปลงที่จะน่าพบมากขึ้น จึงถูกบรรเทาด้วยนโยบายสอนภาษาจ้วงในโรงเรียน หากเสียงย่อยเสียงพยัญชนะต้นมีลมจะพัฒนาต่อไปเป็นหน่วยเสียใหม่ ก็น่าจะเกิดหลังการเกิดหน่วยเสียงสระ /ə/

เมื่อประมวลการเปลี่ยนแปลงภาษาที่เกิดขึ้นในภาษาจ้วงและเทียบกับลักษณะภาษาในความเข้มข้นของการสัมผัสแต่ละระดับที่ Thomason (2001: 70-71) ได้เสนอไว้แล้ว พบว่า ลักษณะการยืมภาษาจีนกลางในภาษาจ้วงปัจจุบันอยู่ระหว่างระดับที่ 2 การสัมผัสภาษาระดับเข้มข้นขึ้น (Slightly more intense contact) และระดับที่ 3 การสัมผัสภาษาระดับค่อนข้างเข้มข้น (More intense contact) ดังนี้

การที่ภาษาจ้วงยืมคำศัพท์ทั้งคำหลักและคำไวยากรณ์ คำพื้นฐานและคำศัพท์เฉพาะจากภาษาจีนกลาง แม้กระทั่งกลุ่มคำปิด (closed-class) อย่างคำบุพบท คำสันธาน ก็พบว่าถูกยืมเข้าเช่นเดียวกับคำนาม คำกริยา และคำคุณศัพท์ซึ่งเป็นกลุ่มคำเปิด (open-class) สะท้อนให้เห็นว่าเป็นการยืมที่ระดับการสัมผัสภาษาความเข้มข้นระดับ 3 นอกจากนี้ ยังพบว่าในภาษาจ้วงมีคำประสมโครงสร้างใหม่ หน่วยขยาย + หน่วยหลัก อันเป็นการลำดับคำแบบใหม่ซึ่งไม่พบในภาษาตระกูลไทที่อยู่ในกลุ่มเดียวกับภาษาจ้วง และเป็นลำดับคำที่แปลกไปจากลักษณะร่วมของภาษาที่มีแบบลักษณ์เป็นภาษาแบบ SVO คือ นอกจาก Pr / NG / NA /N Rel. แล้ว ยังพบการลำดับคำแบบ Po / GN / AN / Rel. N ในกรณีที่มีหน่วยขยายมากกว่า 1 หน่วย ยังมีโครงสร้างเป็น "หน่วยขยาย – หน่วยหลัก – หน่วยขยาย" การลำดับคำแบบใหม่ที่เกิดขึ้นยังไม่ได้แทนที่

การลำดับคำแบบเก่า ยังคงปรากฏร่วมกันทั้ง 2 แบบ และไม่ได้ทำให้แบบลักษณ์ภาษาหลักของภาษาจ้วงเกิดการเปลี่ยนแปลง แต่จะทำให้การค้นหาสากลลักษณ์ของภาษามีความซับซ้อนมากขึ้น หากแต่พัฒนาต่อไป จนลักษณะภาษาใหม่แทนที่ลักษณะภาษาเก่า จะทำให้ภาษาจ้วงเกิดภาวะสูญลักษณะภาษาที่เคยเป็นเอกลักษณ์ร่วมในตระกูลภาษาของตน ลักษณะดังกล่าวข้างต้นก็สอดคล้องกับลักษณะการเปลี่ยนแปลงภาษาที่อยู่ในภาวะสัมผัสที่มีความเข้มข้นระดับที่ 3

แต่หากพิจารณาจากลักษณะการเปลี่ยนแปลงด้านเสียงที่เกิดขึ้นในภาษาจ้วงแล้ว ไม่พบโครงสร้างพยางค์หายไปหรือเพิ่มเข้าไปในภาษาจ้วงซึ่งเป็นผู้ยืม ไม่พบว่ามีหน่วยเสียงที่ไม่มีในภาษาผู้ยืมหายไป ไม่พบหน่วยเสียงใหม่เพิ่มเข้ามาในคำศัพท์ภาษาผู้ยืม ไม่พบสัทสัมพันธลักษณะใหม่ จึงสอดคล้องกับลักษณะภาษาระดับที่ 2 (Slightly more intense contact) ที่ Thomason (2001: 70-71) ได้เสนอไว้มากกว่า คือ ในภาษาจ้วงปัจจุบัน พบหน่วยเสียงย่อยในคำยืมเท่านั้น ยังไม่พบหน่วยเสียงย่อยปรากฏในคำจ้วง

หากพิจารณาจากจำนวนผู้พูดทวิภาษา ทัศนคติของคนในสังคม นโยบายการศึกษาและนโยบายภาษาจีนกลางแล้ว พบว่า ปัจจัยทางสังคมเอื้อต่อการยืม ทำให้ชาวจ้วงกลายเป็นผู้พูดทวิภาษามีมากขึ้น แต่ขณะเดียวกัน นโยบายอนุรักษ์ภาษาจ้วงก็ทำให้ชาวจ้วงไม่ได้ละทิ้งภาษาจ้วงไปเลยทีเดียว ปัจจัยทางสังคมยังไม่ได้เอื้อให้เกิดการยืมอย่างเต็มที่ ภาวะการสัมผัสภาษาจ้วงกับภาษาจีนกลางจึงมีลักษณะความเข้มข้นอยู่ระดับที่ 3 การสัมผัสภาษาระดับค่อนข้างเข้มข้น (More intense contact)

โดยภาพรวมแล้ว ความเข้มข้นของการสัมผัสภาษาจ้วงกับภาษาจีนกลางกับลักษณะภาษาที่ถูกยืมในภาษาจ้วงจึงไม่สอดคล้องกับความสัมพันธ์ที่ Thomason (2001: 70-71) ได้เสนอไว้ทีเดียว คือ มีลักษณะภาษาที่ถูกยืมอยู่ระหว่างระดับที่ 2 และระดับที่ 3 โดยมีลักษณะของระดับที่ 3 มากกว่า เนื่องจากยังไม่พบลักษณะทั้งหมดของระดับที่ 3 อาจสรุปได้ว่า ภาวะสัมผัสภาษาที่มีลักษณะต่างกันอาจมีผลต่อการยืมภาษา

ในลักษณะที่แตกต่างกันไป จึงเป็นเหตุให้ลักษณะการยืมภาษาในภาษาจ้วงแตกต่างไปจากลักษณะที่ Thomason (2001: 70-71) ได้เสนอไว้ ผู้วิจัยขอสรุปความสัมพันธ์ระหว่างประเภทและระดับภาษาที่ถูกยืม (borrowing scale) กับความเข้มข้นของการสัมผัสภาษา (intensity of contact) จากกรณีการศึกษาภาวะสัมผัสระหว่างภาษาจ้วงกับภาษาจีนกลาง ดังนี้

ตารางที่ 7.1 ความสัมพันธ์ระหว่างลักษณะภาษาที่ถูกยืมกับความเข้มข้นของการสัมผัสภาษา จากกรณีการศึกษาภาวะสัมผัสระหว่างภาษาจ้วงกับภาษาจีนกลาง

ความเข้มข้นของการสัมผัสภาษา	ประเภทและระดับภาษาที่ถูกยืม
ผู้พูดทวิภาษา (จ้วง-จีนกลาง) เป็นจำนวนมาก ปัจจัยทางสังคม (นโยบายการศึกษา นโยบายภาษา) เอื้อต่อการยืม ทัศคติของผู้พูด (ภาษาจีนกลางเป็นภาษาที่มีศักดิ์ศรีมากกว่า) นโยบายอนุรักษ์ภาษาจ้วงยังส่งเสริมให้ชาวจ้วงคงความเป็นจ้วงไว้ในด้านภาษา	**คำศัพท์**:คำหลักและคำไวยากรณ์ รวม 9 หมวด: คำนาม คำกริยา คำคุณศัพท์ คำกริยาวิเศษณ์ คำลักษณนาม คำบุพบท คำสันธาน คำช่วยกริยา และคำอุทาน ศัพท์พื้นฐานก็ถูกยืมด้วย **โครงสร้าง**: ลักษณะโครงสร้างที่มีเอกลักษณ์ก็ถูกยืมเข้าด้วย แต่โครงสร้างเดิมก็ยังไม่ได้หายไป จึงไม่ได้ทำให้แบบลักษณ์ภาษาหลักของภาษาจ้วงเกิดการเปลี่ยนแปลง ในด้านเสียง พบหน่วยเสียงย่อยใหม่ แต่พบเฉพาะในคำยืมเท่านั้น ไม่พบในคำจ้วง ในด้านวากยสัมพันธ์ การลำดับคำของนามวลีและบุพบทวลีมีทั้งที่เลียนแบบภาษาจีนกลางและที่ประยุกต์ขึ้นเนื่องจากได้รับผลกระทบจากภาษาจีนกลาง โครงสร้างประโยคใหม่บางโครงสร้างมีแนวโน้มจะแทนที่โครงสร้างเก่า ในด้านหน่วยคำ หน่วยคำเติมภาษาจ้วงเติมกับคำยืมได้

แม้ว่าความสัมพันธ์ระหว่างประเภทและระดับภาษาที่ถูกยืม (borrowing scale) กับความเข้มข้นของการสัมผัสภาษา (intensity of contact) ที่ Thomason (2001: 70-71) ได้เสนอไว้เป็นผลสรุปจากการศึกษาหลากหลายกรณีในหลากหลายภาษา แต่ก็ไม่ได้คลอบคลุมและสอดคล้องกันกับทุกภาวะการสัมผัสภาษาเสมอไปเช่นในการวิจัยครั้งนี้ จึงควรจะมีดัชนีที่เป็นละเอียดปลีกย่อยกว่านี้ และแบ่งระดับความเข้มข้นให้ละเอียดกว่านี้ เพื่อความถูกต้องแม่นยำในการสรุปกฎการเปลี่ยนแปลงที่เกิดขึ้นในภาษาทั่วไป

อีกประการหนึ่ง ความแตกต่างด้านแบบลักษณ์ภาษาของสองภาษาที่สัมผัสกันก็อาจมีผลต่อประเภทและระดับภาษาที่ถูกยืมเช่นกัน กล่าวคือ สองภาษาที่มีการสัมผัสกันในความเข้มข้นสูง การเปลี่ยนแปลงที่เกิดขึ้นจากการสัมผัสภาษาของสองภาษาที่มีแบบลักษณ์ภาษาแตกต่างกันมาก ย่อมไม่เหมือนกับกรณีการสัมผัสระหว่างสองภาษาที่มีแบบลักษณ์ภาษาแตกต่างกันไม่มาก ซึ่งอาจพิจารณาได้จากด้านลักษณะของเสียง ศัพท์พื้นฐาน และลักษณะไวยากรณ์ Thomason เคยแสดงความคิดเห็นว่า "the development of contact-induced change is unpredictable" แต่ผู้วิจัยเห็นว่า หากเราได้ศึกษากรณีการสัมผัสภาษาให้มากขึ้น และตั้งดัชนีที่สอดคล้องกับลักษณะของภาษาที่มีการสัมผัสกันให้มีความละเอียดขึ้น ก็อาจเป็นการเติมเต็มทฤษฎีการสัมผัสภาษาโดยเฉพาะการศึกษาความสัมพันธ์ระหว่างลักษณะภาษาที่ถูกยืมกับความเข้มข้นของการสัมผัสภาษาได้

การกรณีภาษาจ้วงสัมผัสกับภาษาจีนกลางนั้น ผู้วิจัยพบว่า ลักษณะภาษาต่อไปนี้อาจใช้เป็นดัชนีในการศึกษาความสัมพันธ์ระหว่างลักษณะภาษาที่ถูกยืมกับความเข้มข้นของการสัมผัสภาษาได้

    1) หน่วยเสียงพยัญชนะต้น

    2) หน่วยเสียงสระ

    3) รูปแบบพยางค์

    4) วิธีการยืมคำ

5) โครงสร้างคำประสม

6) การยืมคำไวยากรณ์

7) โครงสร้างนามวลี

8) โครงสร้างบุพบทวลี

9) การกลายเป็นคำไวยากรณ์

ดัชนีที่ผู้วิจัยเสนอไว้ดังกล่าวข้างต้น อาจใช้เป็นดัชนีในการศึกษาการสัมผัสภาษาระหว่างภาษาตระกูลไทกับภาษาจีนได้

3. ข้อเสนอแนะ

การศึกษาการเปลี่ยนแปลงที่เกิดขึ้นในระดับเสียงของภาษาจ้วงในครั้งนี้ ผู้วิจัยเก็บข้อมูลจากข้อมูลเสียงที่เป็นรายการข่าวจากโทรทัศน์และการสัมภาษณ์ผู้บอกภาษาจ้วง ส่วนการศึกษาในระดับคำและระดับวากยสัมพันธ์ของภาษาจ้วง ผู้วิจัยเก็บข้อมูลจากเอกสารลายลักษณ์อักษรเท่านั้น แม้ว่าเอกสารลายลักษณ์อักษรจะมีรูปแบบหลากหลาย มีทั้งข่าว บทวิเคราะห์บทความวิชาการ บทเรียนวิชาต่างๆ นวนิยาย เป็นต้น สามารถสะท้อนสภาพความเป็นจริงของการใช้ภาษาในสังคมได้ระดับหนึ่ง แต่ยังมีข้อจำกัดที่เป็นภาษาที่ผ่านการคัดกรองและการตรวจแก้แล้ว จึงไม่ใช่ภาษาที่เป็นไปตามธรรมชาติของผู้ใช้ภาษาจริงๆ ผู้วิจัยจึงเห็นว่า ควรมีการศึกษาการเปลี่ยนแปลงของภาษาจ้วงโดยเก็บข้อมูลจากภาษาพูดในชีวิตประจำวันของผู้พูดภาษาจ้วง จากการสัมภาษณ์ผู้บอกภาษาจ้วงซึ่งจำแนกตามอายุผู้พูดเป็น 3 กลุ่มนั้น ผู้วิจัยสังเกตว่า นอกจากด้านเสียงแล้ว ด้านการใช้คำ การลำดับคำในวลี และประโยคก็มีข้อต่างในผู้บอกภาษาทั้ง 3 กลุ่ม จึงควรที่จะมีการศึกษาการแปรของภาษาจ้วงตามอายุผู้พูดในทั้งระดับเสียง ระดับคำ และระดับวากยสัมพันธ์ เพื่อจะทำให้สามารถทำนายแนวโน้มการเปลี่ยนแปลงของภาษาจ้วงที่แม่นยำขึ้น

ในการทดสอบข้อมูลจากผู้บอกภาษาจ้วง เนื่องด้วยข้อจำกัดในการอ่านหนังสือ

ภาษาจ้วงของผู้บอกภาษา ผู้วิจัยจึงได้ทำรายการคำศัพท์เป็นภาษาจีนกลางโดยบอกให้ผู้บอกภาษาออกเสียงภาษาจ้วงของคำนั้นๆ อาจทำให้ผู้บอกภาษารู้สึกสับสนบ้างในขณะที่ออกเสียง ซึ่งผลการทดสอบที่ได้อาจคลาดเคลื่อนไปบ้างหากเทียบกับการอ่านตัวหนังสือภาษาจ้วงโดยตรงและการพูดปรกติในชีวิตประจำวัน ผู้วิจัยจึงเห็นว่า การศึกษาเรื่องการเปลี่ยนแปลงด้านเสียงของภาษาจ้วงในครั้งต่อไป ควรจะเก็บข้อมูลจากการสนทนาสดในชีวิตประจำวันของชาวจ้วง และจัดกลุ่มผู้บอกภาษาตามตัวแปรสังคมที่มากกว่านี้เพื่อให้เห็นถึงความหลากหลายของการแปรภาษาและการเปลี่ยนแปลงที่กำลังดำเนินอยู่

      การศึกษาครั้งนี้ ผู้วิจัยศึกษาเฉพาะการเปลี่ยนแปลงของภาษาจ้วงที่เป็นผลจากการสัมผัสกับภาษาจีนกลางเท่านั้น ไม่ได้ศึกษาการเปลี่ยนแปลงที่เป็นผลกระทบจากภาษาจีนถิ่นหรือภาษาชนเผ่าอื่นๆ ที่มีการสัมผัสกับภาษาจ้วง ทั้งๆ ที่โดยสภาพความเป็นจริงแล้ว ในภูมิภาคที่ชาวจ้วงอาศัยอยู่ นอกจากมีผู้พูดภาษาจ้วง ผู้พูดภาษาจีนกลางแล้ว ยังอาจมีผู้พูดภาษาจีนถิ่นและชนเผ่าอื่นๆ ที่พูดภาษาของชนเผ่านั้นๆ ดังนั้นภาษาจ้วงนอกจากสัมผัสกับภาษาจีนกลางแล้ว ยังสัมผัสกับภาษาจีนถิ่นและภาษาชนเผ่าต่างๆ ด้วย จึงควรมีการศึกษาผลกระทบที่ภาษาจีนถิ่นและภาษาอื่นๆ ที่มีต่อภาษาจ้วงด้วย

      การสัมผัสภาษาในตัวผู้พูดทวิภาษาย่อมทำให้ภาษา 2 ภาษาได้รับผลกระทบซึ่งกันและกัน ในภาวะสัมผัสภาษาจ้วงมาตรฐานกับภาษาจีนกลาง ภาษาจีนกลางมีอิทธิพลต่อภาษาจ้วงมาตรฐานจนทำให้ภาษาจ้วงเกิดการเปลี่ยนแปลงดังที่ได้ศึกษาในการวิจัยครั้งนี้แล้ว ในตรงกันข้าม ภาษาจ้วงก็น่าจะมีอิทธิพลต่อภาษาจีนกลางที่พูดกันอยู่ในชุมชนชาวจ้วงจนอาจทำให้ภาษาจีนกลางในชุมชนชาวจ้วงเกิดการเปลี่ยนแปลงที่แตกต่างกับภาษาจีนถิ่นอื่นๆ จึงควรมีการศึกษาผลกระทบของภาษาจ้วงที่มีต่อภาษาจีนกลาง รวมถึงที่มีต่อภาษาจีนถิ่นและภาษาชนเผ่าต่างๆ ที่ได้สัมผัสกับภาษาจ้วงด้วย

      จากการศึกษาครั้งนี้พบว่า การยืมภาษาจีนกลางได้ทำให้ภาษาจ้วงเกิดการ

เปลี่ยนแปลงทั้งด้านเสียง คำและวากยสัมพันธ์ ซึ่งทำให้ลักษณะภาษาที่เป็นลักษณะร่วมของภาษาตระกูลไทเลือนหายไป และเพิ่มลักษณะใหม่เข้ามาในภาษา ดังเช่น โครงสร้างการเรียงองค์ประกอบของคำประสม โครงสร้างนามวลี บุพบทวลี รวมทั้งกระบวนการการกลายเป็นไวยากรณ์ ทำให้ภาษาจ้วงแตกต่างกับภาษาในตระกูลไทมากขึ้นในด้านแบบลักษณ์ภาษา ทำให้การศึกษาสากลลักษณ์ของภาษามีความซับซ้อนมากขึ้น จึงควรมีการศึกษาอิทธิพลของภาษาจีนกลางที่มีต่อภาษาไทถิ่นอื่นๆ โดยเฉพาะภาษาไทที่พูดกันในประเทศจีนที่มีภาวะสัมผัสกับภาษาจีนกลางเช่นกัน อาทิเช่น ภาษาปู้ยี (布依语 Bùyīyǔ), ภาษาไทลื้อ, ภาษาหลี (黎语 Lí yǔ) หรือที่นักวิชาการชาวตะวันตกเรียกว่าภาษา Hlai เป็นต้น เพื่อจะค้นหาลักษณะร่วมกันของภาษาตระกูลไทที่สัมผัสกับภาษาจีน ซึ่งจะเป็นประโยชน์แก่ทั้งการศึกษาภาษาเชิงประวัติศาสตร์และการศึกษาแบบลักษณ์ภาษา

后 记

本书是在我的博士学位论文的基础上修改而成的。这本论著得以出版，首先感谢我的博士论文导师Anant laulertvorakul博士、Pranee Kullavanijaya教授、博士，他们在学术上给予我诸多指导和帮助，并同意我将论文在中国出版。感谢泰国朱拉隆功大学研究生院、文学院同意将我博士论文的版权授予我本人。

感谢广西民族大学东南亚语言文化学院院长刘志强教授、博士，是他不依不饶地催促，我才最终鼓起勇气把我花五年时间孵化出来的"宝贝"亮相于人前，接受读者的检验。

感谢广西民族大学东南亚语言文化学院在经费紧张的情况下毅然给这本论著的出版提供资助。

感谢其他每一位为我的论著的出版付出过、给予过帮助的领导、老师和同仁，以及世界图书出版广东公司的辛勤工作者。

同时，我也希望听到读者的批评指正，让我在探索中收获进步。

覃秀红
2015年春于相思湖畔